കഴിഞ്ഞ കാല ജുവനൈൽ ഹോം കഥകൾ

പി.കെ. അലക്സാണ്ടർ
(റിട്ട. ജുവനൈൽ ഹോം സൂപ്രണ്ട്)

ആമുഖം

‘‘ദുർഗുണ പരിഹാര പാഠശാല’ എന്ന പേരിൽ സാധാരണ ജനങ്ങളുടെ നാവിൻതുമ്പിൽ തെളിഞ്ഞു നിൽക്കുന്ന 'ബാലമന്ദിര' ത്തിന്റെ സൂപ്രണ്ട് പദവിയിൽ നിന്ന് 31-8-1996-ൽ വിരമിച്ച് കാൽനൂറ്റാണ്ടുകാലം പിന്നിടുമ്പോഴും, ജീവിതയാത്രയിൽ പിന്നിട്ട പാതകളുടേയോ മനസ്സിൽ തേട്ടിത്തേട്ടി നിൽക്കുന്ന ഔദ്യോഗിക ജിവിത സംത്രാസങ്ങളുടെയോ ഓർമ്മച്ചിത്രങ്ങൾ കടലാസിലേക്ക് പകർത്തി പുസ്തകരൂപത്തിലാക്കണമെന്ന കർമ്മതാൽപര്യം എന്റെ മനസ്സിലുണ്ടായിരുന്നില്ല.

തികച്ചും യാദൃശ്ചികമായാണ് അങ്ങനെയൊരു സംരംഭത്തിന് എന്റെ മനസ്സിൽ പ്രേരണയുദിച്ചത്.

ഏറ്റുമാനൂർ - മണർകാട് ബൈപാസ് റോഡിൽ തിരുവഞ്ചൂർ കവലയ്ക്ക് സമീപം സ്ഥിരതാമസക്കാരനായ ഞാൻ ഈ എൺപത്തിരണ്ടാം വയസ്സിലും പ്രഭാതസവാരി എന്ന ശീലം ഉപേക്ഷിച്ചിട്ടില്ല. വീട്ടിൽ നിന്ന് രണ്ട് കിലോമീറ്റർ അകലെ 'നാലുമണിക്കാറ്റ്' എന്നറിയപ്പെടുന്ന വഴിയോര വിശ്രമകേന്ദ്രം വരെയാണ് നടത്തം. കൂട്ടുകാരാരുമുണ്ടാവില്ല.

ആ നടത്തത്തിനിടയിൽ അടുത്തിടെ ഞാനൊരാളുമായി പരിചയപ്പെട്ടു. അദ്ദേഹം ഒരു മുൻ പത്രപ്രവർത്തകനും സാഹിത്യകാരനുമാണെന്ന് തിരിച്ചറിഞ്ഞതോടെ ഞങ്ങൾ സൗഹൃദത്തിലായി. ആ സൗഹൃദത്തിനിടയിൽ ചില ജുവനൈൽ ഹോം സംഭവങ്ങൾ സൂചിപ്പിച്ചപ്പോൾ, ഇന്നത്തെ ആളുകൾക്ക് അതൊക്കെ അത്യാശ്ചര്യകരമായ കാര്യങ്ങളായിരിക്കുമെന്നും, അതിനാൽ എഴുതി പ്രസിദ്ധീകരിക്കപ്പെടേണ്ടതാണെന്നുമുള്ള ഓർമ്മപ്പെടുത്തൽ ആ സുഹൃത്തിൽനിന്നുണ്ടായി. ആളുകളുമായി സരസഭാഷണവും അങ്ങിങ്ങു ചില പ്രഭാഷണങ്ങളും നടത്തുമെന്നല്ലാതെ അവയൊക്കെ കടലാസിൽ പകർത്തുക എന്ന സാഹസത്തിന് എനിക്ക് ധൈര്യമുണ്ടായിരുന്നില്ല. രചനയിൽ സഹായിക്കാമെന്ന് അദ്ദേഹം ഏറ്റതോടെ ആ സാഹസത്തിനുള്ള ധൈര്യം ഞാൻ ആർജ്ജിച്ചെടുത്തു. ആ ആർജ്ജവത്തിന്റെ ഫലമായാണ് ഈ പുസ്തകം.

ഇതിൽ എന്റെ വ്യക്ത്യനുഭവജീവിതത്തിന്റെ സത്യചിത്രങ്ങളെക്കാളുപരി, ഔദ്യോഗിക ജീവിതത്തിൽ എന്നെ ഞെട്ടിപ്പിച്ചതും സങ്കടപ്പെടുത്തിയതും അമ്പരപ്പിച്ചതുമായ സംഭവങ്ങളുടെ കഥനത്തിനാണ് ഞാനേറെ ശ്രദ്ധിച്ചത്. സ്വന്തം പിതാവിന്റെ പീഡനശ്രമങ്ങളിൽ നിന്ന് രക്ഷപ്പെടാൻ തെങ്ങുകയറ്റം പരിശീലിച്ച പതിന്നാലുവയസ്സുകാരിയുടെയും ജാരന്റെ ക്രൂരനടപടികളിൽ നിന്ന് പെറ്റമ്മയെ രക്ഷിക്കാൻ ഉലയ്ക്കക്കടിച്ച് അയാളെ കൊലപ്പെടുത്തി അടുപ്പു പാതകത്തിനുള്ളിൽ മറവു

ചെയ്യാൻ കൂട്ടുനിൽക്കേണ്ടിവന്ന പതിന്നാലുവയസ്സുകാരന്റേയും അതിദാരുണമായി മാതാവിനെ കൊലപ്പെടുത്തിയ പിതാവിനെ കുത്തിക്കൊല്ലണമെന്ന തീവ്രപകയുമായെത്തിയ പന്ത്രണ്ടുവയസ്സുകാരന്റെയും മുഖങ്ങൾ കാലമിത്ര കടന്നിട്ടും എന്റെ മനസ്സിൽ മായാതെ നിൽക്കുന്നുണ്ട് ഇന്നും!

ഞാൻ സൂപ്രണ്ടായി പദവിയിലിരിക്കുന്ന കാലത്ത് ജുവനൈൽ ഹോമുകൾ ജയിൽ വകുപ്പിന്റെ അധീനതയിലായിരുന്നു. തിരുവനന്തപുരം, കൊല്ലം, കോട്ടയം, തൃശൂർ, കോഴിക്കോട് എന്നിവിടങ്ങളിലായി അന്ന് കേരളത്തിൽ അഞ്ചിടങ്ങളിലേ ജുവനൈൽ ഹോമുകൾ ഉണ്ടായിരുന്നുള്ളൂ. ഇവയിൽ കോഴിക്കോട്ടും കോട്ടയത്തും മാത്രമേ, ഞാൻ സേവനം അനുഷ്ഠിച്ചിട്ടുള്ളൂ. അക്കാലത്ത് കോഴിക്കോട് ജുവനൈൽ ഹോമിൽ 250 ഓളം പെൺകുട്ടികൾ ഉൾപ്പടെ അഞ്ഞൂറോളമായിരുന്നു അംഗസംഖ്യ. കോട്ടയം തിരുവഞ്ചൂരിലുള്ള ഹോമിൽ ആൺകുട്ടികൾ മാത്രമേ ഉണ്ടായിരുന്നുള്ളൂ. അവരുടെ സംഖ്യ അന്നും ഇന്നും അൻപതിന് മുകളിൽ എത്തിയിട്ടുമില്ല.

ജയിൽ വകുപ്പിന്റെ കീഴിലായിരുന്ന കാലത്ത് ഹോമുകളിൽ കുട്ടികളുടെ 'ഗാർഡു'മാരായി ജോലിയിൽ ഉണ്ടായിരുന്നവർ 'വാർഡൻ'മാർ എന്നാണറിയപ്പെട്ടിരുന്നത്. സ്ത്രീകളായ ലേഡീ വാർഡന്മാർ 'ഏടത്തി'കളെന്നും വിളിക്കപ്പെട്ടിരുന്നു. ജയിൽ വാർഡന്മാരായിരിക്കെ സ്ഥലം മാറ്റം ലഭിച്ച് ജുവനൈൽ ഹോമുകളിലെത്തിയിരുന്ന അവരിൽ മിക്കവരുടേയും വിദ്യാഭ്യാസ യോഗ്യത പഴയ 'തേഡ്ഫോം' ആയിരുന്നു. ഇന്നത്തെ ഏഴാം ക്ലാസ്. പരിമിത വിദ്യാഭ്യാസത്തിന്റേയും ക്രൂരകുറ്റവാളികളായ ജയിൽപ്പുള്ളികളോടുള്ള പരുക്കൻ സമീപന മുറകളുടെ ചിരപരിചയത്തിന്റേയും കാരണത്താൽ ഹോമിലെ കുട്ടികളോടും അങ്ങേയറ്റം ക്രൂരമായും നിന്ദ്യമായുമാണ് അവർ ഇടപെട്ടിരുന്നത്. വാർഡൻമാർ മാത്രമല്ല, ലേഡീവാർഡന്മാരും ഭൂരിഭാഗവും അത്തരക്കാർ തന്നെയായിരുന്നു.

കുട്ടികളുടെ ദുർഗുണപരിഹാരത്തിനായി കഠിനമായ ശിക്ഷാരീതികളും പ്രാകൃതപീഡനരീതികളുമായിരുന്നു അവർക്ക്. കുറ്റവാസനയുള്ളവരായി വന്നെത്തുന്ന കുട്ടികളെ ഭീഷണിപ്പെടുത്തിയും ശിക്ഷിച്ചും പ്രലോഭിപ്പിച്ചും വൻകുറ്റവാളികളാക്കി മാറ്റിയെടുക്കുകയെന്ന നീചതാൽപര്യം മാത്രം മനസ്സിലുണ്ടായിരുന്ന ഗാർഡുമാരും ഏറെയായിരുന്നു. സംഖ്യാബലം കൂടുതലുള്ള ഗാർഡുമാരുടെ ആജ്ഞാനുവർത്തികളായി പ്രവർത്തിക്കേണ്ട ദുർഗതിയായിരുന്നു മിക്കപ്പോഴും സൂപ്രണ്ടുമാർക്ക്. വഴിവിട്ട നീചമാർഗ്ഗങ്ങളിലൂടെ ഭരണതലത്തിലെ മേലധികാരികളെ പ്രീണിപ്പിച്ചു നിർത്തിയിരുന്ന ഗാർഡുമാരോടെതിർത്താൽ ട്രാൻസ്ഫർ നടപടികൾ മാത്രമല്ല, കായികാക്രമണങ്ങളും നേരിടേണ്ടിവന്നിരുന്ന അക്കാലത്ത് ഏറെ മാനസിക സമ്മർദ്ദങ്ങൾ അനുഭവിച്ചാണ്

മിക്ക സൂപ്രണ്ടുമാരും കർത്തവ്യനിർവ്വഹണം നടത്തിയിരുന്നത്. ഒരു തെറ്റിന്റെ പേരിൽ വാർഡന്മാരിലാരെയെങ്കിലും ശാസിക്കുകയോ ശിക്ഷാ നടപടി കൈക്കൊള്ളുകയോ ചെയ്താൽ 'കാക്കപ്പട' പോലെ കൂട്ടംകൂടി സൂപ്രണ്ടുമാർക്കെതിരെ ആക്രമണം നടത്തുമായിരുന്നു വാർഡന്മാർ. വാർഡന്മാരുടെ കാക്കപ്പട ആക്രമണം ഭയന്ന് നടപടികൾ കൈക്കൊള്ളാതിരിക്കുന്ന സൂപ്രണ്ടുമാർക്ക് മേലധികാരികളുടെ കുറ്റപ്പെടുത്തലും ശിക്ഷയും !

ഇന്നിപ്പോൾ ജയിൽവകുപ്പിൽ നിന്നും സാമൂഹ്യക്ഷേമവകുപ്പിന്റെ അധീനതയിൽ വനിതാ ശിശുവികസന വകുപ്പിലേക്ക് ബാലമന്ദിരങ്ങൾ മാറ്റപ്പെട്ടതോടെ ആ ദുഃസ്ഥിതിക്ക് നല്ലൊരളവിൽ പരിഹാരമായിട്ടുണ്ട്. പ്രത്യേകപരിശീലനം ലഭിച്ച അഭ്യസ്തവിദ്യരായ 'കെയർടേക്കർ'മാരാണ് ഇപ്പോൾ ജുവനൈൽ ഹോമുകളിലുള്ളത്. സ്നേഹപൂർവ്വവും ബുദ്ധിപൂർവ്വവുമായി കുട്ടികളെ ഉപദേശിച്ചും കൗൺസിലിംഗ് നടത്തിയും കുറ്റവാസനകൾ ഇല്ലാതാക്കി ഉത്തമപൗരന്മാർ എന്ന നിലയിലേക്ക് അവരെ രൂപാന്തരപ്പെടുത്തുകയെന്നതാണ് ഇപ്പോഴത്തെ ജുവനൈൽ ഹോം നയം. അതുകൊണ്ടുതന്നെ തടങ്കൽ പാളയത്തിന്റെ പ്രതീതി ഇപ്പോൾ ജുവനൈൽ ഹോമുകൾക്കില്ല. എങ്കിലും അവിടെ അന്തേവാസികളായി എത്തിപ്പെടുന്നവരിൽ ചിലരൊക്കെ ഇപ്പോഴും ആകാശപ്പറവകളെപ്പോലെ സ്വാതന്ത്ര്യം മോഹിച്ച് ഭൂവിശാലതയിലേക്ക് പറന്നിറങ്ങി അഗ്നിശലഭങ്ങളായി എരിഞ്ഞൊടുങ്ങുന്ന കഥകൾ മാധ്യമങ്ങളിൽ നിന്നറിയുമ്പോൾ മനസ്സ് വേദനിക്കാറുണ്ട്. അവരുടെ മുജ്ജന്മ പാപമെന്നോ ജാതകദോഷമെന്നോ കരുതി സ്വയം സമാധാനിച്ച്, നവതലമുറയെ പക്വമായ ജീവിതപന്ഥാവിലേക്ക് കൈ പിടിച്ച് നടത്തുന്നതിൽ ജൂവനൈൽ ഹോമുകൾക്കും സംരക്ഷകർക്കും പൂർണ്ണപ്രാപ്തിയും സഹിഷ്ണുതയും കൈവരിക്കാനാവാട്ടെയെന്നുള്ള ആത്മാർത്ഥ പ്രാർത്ഥനയോടെ ഈ ഓർമ്മക്കുറിപ്പുകൾ വായനക്കാർക്ക് മുമ്പിൽ സമർപ്പിക്കുന്നു.

ഗ്രന്ഥകർത്താ

തിരുവഞ്ചൂർ

സെപ്റ്റംബർ 2022

Contents

1.ജുവനൈൽ ഹോമിൽ എത്തുന്നതിനു മുമ്പ്

പ്രൈമറി സ്കൂൾ അദ്ധ്യാപകനായി ഔദ്യോഗികജീവിതം ആരംഭിച്ച് ജുവനൈൽ ഹോം സൂപ്രണ്ടായി ഔദ്യോഗിക വിരാമം നേടി, രണ്ടര പതിറ്റാണ്ടുകൾക്കു ശേഷം പിന്നിട്ട ജീവിത വീഥികളിലെ, വിശിഷ്യാ ജുവനൈൽ ഹോം ജീവിതത്തിലെ രസിപ്പിക്കുന്നതും ചിന്തിപ്പിക്കുന്നതും നൊമ്പരപ്പെടുത്തുന്നതും ഞെട്ടിപ്പിക്കുന്നതുമായ ഒട്ടേറെ സംഭവങ്ങൾ എൺപത്തിരണ്ടാം വയസ്സിലും ഓർമ്മിച്ചെടുക്കാനും ഒരു പുസ്തകമായി അവ ക്രോഡീകരിക്കാനും ഇടയാക്കിയ വലിയ ദൈവകൃപയ്ക്ക് മുമ്പിൽ നിറഞ്ഞ നന്ദിയോടെ പ്രണാമമർപ്പിച്ചുകൊണ്ട് ഈ ഓർമ്മക്കുറിപ്പിന് ആരംഭം കുറിക്കട്ടെ.

അടുത്തകാലത്ത് ലോകവിനോദ സഞ്ചാരഭൂപടത്തിൽ ഇടം നേടിയ കോട്ടയം ജില്ലയിലെ അയ്മനംപഞ്ചായത്തിനോട് ചേർന്നുള്ള ഒളശഗ്രാമത്തിൽ പുളിക്കപ്പറമ്പിൽ പി.വി. കുരുവിള എന്ന ജൗളി വ്യാപാരിയുടേയും ഭാര്യ അന്നമ്മയുടെയും എട്ടാമത്തെ സന്തതിയായി 1941 –ൽ പിറന്നുവീണവൻ ഞാൻ. പി.കെ. അലക്സാണ്ടറെന്ന ഔദ്യോഗിക നാമം അന്നത്തെ കാലത്ത് പല്ലുകൊഴിഞ്ഞ് മോണയൊട്ടിയ വായിൽ സദാ വെറ്റിലചണ്ടി നൃത്തം ചെയ്യുന്ന അപ്പൂപ്പന്മാർക്കും അമ്മൂമ്മമാർക്കും ഓമനിച്ചും ആക്രോശിച്ചും വിളിച്ചുകൂവാൻ എളുപ്പമല്ലാതിരുന്നതുകൊണ്ട് അവരെന്നെ മാർദ്ദവ മധുരമായ 'ജോയി' എന്ന പേരിൽ ഓമനിച്ചും ആക്രോശിച്ചും വിളിച്ചു. ഇപ്പോഴും ആ പേര് എന്റെ വ്യക്തിത്വത്തെപ്പൊതിഞ്ഞു വാർദ്ധക്യത്തെ മറച്ച് സദാ ആഹ്ലാദവാനായ ഒരു യുവകോമളചിത്രം രചിച്ച് എന്നെ സംരക്ഷിച്ചുവരുന്നു.

എട്ടാമതായി പിറന്ന എനിക്ക് മൂത്തവരായി ഉണ്ടായിരുന്ന ഏഴുപേരിൽ ആണായി ഉണ്ടായിരുന്ന ഒരേ ഒരാൾ അഞ്ചാമത്തെ വയസ്സിൽ മരണകവാടത്തിലേക്കു കടന്നുപോയതോടെ ആറ് സഹോദരിമാരുടെ അരുമയായ കുഞ്ഞാങ്ങളയായി നിലംതൊടാതെ ചാടിനടന്നു വളരാനുള്ള ഭാഗ്യമുണ്ടായി എനിക്ക്. ഇന്ന് ഞാനീ ഓർമ്മക്കഥകൾ കുത്തിക്കുറിക്കുമ്പോൾ ആ ആറുപേരിൽ നാലുപേരും കാലയനികയയ്ക്കുള്ളിൽ മറഞ്ഞു കഴിഞ്ഞിരിക്കുന്നു. അവശേഷിക്കുന്നവരിൽ നേരേ മൂത്ത ചേച്ചി അമ്മിണിയെന്നു വിളിക്കപ്പെടുന്ന ഗ്രേസി, മുൻ മുഖ്യമന്ത്രി ശ്രീ. ഉമ്മൻചാണ്ടിയുടെ പുതുപ്പള്ളിയിലെ കുടുംബ വീടിനു മുമ്പിലുള്ള വല്യപറമ്പിൽ വീട്ടിൽ അൽപസ്വല്പം ഓർമ്മയും അതിലേറെ ഓർമ്മപ്പിശകുമായി ആരോഗ്യത്തിൽ അത്രയ്ക്കങ്ങു കേമത്തോടെയല്ലെ

ങ്കിലും എട്ടരപ്പതിറ്റാണ്ടുകൾക്കിപ്പുറത്തേക്ക് ആയുസിന്റെ ഏടുകൾ നിവർത്തിക്കൊണ്ടിരിക്കുന്നു. അയൽവാസിയായ കുഞ്ഞൂഞ്ഞിന്റെ എം. എൽ.എ. കഥകളും രാഷ്ട്രീയക്കഥകളും അമ്മിണിമ്മാമ്മയിൽ നിന്നും ഏറെ കേട്ടിട്ടുണ്ട് ഞാൻ. മൂത്ത സഹോദരി-മേരിക്കുട്ടി-ഇപ്പോൾ എറണാകുളത്ത് കളമശ്ശേരിക്കടുത്ത് മകനോടൊപ്പമാണു താമസം.

ഒളശ്ശയിലെ തറവാടു വീട്ടിലാണു എന്റെ ജനനമെങ്കിലും ഓർമ്മവച്ച കാലം മുതൽ എന്റെ വളർച്ച പാലായിലായിരുന്നു. അപ്പന് അവിടെ സ്റ്റേഷനറി വ്യാപാരമായിരുന്നു. സ്റ്റേഷനറി സാധനങ്ങൾക്കൊപ്പം കുടയും തുണിത്തരങ്ങളുമുണ്ടായിരുന്നു. രണ്ടാംലോക മഹായുദ്ധകാലത്ത് തുണിക്ഷാമം നേരിടാൻ നാടൊട്ടുക്ക് സർക്കാർ തുണിക്ക് റേഷൻ അനുവദിച്ചു. റേഷൻ തുണിയുടെ വ്യാപാരാവകാശം പാലായിൽ അപ്പനായിരുന്നു. ബ്ലീച്ച് ചെയ്തു വെളുപ്പിച്ചിട്ടില്ലാത്ത ജപ്പാൻ തുണി പൂർണ്ണമായും പരുത്തിപ്പഞ്ഞിയിൽ ഉൽപാദിപ്പിക്കപ്പെട്ടവയായിരുന്നു. തുണിയുടെ ഉപയോഗം അത്രകാര്യമായി ഇല്ലാതിരുന്ന കാലഘട്ടമായിരുന്നു അതെന്നു പറഞ്ഞാൽ, ഇന്നത്തെ തലമുറയ്ക്ക് അത്രയ്ക്ക് മനസ്സിലാവണമെന്നില്ല. പത്തുപതിനാറു വയസ്സ് വരെ ആൺകുട്ടികളും പത്തുപന്ത്രണ്ടു വയസ്സ് വരെ പെൺകുട്ടികളും അക്കാലത്ത് 'കോണകം' എന്നു പേരുള്ള അടിവസ്ത്രം ധരിച്ച് നഗ്നത മറച്ചു നടന്നു. കോണകം തുണികൊണ്ടുള്ളതാവണമെന്നില്ല. തുണിക്കുപകരം കവുങ്ങിൽ നിന്നും അടർന്നു വീഴുന്ന പൂക്കുലയുടെ പുറമ്പോള-കൂമ്പാള-യായിരുന്നു മിക്കവാറും ആൺകുട്ടികളുടെയും പെൺകുട്ടികളുടേയും അത്യാവശ്യ നഗ്നതമറയ്ക്കാൻ ഉപയോഗപ്പെടുത്തിയിരുന്നത്. അന്ന് മിക്കവീടുകളും പാവപ്പെട്ട വീടുകളായിരുന്നു. അന്ന് ഏതൊരു വീട്ടിലെയും കുട്ടികളുടെ എണ്ണം 5-ൽ കുറയില്ലായിരുന്നു- മക്കളുടെ എണ്ണം പറയുമ്പോൾ അഞ്ചിൽ കുറവുള്ള സംഖ്യ പറയുന്നത് അക്കാലത്തെ പിതാക്കന്മാർക്ക് അങ്ങേയറ്റം മാനക്കേടുണ്ടാക്കുന്ന വസ്തുതയായിരുന്നു.

എന്റെ ബാല്യകാലത്ത് പാലായിൽ ഒരു നാട്ടുപ്രമാണിയുടെ വിവാഹാവസരത്തിൽ ആശംസാപ്രസംഗം നടത്തിയ വൈദീകന്റെ വാക്കുകൾ ഇപ്പോഴും മറവിയുടെ മാറാലച്ചുറ്റില്ലാതെ എന്റെ കാതുകളിൽ തിളങ്ങി നിൽക്കുന്നുണ്ട്. അതിങ്ങനെയായിരുന്നു.

''ഈ ധന്യ മുഹൂർത്തത്തിൽ ഭാര്യയും ഭർത്താവുമായി കുടുംബ ജീവിതത്തിലേക്ക് കടക്കുന്ന നിങ്ങൾക്ക് ആണും പെണ്ണുമായി ആരോഗ്യമുള്ള ഒരു ഡസൻ കുട്ടികൾ ഉണ്ടാവുകയും അവരുടെ പരമ്പര ആകാശത്തിലെ നക്ഷത്രങ്ങളെപ്പോലെയും കടൽതീരത്തെ മണൽത്തരികൾപോലെയും എണ്ണമറ്റ രീതിയിൽ പെരുകുകയും ചെയ്യാൻ സർവ്വശക്തനായ ദൈവം തമ്പുരാന്റെ കൃപയുണ്ടാകട്ടെ.''

ഇന്നത്തെ കാലത്ത് ഏതെങ്കിലും ഒരു വൈദീകൻ വധൂവരന്മാരെ ഇത്തരത്തിൽ ആശംസിക്കുകയാണെങ്കിൽ എന്താണു സംഭവിക്കുക യെന്ന് നിങ്ങൾക്ക് ചിന്തിക്കാവുന്നതേയുള്ളൂ. ദേഹം ഛിന്നഭിന്നമായി ല്ലെങ്കിലും വൈദീകക്കുപ്പായവും അതിനടിയിലുള്ള വസ്ത്രങ്ങളും കേരളാകോൺഗ്രസിന്റെ കൊടിക്കൂറയായും തോരണങ്ങളായും ആ വൈദീക ഗാത്രത്തെ അലങ്കരിക്കുമെന്നതിൽ ആർക്കെങ്കിലും തർക്ക മുണ്ടോ? കുടുംബാസൂത്രണത്തിന്റെ ആരംഭകാലത്ത് കുട്ടികൾ മൂന്നുമ തിയെന്നായിരുന്നു കൽപിതവാക്യം. അടുത്തഘട്ടത്തിൽ ആ സൂത്ര വാക്യം 'നാം രണ്ട് നമുക്ക് രണ്ട്' എന്നായിപരിണാമപ്പെട്ടു. മൂന്നാംഘട്ട ത്തിൽ വീണ്ടും ചുരുങ്ങി 'നമ്മൾ രണ്ടും ഒന്ന് നമുക്കുവേണ്ടത് ഒന്ന്' എന്നായി. അവിടെയും അവസാനിച്ചില്ല കാര്യങ്ങൾ. ഇപ്പോഴത്തെ ആപ്തവാക്യം 'നമ്മൾ രണ്ടും ഒന്ന് നമുക്കിടയിൽ ഇനി വേണ്ട മറ്റൊന്ന്' എന്നായി മാറിയിരിക്കുന്നു. ഡിജിറ്റൽ യുഗത്തിലെ മാതാപി താക്കൾക്ക് മക്കളെ പ്രസവിക്കുന്നതും വളർത്തുന്നതും ഒരു പ്രാകൃത കർമ്മമായി തോന്നിത്തുടങ്ങിയിട്ടുണ്ടോ എന്ന് സംശയിക്കേണ്ടിയിരി ക്കുന്നു.

മാതാപിതാക്കളുടെ മഹത്തായ കടമ, ദൈവകൃപയിൽ ലഭിക്കുന്ന മക്കളെ സമൂഹത്തിന് പ്രയോജനപ്രദമാകുന്ന രീതിയിൽ നന്മയുള്ളവ രായി വളർത്തുകയെന്നതാണെങ്കിൽ മക്കളുടെ കടമ, അവർക്കു ജന്മം നൽകി വളർത്തി വലുതാക്കിയ മാതാപിതാക്കളെ ദുഃഖമറിയിക്കാതെ, ആവുന്നത്ര സന്തോഷപ്പെടുത്തി വാർദ്ധക്യത്തിൽ സംരക്ഷിക്കുകയെ ന്നതാണെന്ന സത്യം ഇന്നത്തെ തലമുറയെ ഉദ്ബോധിപ്പിക്കാതെ, ഈ കുറിപ്പ് തുടരാൻ എനിക്കാവുന്നില്ല.

കഴിഞ്ഞ തലമുറവരെ മാതാപിതാക്കളെ അത്തരത്തിൽ സംരക്ഷി ക്കുന്ന മക്കൾ ഏറെ ജീവിച്ചിരുന്നെങ്കിലും ഇപ്പോൾ അത്തരക്കാരുടെ സംഖ്യ തുലോം പരിമിതമായിക്കഴിഞ്ഞു എന്നു ദിനംപ്രതി അറിയാനി ടയാകുന്ന വാർത്താശകലങ്ങളിലൂടെ ഇന്നു വിശ്വസിക്കേണ്ടി വന്നിരി ക്കുന്നു.

കഴിഞ്ഞ തലമുറയെപ്പറ്റി ഓർമ്മിക്കുമ്പോൾ എന്റെ പിതൃപിതാവായ അപ്പൂപ്പൻ വർഗീസിനെക്കുറിച്ച് കേട്ടറിഞ്ഞ ചില കഥകളും ഇവിടെ കുറിക്കേണ്ടതാണെന്ന് എനിക്കു തോന്നുന്നു.

സാധാരണ ആറടി ഉയരമുള്ള ആജാനുബാഹുക്കളായ ആണുങ്ങൾ അന്ന് നാട്ടിൽ ഏറെയുണ്ടായിരുന്നെങ്കിലും തികച്ചും ഏഴടിഉയരമുള്ള ആളുകൾ അന്ന് കേരളനാട്ടിൽ അപൂർവ്വമായിരുന്നുവത്രെ. വർഗീസ് അപ്പൂപ്പന് ഉയരം ഏഴടിയിൽ കൂടുതലായിരുന്നു. പാലാ സർക്കാർ ആശുപത്രിയിലെ കമ്പൗണ്ടർ ആയിരുന്ന വർഗീസ് അപ്പൂപ്പൻ പല

പ്പോഴും വിങ്ങിവീർത്ത നിറുകം തലയുമായാണ് കമ്പൗണ്ടർ ജോലിക ഴിഞ്ഞ് വീട്ടിലെത്തിയിരുന്നതെന്ന് എന്റെ അമ്മ പറഞ്ഞു കേട്ട അറിവ് എനിക്കുണ്ട്.

'കാർനേറ്റിമിച്ചർ' എന്നു സാധാരണക്കാർക്കിടയിൽ അറിയപ്പെടുന്ന കാർബണേറ്റീവ് മിക്സ്ചർ എന്ന അന്നത്തെ സർവ്വരോഗസംഹാരി സൂക്ഷിക്കുന്ന ഫാർമസിയുടെ പ്രവേശനകവാടത്തിന് ഏഴടി ഉയരം ഇല്ലാതിരുന്നതാണ് അപ്പൂപ്പന്റെ നിറുകംതലയുടെ വീർപ്പിന് ഹേതുവാ യത്. മിക്ക രോഗങ്ങൾക്കും അന്ന് കേരളത്തിലെ സകല സർക്കാർ ആശുപത്രികളിൽ നിന്നും രോഗികൾക്കു നൽകിയിരുന്നത് ആ 'മിച്ചറും' അണ്ണാക്കിലിട്ടാൽ അക്ഷണം ആസനം വരെ 'കയ്പ്' കുതി ച്ചെത്തുന്ന കൊയ്ന ഗുളികകളുമായിരുന്നു.

ആഴ്ചയിൽ ഒരു ദിവസം മാത്രമായിരുന്നു അന്നൊക്കെ മിക്ക സർക്കാർ ആശുപത്രികളിലും 'അപ്പോത്തിക്കിരി' എത്തുക. അപ്പോ ത്തിക്കിരി എന്നാൽ ഡോക്ടർ. നാട്ടുവാസികൾ അക്കാലത്തെ ഡോക്ടർമാരെ അപ്പോത്തിക്കിരി എന്നു വിളിച്ചു വന്നിരുന്നതിന്റെ അടിസ്ഥാനം പോർച്ചുഗീസ് അധിനിവേശത്തിന്റെ അവാന്തരമായിരി ക്കാം. തമിഴ്നാട്ടിലെ ഉൾനാടൻ ഗ്രാമങ്ങളിൽ ഡോക്ടർമാരെ ഇപ്പോഴും അപ്പോത്തിക്കിരി എന്നു നേരിട്ടു വിളിക്കുന്ന ജനതതി ഉണ്ടെന്ന് ഈയിടെ അവിടെ നിന്നെത്തിയ എന്റെ ഒരു സുഹൃത്ത് പറ ഞ്ഞത് ഇക്ഷണത്തിൽ ഓർമ്മയിലെത്തുന്നു.

ആഴ്ചയിൽ ഒരു ദിവസം മാത്രമാണ് അപ്പോത്തിക്കിരിമാരുടെ ആശു പത്രി സന്ദർശനമെങ്കിലും ജനങ്ങൾ അവരെ അന്ന് ദൈവത്തിന് തുല്യം കരുതിയിരുന്നു. ആശുപത്രിയിൽ വന്നെത്തിപ്പെടാനാവാത്ത രോഗികളെ അപ്പോത്തിക്കിരിമാർ വീടുകളിൽ സന്ദർശിച്ച് ചികിത്സിച്ചി രുന്നു. സൈക്കിളായിരുന്നു അക്കാലത്ത് മിക്ക അപ്പോത്തിക്കിരിമാരു ടേയും യാത്രാവാഹനം. അപൂർവ്വം ചിലർക്ക് 'കോഴിക്കൂട്' എന്ന് ജനം പരിഹസിച്ചിരുന്ന ഇംഗ്ലീഷ് മോറിസ് കാറുകൾ ഉണ്ടായിരുന്നു. സ്റ്റാർട്ട് ചെയ്യാൻ ബാറ്ററി സംവിധാനം ഇല്ലാതിരുന്ന ആ വാഹനങ്ങൾ സ്റ്റാർട്ടിംഗ് ലിവർ ഉപയോഗിച്ച് എഞ്ചിൻ അതിവേഗം കറക്കി വേണം സ്റ്റാർട്ട് ചെയ്യാൻ. പഴക്കം കൂടുന്നതിനനുസരിച്ച് ലിവറിന്റെ കറക്കവും കൂട്ടേണ്ടിയിരുന്നു ആ വാഹനങ്ങൾ സ്റ്റാർട്ടാക്കാൻ. ആ കൃത്യനിർവ്വഹ ണത്തിന് അന്നത്തെ യുവാക്കൾ കാറിനുചുറ്റും കാത്തുനിൽക്കുമായി രുന്നത്രേ. ആശുപത്രിയിലെത്തി ചികിത്സ സ്വീകരിക്കാനാവാത്ത രോഗികളെ വീട്ടിലെത്തി ചികിത്സിക്കാൻ അപ്പോത്തിക്കിരി അന്ന് സ്വന്തം വാഹനം ഉപയോഗിക്കുമായിരുന്നില്ല. അതിന് മറ്റൊരു സംവി ധാനമായിരുന്നു. ഡോക്ടറെ രോഗിയുടെ അടുത്തേക്ക് കൂട്ടിക്കൊണ്ടു പോകണമെങ്കിൽ സാമാന്യം വലുപ്പമുള്ള ഈസിചെയർ രണ്ടോ

മൂന്നോ ഉലക്കകൾ ചേർത്തുവച്ചു കെട്ടിയുണ്ടാക്കിയ പല്ലക്കുമായാണ് ആളുകളുടെ വരവ്. ഡോക്ടറെ ആ പല്ലക്കിലേറ്റി രോഗിയുടെ വീട്ടിലേക്കു ചുമന്നു കൊണ്ടുപോകാൻ അരോഗദൃഢഗാത്രരായ എട്ടും പത്തും പുരുഷന്മാരുടെ ഒരു സംഘമായിരിക്കും ആശുപത്രിയിലെത്തുക. ചികിത്സ കഴിഞ്ഞാൽ ആ സംഘം ഡോക്ടറെ പൂർണ്ണ ഉത്തരവാദിത്വത്തോടെ ആ പല്ലക്കിൽത്തന്നെ തിരിച്ചെത്തിക്കുകയും ചെയ്തിരുന്നു. അന്നത്തെ സാമൂഹിക വ്യവസ്ഥിതിയിൽ ആ സേവനത്തിന് കൂലി കൊടുക്കേണ്ടതില്ലായിരുന്നു. എല്ലാം 'അയലോക്ക സഹകരണം!' മനുഷ്യത്വം...!

അപ്പോത്തിക്കിരിയുടെ ആശുപത്രി സന്ദർശനമില്ലാത്ത മറ്റു ദിവസങ്ങളിൽ രോഗികളുടെ പരിശോധനയും മരുന്നു വിതരണവും 'കമ്പോണ്ടറു'ടെ ഉത്തരവാദിത്വവും കടമയുമായിരുന്നു. അത്തരത്തിൽ രോഗികളെ ചികിത്സിച്ച ഒരു കമ്പോണ്ടറുടെ പേരിലും അക്കാലത്ത് വ്യാജ ചികിത്സകനെന്ന ദുഷ്പേര് ചാർത്തപ്പെടുകയോ വകുപ്പുതല അന്വേഷണമുണ്ടാകുകയോ ചെയ്തിട്ടില്ല. എന്നു മാത്രമല്ല, രോഗശമനം നേടിയ രോഗിയുടേയും ബന്ധുക്കളുടേയും ഹൃദയം നിറഞ്ഞ നന്ദിയുടേയും ആദരവിന്റേയും ജൈവാവാർഡുകളായി പടലകൂടിയ ഏത്തക്കുലകളും നെടുവരിയൻ തേൻവരിക്കച്ചക്കകളും ചാക്കുകെട്ടിനുള്ളിൽ ഉണക്കക്കുരുമുളകും മത്സ്യമാംസാദികളും വർഗീസ് കമ്പൗണ്ടറുടെ വീട്ടിൽ എത്തുകയും ചെയ്യുമായിരുന്നു.

ഏഴടി ഉയരക്കാരനും അജാനുബാഹുവുമായ വർഗീസ് അപ്പൂപ്പന് ഒരു കൊലപാതകിയാകേണ്ടിവന്ന കഥയും അമ്മയിൽ നിന്ന് ഞാൻ കേട്ടറിഞ്ഞിട്ടുണ്ട്.

നാട്ടിൽ വ്യാപകമായി മലമ്പനി വ്യാപിച്ചിരുന്ന കാലമായിരുന്നു അത്. വർഗീസ് അപ്പൂപ്പന്റെ അയൽവാസിയും ഏഴുമക്കളുടെ പിതാവുമായ ഒരുവന് മലമ്പനി പിടിപെട്ടു. നാട്ടുകാരിൽ നിന്ന് ആ വിവരം കേട്ടറിഞ്ഞ വർഗീസ് അപ്പൂപ്പൻ 'പല്ലക്കും അമാലന്മാരു'മില്ലാതെ രോഗിയെ ചികിത്സിക്കാൻ ആ വീട്ടിലെത്തി. അവിടെ ചെറിയ ചാർത്തുമുറിയിൽ രോഗിയെ അടച്ചു പൂട്ടിയിരിക്കുകയായിരുന്നു. വർഗീസ് അപ്പൂപ്പൻ ഏറെ നിർബന്ധിച്ചിട്ടും വീട്ടുകാർ ചാർത്തുമുറി തുറന്നു കൊടുത്തില്ല. അകത്ത് മലമ്പനി പിടിച്ചു കിടക്കുന്നത് 'ഭൂമിക്കു ഭാരവും ചോറ്റിനു ചെലവും' എന്ന മട്ടിൽ ആർക്കും ഉപകാരപ്പെടാത്ത അപ്പനാണെന്നും അങ്ങനെ കിടന്ന് അപ്പൻ ചത്തുപൊക്കോട്ടെയെന്നുമായിരുന്നു മക്കളായ ഏഴുപേരും അവരുടെ അമ്മയും ഏകകണ്ഠേന പുലമ്പിക്കൊണ്ടിരുന്നത്. വർഗീസ് അപ്പൂപ്പന് അത് അംഗീകരിക്കാനായില്ല. വീട്ടുകാരുടെ എതിർപ്പ് അവഗണിച്ച് അപ്പൂപ്പൻ ആ ചാർത്തുമുറിയുടെ വാതിൽ തുറക്കാൻ ശ്രമിച്ചു. അപ്പൂപ്പന്റെ ആ പ്രവർത്തിയിൽ രോഷംപൂണ്ട ആ

വീട്ടിലെ ഇളയസന്തതി, അപ്പൂപ്പന്റെ ഉടുമുണ്ടിന് പിടിച്ചു പിന്നിലേക്കു വലിച്ചു. ഉടുമുണ്ട് ഉരിഞ്ഞു പോകുമെന്ന ഘട്ടമെത്തിയപ്പോൾ അപ്പൂപ്പൻ ആ യുവാവിന്റെ കഴുത്തിനു പിടിച്ച് പിന്നിലേക്ക് ആഞ്ഞൊരു തള്ളു തള്ളി. ആ തള്ളിന്റെ ശക്തിയിൽ ഏഴെട്ടടി പിന്നിലേക്കു തെറിച്ചു പോയവൻ, അവിടെ ഉണ്ടായിരുന്നു അലക്കു കല്ലിൽ തലയടിച്ചു പിന്നിലേക്കു വീണു. അവന്റെ ശല്യമൊഴിഞ്ഞതോടെ ചാർത്തുമുറിയുടെ വാതിൽ തുറന്ന് അകത്തു കയറിയ അപ്പൂപ്പൻ രോഗിക്ക് മരുന്നു നൽകി വീട്ടിലേക്കു തിരിച്ചുപോന്നു.

നേരം കുറേകഴിഞ്ഞപ്പോൾ നാട്ടുകാരനായ ഒരുവൻ ഓടിക്കിതച്ച് വർഗീസ് അപ്പൂപ്പന്റെ മുമ്പിലെത്തി. ആ വീട്ടിൽ നിന്നും വലിയ അലമുറയും നിലവിളിയും ഉയരുന്നെന്നും അവിടുത്തെ ഇളയവനെ വർഗീസ് കമ്പോണ്ടർ കൊലപ്പെടുത്തിയെന്നാണ് അലമുറയെന്നും വെളിപ്പെടുത്തി. പോലീസ് സ്റ്റേഷനിൽ വിവരമറിയിക്കാൻ ആരോ അങ്ങോട്ടു പോയിട്ടുണ്ടെന്നും വർഗീസ് കമ്പോണ്ടർ എത്രയും വേഗം ഒളിവിൽ പോയില്ലെങ്കിൽ പോലീസ് വന്ന് അറസ്റ്റു ചെയ്യുമെന്നും കൂടി അയാൾ കൂട്ടിച്ചേർത്തു.

അക്കാലത്തെ പോലീസിന്റെ അറസ്റ്റ് എന്നു പറഞ്ഞാൽ ഭൂമിയിൽ ഒരു മനുഷ്യനു നേരിടേണ്ടി വരുന്ന ഏറ്റവും കിരാതമായ പീഡനമായിരുന്നു. കുറ്റാരോപിതനെ കണ്ടുമുട്ടുന്ന മാത്രയിൽത്തന്നെ വേട്ടനായ്ക്കളെപ്പോലെ പോലീസുകാർ അയാളുടെ മേൽ ചാടിവീഴും ചോദ്യവും പറച്ചിലും ഒന്നുമില്ല. കൂട്ടം കൂടിയെത്തുന്ന കാഴ്ച്ചക്കാരുടെ മുമ്പിൽ തങ്ങളുടെ ശൂരത്വം പ്രകടിപ്പിക്കാൻ അക്ഷണം തന്നെ തുടങ്ങും ഇടിയും തൊഴിയും. ഓടിയാൽ പിന്നാലെ ഓടും. കല്ലെടുത്ത് എറിഞ്ഞു വീഴ്ത്തും. വീണിടത്തിട്ട് വീണ്ടും തുടരും ഇടിയും തൊഴിയും. അതിനിടയിൽ കൈകാലുകൾ വളച്ചു തിരിക്കും. ദിഗന്തങ്ങൾ നടുങ്ങുമാറുച്ചത്തിൽ പ്രതിയുടെ നിലവിളി ആ നാടു മുഴുവൻ കേൾക്കണം. കേട്ടില്ലെങ്കിൽ കേൾപ്പിക്കും. എന്നിട്ടേ പ്രതിയെ തൂക്കിയെടുത്ത് ഇടിവണ്ടിക്കുള്ളിലേക്കെറിഞ്ഞ് പോലീസുകാർ സ്റ്റേഷനിലേക്കു കൊണ്ടുപോകൂ.

ആസന്നമായിരിക്കുന്ന ഭവിഷ്യത്തിന്റെ ഭീകരതയിൽ വർഗീസ് അപ്പൂപ്പൻ വിറച്ചു. തളർന്നു വീണുപോകുമെന്നു തോന്നി. പിന്നെ ചോർന്നു പോയ ശക്തി മുഴുവൻ വീണ്ടെടുത്ത് അപ്പൂപ്പൻ ഓടി. എങ്ങോട്ട് ?

പാലാകുഞ്ഞോലാച്ചൻ എന്നറിയപ്പെടുന്ന നാട്ടുപ്രമാണിയുടെ വീട്ടിലേക്ക്.

പാലാകുഞ്ഞോലച്ചൻ നിസ്സാരക്കാരനല്ല.

ഏവർക്കും ആദരണീയനായ നാട്ടുപ്രമാണിയാണ്.

ജാതിയും മതവും പരിഗണിക്കാതെ ന്യായത്തിനുവേണ്ടി തലയുയർത്തി നിലകൊള്ളുന്ന ആൾ! ഒരു പോലീസും കുഞ്ഞോലാച്ചന്റെ മുമ്പിൽ തല ഉയർത്തി നിൽക്കില്ല. വർഗീസ് കമ്പോണ്ടറുടെ കഥനം സത്യമാണെന്ന് ഉത്തമബോദ്ധ്യം വന്ന കുഞ്ഞോലാച്ചൻ അപ്പോൾത്തന്നെ പോലീസ് സ്റ്റേഷനിലെത്തി. 'വർഗീസ്കമ്പോണ്ടറു'ടെ പേരിൽ യാതൊരു നടപടിയും പാടില്ല എന്ന നിർദ്ദേശം പോലീസിനു നൽകി.

കുടുംബകലഹത്തെത്തുടർന്ന് കാലിടറി കരിങ്കല്ലിൽ തലയടിച്ചു വീണുണ്ടായ അപകടമരണം!

ആ മരണത്തിന് മറ്റാരും ഉത്തരവാദികളല്ല.

പോലീസിന്റെ എഫ്.ഐ.ആർ. അങ്ങനെയായി.

പോസ്റ്റ്മാർട്ടം റിപ്പോർട്ടും അതനുകൂലിച്ചു.

കൊലപാതകിയെന്ന പേരുദോഷമുണ്ടാകാതെ വർഗീസ് കമ്പൗണ്ടർ രക്ഷപ്പെട്ടു.

2.ഔദ്യോഗിക ജീവിതത്തിലേക്ക്

പാലാ സെന്റ് തോമസ് കോളേജിൽ നിന്ന് സാമാന്യം നല്ലമാർക്കോടെ പ്രീ-യൂണിവേഴ്സിറ്റി പാസ്സായി. ഇന്നത്തെപ്പോലെ മോഡറേഷൻ എന്ന ഓമനപ്പേരിലുള്ള മാർക്കുദാനം അന്നില്ല. തൊണ്ണൂറ്റൊമ്പതും നൂറും ശതമാനം വിജയവും അന്ന് ഒരു സ്കൂളിനും കോളേജിനും സ്വപ്നത്തിൽപോലുമില്ല. ഏറിയാൽ 25% അല്ലെങ്കിൽ 30% . അതില പ്പുറം ഒരു സ്കൂളിലും കോളേജിലും വിദ്യാർത്ഥികൾ വിജയിക്കില്ല. അതായത് പരീക്ഷയെഴുതുന്ന 4 വിദ്യാർത്ഥികളിൽ വിജയം ഒരാൾക്കു മാത്രം. അതും 50% ത്തിൽ താഴെ മാർക്കുവാങ്ങി.

50% മാർക്കു വാങ്ങിയാൽ അന്ന് സെക്കൻഡ് ക്ലാസ്സോടെ പാസ്സായി എന്നു പറഞ്ഞ് നെഞ്ചുനിവർത്തി നടക്കും. 60% മാർക്കു വാങ്ങിയാൽ ഫസ്റ്റ് ക്ലാസ്. ഇന്നത്തെ റാങ്ക് ജേതാവിന്റെ പ്രൗഢിയും ഗമയുമായിരുന്നു അക്കാലത്ത് ഫസ്റ്റ് ക്ലാസ്സ് വാങ്ങുന്നവന്. ഡിസ്റ്റിംഗ്ഷൻ എന്ന പ്രതിഭാസം അന്ന് കേട്ടുകേൾവി മാത്രം. ഇന്നിപ്പോൾ നൂറുശതമാനം വിജയം നേടുന്ന സ്കൂളുകളുടേയും കോളേജുകളുടേയും എണ്ണം ഓരോ പരീക്ഷാ റിസൾട്ടിനുശേഷവും ചന്ദ്രയാനം കുതിച്ച വേഗത്തിൽ കുതിച്ചുകയറിക്കൊണ്ടിരിക്കുകയാണ്. ഇന്നത്തെ ഓരോ വിദ്യാർത്ഥിയും മഹാബുദ്ധിമാനും സമർത്ഥനുമായി മാറിക്കൊണ്ടിരിക്കുന്നുവെന്ന് നമുക്കഭിമാനിക്കാം.

എങ്കിലും ഒരു കാര്യം വ്യക്തം. ഇന്ന് ഏതൊരു തലത്തിലും ഡിസ്റ്റിംഗ്ഷൻ വാങ്ങി പാസ്സാകുന്ന വിദ്യാർത്ഥിയേക്കാൾ വിവരവും പക്വതയും ഭാഷാജ്ഞാനവും അക്കാലത്ത് 40% മാർക്കു വാങ്ങി പാസ്സാകുന്ന ഒരു വിദ്യാർത്ഥിക്കുണ്ടായിരിക്കും. സാമൂഹികാവബോധം ഇന്നത്തേതിന്റെ നാലിരട്ടിയായിരുന്നു അന്നത്തെ വിദ്യാർത്ഥികൾക്ക്. അദ്ധ്യാപകരിൽ നിന്നും മാതാപിതാക്കളിൽ നിന്നും കിട്ടുന്ന ശിക്ഷണം അതിനൊരു പ്രധാനകാരണവുമാണ്. ഇന്നത്തെ വിദ്യാർത്ഥികളുടെ സാമൂഹികാവബോധത്തെക്കുറിച്ച് പറയാതിരിക്കുകയാവും മാന്യത. അടുത്തിടെ ഒരു ബസ് വെയിറ്റിംഗ് ഷെഡ്ഡിനരികിൽ ഒരു സുഹൃത്തിനെ കാത്തുനിൽക്കുമ്പോൾ കാണാനിടയായ സംഭവം ഓർത്തു പോകുകയാണ്.

അടുത്തുള്ള ഹയർസെക്കണ്ടറി സ്കൂളിൽ ക്ലാസ് കഴിഞ്ഞിറങ്ങിയ കുറേ വിദ്യാർത്ഥികൾ വെയിറ്റിംഗ് ഷെഡ്ഡിനുള്ളിലുണ്ട്. അവിടെ യാത്രക്കാർക്കിരിക്കാൻ, ഏകദേശം 5 ഇഞ്ച് വണ്ണമുള്ള ഒരു സ്റ്റീൽ പൈപ്പ് സ്ഥാപിച്ചിട്ടുണ്ട്. സുഖമായി ചാരിയിരിക്കാൻ 2 ഇഞ്ചുവണ്ണത്തിലുള്ള

മറ്റൊരു സ്റ്റീൽ പൈപ്പും അൽപം ഉയരത്തിൽ ചായ്ച്ചു വെച്ചിട്ടുണ്ട്. ആ വെയ്റ്റിംഗ് ഷെഡ് ആധുനിക ടെക്നോളജി ആധാരമാക്കി അവിടെ സ്ഥാപിതമായിട്ട് അധികനാളുകളായിട്ടില്ലെന്നുള്ളത് കാഴ്ചയിൽ ബോധ്യപ്പെടും. സ്കൂൾ വിദ്യാർത്ഥികൾ നാലുപേർ, ഇരിക്കാനുള്ള വലിയ പൈപ്പിൽ കാൽകയറ്റി വച്ച് ചാരാനുള്ള പൈപ്പിൽ ആസനമുറപ്പിച്ച് കുത്തിയിരിക്കുകയാണ്. കുത്തിയിരിക്കുക മാത്രമല്ല ആസനത്തിനും കാലുകൾക്കും ബലം കൊടുത്ത് ആ ചാരു കമ്പി വളയ്ക്കാനുള്ള ശ്രമത്തിലാണ് അവർ. ചുറ്റും നിൽക്കുന്ന സഹവിദ്യാർത്ഥികൾ അവരെ ആവുന്നത്ര പ്രോത്സാഹിപ്പിക്കുന്നുമുണ്ട്. അരുതെന്നുപദേശിക്കാൻ ചെന്ന എന്നെ 'ഇവനേതുകോത്താഴത്തുകാരനാടോ,' എന്ന മട്ടിൽ രാക്ഷസീയമായി തുറിച്ചുനോക്കുകയായിരുന്നു അവരുടെ പ്രതികരണം. രണ്ടുമാസങ്ങൾക്കു ശേഷം ആ വഴി വീണ്ടും കടന്നുപോകേണ്ടി വന്നപ്പോൾ ഞാനാ വെയിറ്റിംഗ് ഷെഡ്ഡിലേക്ക് കണ്ണോടിച്ചു. ആ ചാരുകമ്പി കാണാനുണ്ടായിരുന്നില്ല. നാട്ടിലുടനീളമിപ്പോൾ സ്ഥാപിതമായിരിക്കുന്ന ഏതെങ്കിലും ആക്രിക്കടയിൽ നിന്ന് വെള്ളിത്തിളക്കം മാഞ്ഞിട്ടില്ലാത്ത ആ പൈപ്പ് ലോറിയിലേറിപ്പോയി കോയമ്പത്തൂരിലെ ഇരുമ്പുരുക്കു വ്യവസായ സ്ഥാപനത്തിലെ ഫർണസിലേക്കു വീണു കഴിഞ്ഞിട്ടുണ്ടാവും.

ഞാനെന്റെ വിദ്യാഭ്യാസ കാലഘട്ടത്തിലേക്കു മടങ്ങി വരട്ടെ. നിലത്തെഴുത്താശാന്മാർ എന്നറിയപ്പെടുന്ന ഗുരുക്കന്മാരായിരുന്നു മൂന്നോ നാലോ വയസ്സുള്ള കുഞ്ഞുങ്ങളെ അന്ന് 'ഹരിശ്രീഗണപതായേ നമഃ' എന്നോ 'ദൈവത്തിനു സ്തുതി' എന്നോ പറയിപ്പിച്ച് വിദ്യാഭ്യാസത്തിന് അടിത്തറയിടുക. ചാണകം മെഴുകിയ വീടിന്റെ തറയിൽ പൊടിമണൽ നിരത്തി കുട്ടികളുടെ വലതുചൂണ്ടുവിരൽ കൊണ്ട് ആ മണ്ണിൽ 'അ' എന്ന് എഴുതിപ്പഠിപ്പിച്ചു തുടങ്ങുകയായിരുന്നു രീതി. ഇന്ത്യയിൽ പ്രചാരത്തിലുള്ള സകല ഭാഷകളിലും വെച്ച് എഴുതാൻ ഏറ്റവും വിഷമമുള്ള അക്ഷരമാണ് 'അ' മൂന്നോ നാലോ വയസ്സുള്ള ഒരു കുട്ടിയെ സംബന്ധിച്ച് അ യുടെ വളവും കുനിപ്പും ചുറ്റിക്കെട്ടലും പൊക്കിക്കൂത്തലും ഒടിച്ചു കയറ്റലുമൊക്കെ കൃത്യമായി ഓർമ്മിച്ചെടുക്കുക ക്ഷിപ്രസാദ്ധ്യമല്ല. മഞ്ഞൾവെള്ളത്തിൽ പുഴുങ്ങിക്കിട്ടുന്ന കരിമ്പനയുടെ ഓലയിൽ തുമ്പുവെട്ടിച്ചെത്തി തലേക്കെട്ടുണ്ടാക്കി, ചരടിട്ടു ചേർത്തു കെട്ടാൻ ഇടതുഭാഗത്ത് ഓട്ടയിട്ട് നാരായംകൊണ്ട് അ, ആ, ഇ, ഈ എന്ന നാലക്ഷരങ്ങളാണ് നിലത്തെഴുത്താശാൻമാർ ആദ്യമായി അക്ഷരം പഠിച്ചു തുടങ്ങാനെത്തുന്ന കുട്ടികൾക്ക് എഴുതിക്കൊടുക്കുക. ആ അക്ഷരങ്ങൾ കൃത്യമായി മണ്ണിൽ എഴുതാനും വായിക്കാനും പരിശീലിച്ചു കഴിഞ്ഞാണ്. അടുത്ത അക്ഷരങ്ങളായ ഉ,ഊ,ഌ, എഴുതിക്കൊടുക്കൂ. 'ഇലു' എന്നു ധ്വനിക്കുന്ന അക്ഷരം കാലാന്തരത്തിൽ കാലഹരണപ്പെട്ടുപോയി. ഇപ്പോൾ 'ഌ' നും പ്രസക്തി നഷ്ടപ്പെട്ടുകഴിഞ്ഞു.

ഓലയിൽ എഴുതിക്കിട്ടുന്ന ആദ്യത്തെ നാലക്ഷരങ്ങൾ സ്വായത്തമാക്കാൻ ചില കുട്ടികൾക്ക് അന്ന് ആഴ്ചകളോളം വേണ്ടിവന്നിരുന്നു. ഗ്രഹണശേഷി കൂടുതലുള്ള കുട്ടികൾ രണ്ടാം ദിവസം തന്നെ ഓലയിൽ അടുത്തഘട്ട അക്ഷരങ്ങൾ എഴുതി വാങ്ങും. നന്നേ കർക്കശ്യക്കാരായിരുന്നു നിലത്തെഴുത്താശാൻമാർ. ആഴ്ചകളെത്ര തള്ളിപ്പോയാലും ശരി, എഴുതിക്കൊടുത്തിരിക്കുന്ന അക്ഷരങ്ങൾ ഹൃദിസ്ഥമാക്കാതെ അടുത്ത അക്ഷരങ്ങൾ എഴുതിക്കൊടുക്കുമായിരുന്നില്ല അവർ.

ഒരു ഓലയുടെ ഇരുവശങ്ങളിലുമായി ആറുവരികളാണുണ്ടാവുക. ആ ആറുവരികൾ വീതം 10 ഓല പൂർത്തിയാകുമ്പോൾ മലയാള അക്ഷരമാലയിലെ സ്വരവ്യഞ്ജനങ്ങളുൾപ്പെടെ മുഴുവൻ അക്ഷരങ്ങളും വിദ്യാർത്ഥി ഹൃദിസ്ഥമാക്കിയിരിക്കും. പഠനത്തിൽ അശ്രദ്ധയും അലംഭാവവും കാണിക്കുന്ന വിദ്യാർത്ഥികളുടെ കുരുന്നു തുടയിൽ ഈർക്കിൽ വണ്ണമുള്ള ചൂരൽവടി നിർദ്ദാക്ഷിണ്യം പ്രയോഗിക്കാൻ അന്ന് നിലത്തെഴുത്താശാന്മാർക്ക് യാതൊരു മടിയുമുണ്ടായിരുന്നില്ല. ആശാന്മാരുടെ ആ ശിക്ഷണ നടപടിയിൽ മാതാപിതാക്കൾക്ക് നീരസമോ പ്രതിഷേധമോ ഉണ്ടായിരുന്നില്ല. ആശാന്റെ ഗുണത്തിനു വേണ്ടിയല്ലല്ലോ... കുഞ്ഞുങ്ങൾ പഠിക്കാൻ വേണ്ടിയല്ലേ.. അങ്ങനെയേ മാതാപിതാക്കൾ പ്രതികരിച്ചിരുന്നുള്ളൂ. ആശാൻമാരിൽ നിന്നും അടികൊള്ളാതിരിക്കണമെങ്കിൽ നന്നായി പഠിച്ചോണം.. എന്നേ അവർ മക്കളെ ഉപദേശിക്കുമായിരുന്നുള്ളൂ.

ഇന്ന് സ്ഥിതി ആകെ മാറിയിരിക്കുന്നു. ആശാന്മാരിൽ നിന്നല്ല, സ്വന്തം മാതാപിതാക്കളിൽ നിന്നുപോലും കുട്ടികൾക്ക് ശിക്ഷണമുണ്ടായാൽ അതിനെതിരെ നടപടിയുമായി ചാടിവീഴാൻ സർക്കാരിന് വകുപ്പുകൾ പലതായി. ശിശുക്ഷേമസമിതിയും ബാലാവകാശ കമ്മീഷനും മനുഷ്യാവകാശകമ്മീഷനുമൊക്കെ ചന്ദ്രഹാസമിളക്കാൻ രംഗത്തുണ്ട്.

ഞാൻ പഠിച്ചിരുന്ന കാലത്ത് വിദ്യാരംഭം കുറിക്കാനുള്ള ചെലവ് നാഴി കുത്തരിയും മൂന്നു വെറ്റിലയും വെട്ടാത്ത ഒരു പാക്കും ഒരണയും അടങ്ങുന്ന ദക്ഷിണയായിരുന്നു. ഒരു മാസത്തെ അഭ്യസനത്തിനുള്ള ഫീസ് രണ്ടണയും. ഒരണയെന്നാൽ അന്നത്തെക്കാലത്ത് 6 പൈസ. രണ്ടണയെന്നാൽ 12 പൈസ. അന്ന് ഒരണത്തുട്ട് നിലവിലുണ്ടായിരുന്നു. ഒരു പൈസ, രണ്ടു പൈസ, അഞ്ചു പൈസ, ഒരണ, നാലണ, എട്ടണ, ഒരു രൂപ എന്നിങ്ങനെയായിരുന്നു നാണയ വ്യവസ്ഥ. ഒരണ ആറു പൈസയായിരുന്നെങ്കിലും അത് നാലണയാകുമ്പോൾ 25 പൈസയും എട്ടണയാകുമ്പോൾ 50 പൈസയുമാകുമായിരുന്നു. അങ്ങനെ 100 പൈസ തികയുമ്പോൾ ഒരു രൂപയാകും. ഒരു രൂപയെന്നാൽ 16 അണ എന്നായിരുന്നു അന്ന് വിവക്ഷ. കാലാന്തരത്തിൽ രണ്ടു പൈസ തുട്ടിനുശേഷം 3 പൈസയുടേയും 20 പൈസയുടേയും തുട്ടുകളും ഒരു

രൂപയ്ക്കു പുറമേ രണ്ടു രൂപ അഞ്ചു രൂപ, പത്തു രൂപ അമ്പതു രൂപ, നൂറു രൂപാ തുട്ടുകളും ഇന്ത്യാ ഗവൺമെന്റിന്റെ നാണയക്കമ്മട്ടത്തിൽ നിന്നും പുറത്തിറങ്ങി. അമ്പതുരൂപയുടേയും നൂറു രൂപയുടേയും തുട്ടുകൾ കാര്യമായി പ്രചരിച്ചില്ല. പ്രചരിച്ചവയത്രയും നാണയശേഖരണ താല്പര്യമുള്ള ആളുകളുടെ സ്വകാര്യ നാണയശേഖരത്തിൽ കുടുങ്ങി.

ചെറുപ്പം മുതലേ നാണയ ശേഖരണം എനിക്കും ഒരു ഹോബിയായിരുന്നു. അപ്പന്റെ വ്യാപാര സ്ഥാപനത്തിൽ പലപ്പോഴും കൗതുകമുളവാക്കുന്ന നാണയങ്ങൾ എത്തിപ്പെടാറുണ്ടായിരുന്നു. പല വിദേശരാജ്യങ്ങളുടേയും നാണയങ്ങൾ വരെ. അവയൊക്കെ പിന്നീട് എനിക്ക് സ്വന്തമായി. നാണയശേഖരണത്തിൽ കമ്പം പൂണ്ട ഞാൻ ഈ 82-ാം വയസ്സിലും ആ കമ്പം തുടർന്നുകൊണ്ടേയിരിക്കുന്നു. ലോകത്തിലെ ഒട്ടേറെ രാജ്യങ്ങളുടെ നാണയത്തുട്ടുകൾക്കൊപ്പം ഇന്ത്യാ ഗവൺമെന്റ് ഇതുവരെ പുറത്തിറക്കിയിട്ടുള്ള ഒട്ടുമിക്ക നാണയത്തുട്ടുകളും എന്റെ ശേഖരത്തിൽ ഉണ്ട്. തിരുവിതാംകൂർ സർക്കാരിന്റെ പണമിട, ചെമ്പു കാശ്, ഓട്ടക്കാലണ, ചക്രം അങ്ങനെ ഇന്നത്തെ തലമുറയ്ക്ക് കേട്ടു കേൾവി പോലുമില്ലാത്ത നാണയത്തുട്ടുകൾ. അവയൊക്കെ കാണണമെന്ന് 'മാത്രം' ആഗ്രഹമുള്ളവർക്ക് തിരുവഞ്ചൂരിൽ ബൈപാസ് റോഡിനരികിലുള്ള എന്റെ വീട്ടിലെത്തിയാൽ അതെല്ലാം കാണിച്ചു തരാൻ എനിക്ക് ഏറെ സന്തോഷമേയുള്ളൂ.

നിലത്തെഴുത്തു കളരിയിലെ അക്ഷരാഭ്യാസം - പത്ത് ഓലകളുടെ പൂർത്തീകരണം - സാധാരണയിലും വേഗത്തിലാണു ഞാൻ പൂർത്തിയാക്കിയതെന്ന് അമ്മ പറഞ്ഞു കേട്ടുള്ള അറിവുണ്ട്.

കിന്റർഗാർട്ടനും നേഴ്സറിയും പ്രചാരത്തിലില്ലാതിരുന്ന അക്കാലത്ത് ആശാൻ കളരിയിൽ നിന്നും നേരേ പ്രവേശനം നേടുന്നത് എൽ.പി. സ്കൂളിലേക്കാണ്. ഒന്നാം ക്ലാസ്സിലേക്ക്.

പ്രായത്തിൽ കവിഞ്ഞ വളർച്ചയുള്ള കുട്ടിയായിരുന്നു ഞാൻ. ഏഴടി ഉയരമുണ്ടായിരുന്ന വല്യപ്പച്ചന്റെ കൊച്ചുമോനല്ലേ ! വല്യപ്പച്ചനൊപ്പം ഏഴടിപ്പൊക്കക്കാരനായില്ലെങ്കിലും നല്ല പ്രായത്തിലും ഇപ്പോഴും എനിക്കു പൊക്കം ആറടിയിൽ കൂടുതലുണ്ട്. അതിനൊത്ത ശരീരവും.

എന്റെ ശരീരപ്രകൃതിയുടെ പ്രത്യേകത കൊണ്ടുണ്ടായ ഒരു നേട്ടം ഇപ്പോൾ ഓർത്തുപോകുന്നു.

പാലാ സെന്റ് തോമസ് കോളേജിൽ നിന്നും ഞാൻ പ്രീ യൂണിവേഴ്സിറ്റി പാസ്സായി. തുടർന്നു ഉന്നത വിദ്യാഭ്യാസത്തിനു പോകണമെന്ന എന്റെ മോഹം അറിഞ്ഞപ്പോൾ അപ്പൻ കലിതുള്ളി.

‘വേണ്ട... പഠിപ്പിത്രയൊക്കെ മതി... ഇനി കടയിൽ വന്ന് ബിസിനസ്സ് മനസ്സിലാക്കി എന്നെ സഹായിച്ചാൽ മതി.’

അപ്പനെപ്പോലെ ഒരു ബിസിനസ്സുകാരനാകാനുള്ള താല്പര്യം എന്നിൽ അശ്ശേഷം ഉണ്ടായിരുന്നില്ല. ആളുകൾ ബഹുമാനിക്കുന്ന തരത്തിൽ ഏതെങ്കിലും ഒരുയർന്ന ഉദ്യോഗസ്ഥനാകണമെന്നതായിരുന്നു എന്റെ മോഹം.

അങ്ങനെ ഒരുദ്യോഗസ്ഥനാകണമെങ്കിൽ എംപ്ലോയ്മെന്റ് എക്സ്ചേഞ്ചിൽ പേര് രജിസ്റ്റർ ചെയ്യണം.

അപ്പനെ അറിയിക്കാതെ ഞാനൊരു ദിവസം എംപ്ലോയ്മെന്റ് എക്സ്ചേഞ്ചിലെത്തി. പേര് രജിസ്റ്റർ ചെയ്യാനെത്തിയവരുടെ നീണ്ട നിരയ്ക്കു പിന്നിൽ ഞാനും സ്ഥാനം പിടിച്ചു. രണ്ടുമണിക്കൂറെങ്കിലും ആ ക്യൂവിൽ നിന്നിട്ടുണ്ടാവുമെന്നാണ് എന്റെ ഓർമ്മ. ഒടുവിൽ ഞാൻ പേര് രജിസ്റ്റർ ചെയ്യുന്ന എംപ്ലോയ്മെന്റ് ഓഫീസറുടെ മുമ്പിലെത്തി. എന്റെ പേരും മറ്റു വിവരങ്ങളുമൊക്കെ ചോദിച്ചറിഞ്ഞ അദ്ദേഹം എന്നെ ആകെയൊന്നു നോക്കി. ഒരു പിടികിട്ടാപ്പുള്ളിയെ കൺമുമ്പിൽ കണ്ടുമുട്ടിയ ഒരു പോലീസുദ്യോഗസ്ഥന്റെ ഭാവമായിരുന്നു അപ്പോൾ അദ്ദേഹത്തിന്റെ മുഖത്ത്.

എന്നോട് അദ്ദേഹം പറഞ്ഞു.

‘നീ പുറത്തിറങ്ങി മാറിയിരിക്ക്... കുറച്ച് കഴിയുമ്പോൾ ഞാൻ വിളിക്കാം.’’

എനിക്ക് വല്ലാത്ത ദേഷ്യം തോന്നി.

മറ്റാർക്കും നൽകാത്തൊരു നിർദ്ദേശമാണല്ലോ ഇയാൾ എനിക്കു നൽകിയിരിക്കുന്നത്. അപ്പന്റെ പരിചയക്കാരാരെങ്കിലുമാണോ ഇത്? അപ്പന്റെ എതിർപ്പ് അവഗണിച്ച് എംപ്ലോയ്മെന്റ് എക്സ്ചേഞ്ചിൽ പേരു രജിസ്റ്റർ ചെയ്യാൻ വന്നിരിക്കുന്ന വിവരം അപ്പനെ വിളിച്ചു പറയാനാണോ ഇയാളുടെ ഭാവം ?

അയാളുടെ ആജ്ഞ അനുസരിച്ച് അവിടെ കാത്തുനിൽക്കാതെ മുങ്ങിക്കളയാനാണ് എനിക്കു തോന്നിയത്. ഞാൻ പുറത്തേക്കിറങ്ങി മുങ്ങാൻ ഭാവിച്ചു.

അപ്പോഴുണ്ട് ഒരു വിളി ‘‘അലക്സ്.’’

ഞാൻ തിരിഞ്ഞു നോക്കി. വിളിച്ചത് ആരാണെന്നറിയാൻ.

പെൺകുട്ടികളുടെ ക്യൂവിൽ നിന്നായിരുന്നു വിളി. ആ വിളിയുടെ ഉടമ സ്ഥയെ ഞാൻ തിരിച്ചറിഞ്ഞു.

ചുവന്ന പുള്ളിപ്പാവാടയും റോസ് നിറത്തിലെ ബ്ലൗസും വെള്ള ഹാഫ് സാരിയുമണിഞ്ഞ ഒരു സുന്ദരി. കാതിൽ സ്വർണ്ണവളയങ്ങളണിഞ്ഞി രുന്ന അവളുടെ വലതുകാതിനടിയിൽ മുടിയിഴകളിൽ കുടുങ്ങി ഒരു വലിയ റോസാപ്പൂവ് ചിരിക്കുന്നുണ്ടായിരുന്നു.

അവളെ ഞാൻ തിരിച്ചറിഞ്ഞു. ഞങ്ങളുടെ ഇടവകപ്പള്ളിയിലെ ഒരാ ളുടെ മകളാണ്. മുട്ടത്തുവർക്കിയുടെ നോവലുകളിലെ നായികയെ പ്പോലെ സുന്ദരി. എഴുതിക്കറുപ്പിച്ച കറുത്ത പുരികക്കൊടികൾക്കു താഴെ വിടർന്നു നീണ്ട വലിയ കണ്ണുകളും നീണ്ട മൂക്കും തൊണ്ടിപ്പഴ ച്ചൊടികളും തുടുത്ത കവിൾത്തടങ്ങളുമുള്ള സ്വർണ്ണനിറക്കാരി.

എന്റെ കാലുകൾ നിശ്ചലമായി.

ക്യൂവിൽ നിന്ന് അവൾ എന്റെ അരികിലെത്തി.

‘‘അലക്സിന്റെ രജിസ്ട്രേഷൻ കഴിഞ്ഞോ ?’’

‘‘ഉം..’’ ഞാൻ കനത്തിലൊന്നു മൂളി.

‘‘തിരിച്ചു പോവുകയാണോ?’’

അപ്പോഴും ഞാൻ മൂളി. ഇന്നത്തെ യുവാക്കളെപ്പോലെ പരിസരം മറന്നു നിന്ന് പെൺകുട്ടികളുമായി സംസാരിക്കാനുള്ള ചങ്കുറപ്പ് അന്നത്തെ മിക്ക ആൺകുട്ടികൾക്കുമില്ല. എനിക്ക് തീരെയുമില്ല.

‘‘എന്റെ രജിസ്ട്രേഷൻ കഴിയുന്നതുവരെ ഒന്ന് വെയ്റ്റ് ചെയ്യോ? എനിക്കൊരു കാര്യം അറിയാനുണ്ടായിരുന്നു...’’

ഏറെ വിനയത്തോടെ അവളുടെ അപേക്ഷ.

അപ്പോഴും മൂളിയതല്ലാതെ എന്തു കാര്യമാണെന്ന് ചോദിക്കാനുള്ള ധൈര്യം എനിക്കുണ്ടായില്ല.

ഇറങ്ങി വന്നിടത്തേക്കു തിരിച്ചു കയറി ഞാനവിടെ നിന്നു.

ക്യൂവിൽ ആ സുന്ദരി ഏറെ പിറകിലാണ്. അവളുടെ രജിസ്ട്രേഷൻ കഴിയാൻ ഇനി എത്രനേരം കാത്തുനിൽക്കണമോ ആവോ?

എന്തായാലും കാത്തുനിൽക്കുക തന്നെ. ഇടയ്ക്കിടെ കള്ളക്കണ്ണെറിഞ്ഞ് അവളുടെ സൗന്ദര്യമാസ്വദിച്ച് ഞാൻ നിന്നു.

അൽപനേരം കഴിഞ്ഞപ്പോൾ ആ ഓഫീസർ അകത്തു നിന്നിറങ്ങി എന്റെ അടുത്തെത്തി. എന്നെ വിളിച്ചു അൽപമകലേക്കു മാറ്റി നിർത്തി, അദ്ദേഹമന്വേഷിച്ചു.

''നിനക്കു പോലീസിൽ ചേരാൻ താൽപര്യമുണ്ടോ?''

അന്നത്തെക്കാലത്ത് പോലീസെന്നാൽ അത്ര ആദരണീയമായ പദവി യൊന്നുമല്ല. ആളുകളിൽ ഭീതിയുണർത്തുന്ന ഒരു പറ്റം ആളുകൾ. മറു പടി പറയാതെ ഞാനാ ഉദ്യോഗസ്ഥന്റെ മുഖത്തേക്ക് ഉറ്റു നോക്കി.

അദ്ദേഹം പറഞ്ഞു.

''വെറും പോലീസായിട്ടല്ല... എസ്.ഐ. ആയിട്ടാ നിയമനം. എന്താ?''

അപ്പോഴും അദ്ദേഹം എന്നെ അടിമുടി ഉഴിഞ്ഞു നോക്കുന്നുണ്ടായിരു ന്നു. എന്റെ ശരീര പ്രകൃതിയും മുഖഭാവവും ഒരു പോലീസ് ഇൻസ്പെക്ടറുടെ ഗാംഭീര്യം ഉൾക്കൊള്ളാനുതകുന്നതാണെന്ന ചിന്ത അദ്ദേഹത്തിൽ നിറഞ്ഞു നിന്നിരിക്കണം.

പെട്ടെന്നു ഞാൻ പറഞ്ഞു.

''ഒരു സബ് ഇൻസ്പെക്ടറാകുന്ന കാര്യത്തിൽ താൽപര്യമില്ല... സർക്കിൾ ഇൻസ്പെക്ടറായി കിട്ടുകയാണേൽ...'' വീണ്ടും അദ്ദേഹ മെന്നെ ആസകലം ഉഴിഞ്ഞുനോക്കി. സർക്കിൾ ഇൻസ്പെക്ടറാകാ നുള്ള യോഗ്യത എനിക്കുണ്ടോയെന്നു പരിശോധിക്കുകയാണ് അദ്ദേ ഹമെന്നു ഞാൻ ചിന്തിച്ചു.

അദ്ദേഹത്തിൽ നിന്നും മറുപടിയുണ്ടായി.

''ഇവിടെ എം.എസ്.പി. ക്യാമ്പിലാണ് എസ്.ഐ.യുടെ വേക്കൻസിയു ള്ളത്. പറ്റിയ ഒരാളെ കണ്ടെത്തിയാൽ നേരിട്ടു വിവരം പറയാൻ ഡി.എ സ്.പി. എന്നെ ഏർപ്പാടുചെയ്തിരിക്കുകയാ... നിനക്കു സമ്മതമാ ണേൽ ഞാൻ നിന്നെ റെക്കമെന്റ് ചെയ്യാം. അടുത്തയാഴ്ച ഇന്റർവ്യൂവിനുള്ള കാർഡ് വരും. അതൊരു ചടങ്ങാ... തീർച്ചയായും നിനക്ക് പോസ്റ്റിംഗ് കിട്ടും. എം.എസ്.പി. ക്യാമ്പിൽ 5 വർഷം എസ്. ഐ. ആയി ജോലി ചെയ്താൽ സി.ഐ. ആയി ലോക്കലിലേക്ക് പ്രമോഷൻ കിട്ടും. എന്താ സമ്മതമാണോ നിനക്ക്?''

എനിക്ക് അത്യധികം ആഹ്ലാദമുണ്ടായി. എന്റെ പൂർണ്ണസമ്മതമറിയിച്ച് ഞാൻ മനസ്സുകൊണ്ട് തുള്ളിച്ചാടി. എംപ്ലോയ്മെന്റ് ഓഫീസറുടെ നിർദ്ദേശമവഗണിച്ച് അവിടെ നിന്നു മുങ്ങാൻ തുടങ്ങിയ എന്നെ പിടിച്ചു നിർത്തിയ ആ ഇടവകക്കാരി സുന്ദരിയെ ഓടിച്ചെന്ന് കെട്ടിപ്പു ണർന്ന് ആസകലം ഉമ്മകൾ നൽകണമെന്ന് തോന്നിപ്പോയി എനിക്ക്.

വീണ്ടും അവൾ അടുത്തെത്തിയപ്പോൾ ഞാനവളോടു പറഞ്ഞു.

''എനിക്കു നീ മൂലം ഒരു വലിയ ഭാഗ്യമുണ്ടായി. എസ്.ഐ. ആയി എനിക്കു ജോലി കിട്ടി.''

എന്തു കേട്ടാലും കൺഗ്രാച്സ് പറയുന്ന സംസ്ക്കാരം ഏറെ പ്രചാര ത്തിലായിട്ടില്ലാത്ത കാലമായിരുന്നതിനാൽ അവൾ കൺഗ്രാച്സ് പറ ഞ്ഞില്ല.

അവൾക്കറിയാനുണ്ടായിരുന്ന കാര്യം അവളെന്നോടു ചോദിച്ചു.

''....വീട്ടിലെ എത്സിയെ അലക്സ് കല്യാണം കഴിക്കാൻ പോവാ ണെന്നു കേട്ടു. നേരാണോ?''

ആ ചോദ്യം കേട്ട് അക്ഷരാർത്ഥത്തിൽ ഞാൻ കിടുങ്ങി. നാട്ടിലെ ധനാ ഢ്യനായ ഒരു പ്രമുഖന്റെ ഏക മകളാണ് എത്സി. ഇടവകപ്പള്ളിയിൽ കുർബ്ബാനയ്ക്കു പോകുമ്പോൾ വല്ലപ്പോഴുമൊക്കെ അവളെ കണ്ടിട്ടു ണ്ടെന്നല്ലാതെ മറ്റൊരു തരത്തിലും ഞാനവളുമായി ഇടപെട്ടിട്ടില്ല... സംസാരിച്ചിട്ടു പോലുമില്ല. ആ അവസ്ഥയിലാണ് ഇങ്ങനെയൊരു കിംവദന്തി.

''ഇതാരു പറഞ്ഞു?''

അമ്പരപ്പോടെ ഞാനവളെ നോക്കി.

''എത്സി തന്നെ എന്നോടു പറഞ്ഞതാ... അലക്സുമായി അവൾക്കു ഭയങ്കര അടുപ്പമാണെന്നും നിങ്ങൾ തമ്മിൽ മിക്കപ്പോഴും കണ്ടുമുട്ടാറു ണ്ടെന്നും.... അലക്സുമായുള്ള അവളുടെ കല്യാണത്തിന് അവളുടെ അപ്പച്ചന് വല്യ താൽപര്യമാണെന്നുമൊക്കെ...''

മറുപടിയൊന്നും പറയാനില്ലാതെ വായ്പൊളിച്ചു നിന്നു പോയി ഞാൻ.

ധാനഢ്യന്റെ മകളായാണ് വളർന്നതെങ്കിലും കാഴ്ചയ്ക്കു യാതൊരു ചന്തവുമില്ലാത്തൊരു പെണ്ണാണ് എത്സി. അന്നത്തെ ഫോർത്ത്

ഫോമിൽ (ഇന്നത്തെ 7-ാം സ്റ്റാൻഡേർഡ്) മൂന്നോ നാലോ തവണ തോറ്റതോടെ പഠനം അവസാനിപ്പിച്ചു അടുക്കളയിൽ ഒതുങ്ങിക്കൂടിയ വൾ.

കാണുന്നവരോടൊക്കെ ഇങ്ങനെ ഇല്ലാവചനം പറഞ്ഞ് എന്റെ പേരു ചീത്തയാക്കുന്നതിന്റെ പിന്നിലുള്ള എത്സിയുടെ ചേതോവികാരം എന്താണെന്ന് എത്ര ആലോചിച്ചിട്ടും അപ്പോഴെനിക്കു പിടി കിട്ടിയില്ല.

എങ്കിലും ഞാൻ ആശ്വസിച്ചു.

എസ്.ഐ.ആയി സെലക്ഷൻ കിട്ടി എം.എസ്.പി. ക്യാമ്പിലേക്കു പോയിക്കഴിഞ്ഞാൽ എത്സി നാട്ടിൽ പരത്തുന്ന കിംവദന്തി എനിക്കു പാരയാകില്ലല്ലോ..

എംപ്ലോയ്മെന്റ് ഓഫീസർ അറിയിച്ചതുപോലെ ഒരാഴ്ചയായതും എനിക്കു ഇന്റർവ്യൂ കാർഡ് കിട്ടി. സത്യത്തിൽ അപ്പോഴാണ് ഞാനാ വിവരം വീട്ടിൽ അറിയിക്കുന്നത്.

അതോടെ എന്റെ സകല സ്വപ്നങ്ങളും തകർന്നു.

എസ്.ഐ. ആയിട്ടല്ല ഡി.എസ്.പി. ആയിട്ടു ജോലി കിട്ടിയാലും നിന്നെ പോലീസിൽ വിടില്ലെന്നായിരുന്നു അപ്പന്റെ ഉറച്ച തീരുമാനം.

അമ്മയും സഹോദരിമാരുമുൾപ്പെടെ വീട്ടിലെ മറ്റെല്ലാ അംഗങ്ങളും അപ്പന്റെ ആ ഉറച്ച തീരുമാനത്തിന് ഏകകണ്ഠേന പിന്തുണയും പ്രഖ്യാപിച്ചതോടെ ആ ഇന്റർവ്യൂ കാർഡ് കുനുകുനെ പിച്ചിച്ചീന്തി കാറ്റിൽ പറത്തി ഞാനെന്റെ അമർഷം പ്രകടിപ്പിച്ചു.

ഇതേപോലെ മറ്റൊരനുഭവവും ഉണ്ടായി.

അക്കാലത്ത് മർച്ചന്റ് നേവിയിലേക്ക് യുവാക്കളെ തെരഞ്ഞെടുക്കുന്നു എന്ന് പത്രപ്പരസ്യം വന്നു.

വീട്ടുകാരറിയാതെ ഞാനപേക്ഷിച്ചു.

ഏതാനും ദിവസങ്ങൾക്കുള്ളിൽ കായികക്ഷമതാ പരീക്ഷയ്ക്കു കൊച്ചിയിലെത്താൻ നിർദ്ദേശിച്ച് കത്തുകിട്ടി.

അപ്പോഴും വീട്ടുകാരെ വിവരം അറിയിക്കാതെ ഞാൻ കൊച്ചിയിലെ ത്തി. കായികക്ഷമതാ പരീക്ഷയിൽ വിജയിച്ച എനിക്ക് സെലക്ഷൻ

കിട്ടി. ആറുമാസത്തെ ട്രയിനിംഗ് ഉണ്ട്. ആ ആറുമാസവും കൊച്ചിയിൽ താമസിക്കണം.

വീട്ടുകാരറിയാതെ എങ്ങനെ ആറു മാസം കൊച്ചിയിൽ താമസിക്കാൻ പറ്റും? നിവൃത്തിയില്ലാതെ മർച്ചന്റ് നേവിയിലേക്ക് എന്നെ തെരഞ്ഞെടുത്ത കാര്യം വീട്ടിലറിയിച്ചു.

അപ്പോഴുമുണ്ടായി, വീട്ടിൽ നിന്ന് അലമുറയും നിലവിളിയും.

ആറുപെണ്ണുങ്ങൾക്കു ശേഷമുള്ള ഒരേയൊരു ആൺതരിയെ കടലിൽ മുങ്ങിച്ചാകാൻ വിടുകയില്ലെന്നായിരുന്നു നിലവിളി.

അങ്ങനെ കൈക്കെത്തിയ ആ ജോലിയും വായ്ക്കെത്താതെ പോയി. പിന്നീടാണ് ഫോറസ്റ്റർ എന്ന ജോലി എന്നെ തേടിയെത്തിയത്. അതിനു പോകാനും എനിക്ക് അനുവാദം ലഭിച്ചില്ല. കാട്ടിൽ പോയി കടുവയ്ക്കും പുലിക്കും കടിച്ചുകീറാനുള്ള ഇരയാകേണ്ട കാര്യം നിനക്കില്ലെന്നായിരുന്നു വീട്ടുകാരുടെ നിലപാട്.

ആ കാലഘട്ടത്തിൽ അപ്പന്റെ പാലായിലെ വസ്ത്രവ്യാപാര ബിസിനസ് തകർച്ചയിലേക്കു കൂപ്പുകുത്തി. പെൺമക്കളുടെ വിവാഹനടത്തിപ്പിനായി അതുവരെയുള്ള സമ്പാദ്യം തികയാതെ വന്നതോടെ അപ്പൻ കടക്കാരനായി. ബിസിനസ്സിൽ നിന്നുള്ള ലാഭം ഉത്തമണ്ണർക്ക് പലിശ കൊടുക്കാൻപോലും തികയാതെയായി.

അതിനിടയിലാണ് അപ്പന്റെ സഹായിയായി കടയിൽ നിന്നിരുന്ന അയ്യാപിള്ള എന്നയാൾ അപ്പന്റെ കടയുടെ അധികം അകലെയല്ലാതെ സ്വന്തമായി ഒരു മോഡേൺ വസ്ത്രവ്യാപാര ശാല ആരംഭിച്ചത്. തുണിത്തരങ്ങൾക്കു പുറമേ റെഡിമെയ്ഡ് വസ്ത്രങ്ങളും അവിടെ വില്പന തുടങ്ങി.

എപ്പോഴും പുതുമ മോഹിക്കുന്ന ജനം പഴയ കട വിട്ട് പുതിയ കടയിൽ കസ്റ്റമേഴ്സായി. അതോടെ പാലായിലെ കട അടച്ചു പൂട്ടുകയല്ലാതെ മറ്റു മാർഗ്ഗമില്ലെന്നായി.

പാലായിൽ കച്ചവടമുണ്ടായിരുന്നപ്പോൾ അപ്പനും അമ്മയും ഞങ്ങൾ മക്കളും വാടകവീട്ടിലായിരുന്നു താമസം. കച്ചവടം നിലച്ചതോടെ വാടകവീട് ഒഴിഞ്ഞു കൊടുക്കേണ്ടിവന്നു. എവിടെ അന്തിയുറങ്ങുമെന്നു നീറിക്കൊണ്ടിരിക്കുന്ന സമയം, മൂത്തസഹോദരിയെ വിവാഹം കഴിച്ചയച്ചിരിക്കുന്ന തിരുവഞ്ചൂർ വേങ്കടത്തു കുടുംബത്തു നിന്ന് ഒരാശ്വാസദൂതെത്തി.

ചിട്ടിക്കമ്പനിയും അബ്കാരി ബിസിനസുമൊക്കെയായി സാമ്പത്തിക ചെഴിപ്പിൽ തിളങ്ങിനിൽക്കുകയാണ് വേങ്കടത്തു കുടുംബം.

ബിസിനസിന്റെ ആരംഭകാലത്ത് അപ്പൻ, മൂത്തമരുമകന് നല്ലൊരു തുക സാമ്പത്തിക സഹായം ചെയ്തിരുന്നു. പലിശയും പലിശയുടെ പലിശയുമൊക്കെയായി ആ തുക വളർന്നു വലുതായിക്കഴിഞ്ഞിരുന്നു. ഏകദേശം ആ തുകയ്ക്ക് തുല്യമായ ഒരു വീടും പറമ്പും തിരുവഞ്ചൂരിൽ വേങ്കടത്തു കുടുംബത്തിന്റെ കസ്റ്റഡിയിലുണ്ടെന്നും അത് അപ്പന് എഴുതിക്കൊടുക്കാമെന്നുമായിരുന്നു ദൂത്.

ഒരേക്കർ വരുന്ന പുരയിടത്തിൽ താമസത്തിനനുയോജ്യമായ സാമാന്യം നല്ലൊരു വീടും ഉണ്ടായിരുന്നു. അങ്ങനെ അപ്പനും അമ്മയും വിവാഹം നടന്നിട്ടില്ലാത്ത രണ്ടു പെൺമക്കളും ഇളയ മകനും ഉൾപ്പെടുന്ന പുളിക്കപ്പറമ്പിൽ കുരുവിളയുടെ കുടുംബം തിരുവഞ്ചൂരിൽ സ്ഥിരതാമസം തുടങ്ങി. വേങ്കടത്തു കുടുംബം വക പണി പൂർത്തിയായിക്കിടന്ന ഒരു കടമുറിയിൽ അപ്പൻ വീണ്ടും വസ്ത്രവ്യാപാരവും തുടങ്ങി.

ബിസിനസ് വേണ്ടേ വേണ്ടാ... ജോലി മതിയേ മതി എന്നു മോഹിച്ചു നടന്ന ഏക മകനു നല്ലൊരു ജോലിയായി അപ്പനു തോന്നിയത് അദ്ധ്യാപക വൃത്തിയാണ്.

അദ്ധ്യാപകനായി ജോലി കിട്ടണമെങ്കിൽ ടി.ടി.സി. പാസ്സാകണം.

ഇപ്പോൾ മണർകാട് ഇൻഫന്റ് ജീസസ് സ്കൂൾ ഇരിക്കുന്ന സ്ഥലത്ത് അന്നുണ്ടായിരുന്ന ടി.ടി.സി. കോളേജിൽ എനിക്ക് ടീച്ചേഴ്സ് ട്രയിനിംഗ് കോഴ്സിന് അഡ്മിഷൻ കിട്ടി.

പോലീസുകാരനാകാതെ, മർച്ചെന്റ് നേവിക്കാരനാകാതെ ഫോറസ്റ്ററാകാതെ മകൻ സ്കൂൾ അദ്ധ്യാപകനാകുന്നത് അപ്പന് ഏറെ സന്തോഷമായി.

3.അദ്ധ്യാപകനായി ആരണ്യ നടുവിൽ

അദ്ധ്യാപകനാകാനുള്ള സാങ്കേതിക പരിശീലനം നേടിക്കഴിഞ്ഞതും അടുത്ത ലക്ഷ്യം ജോലി നേടുകയെന്നതായി. അദ്ധ്യാപക വേക്കൻസി അറിയിച്ച് പത്രങ്ങളിൽ വരുന്ന പരസ്യങ്ങൾ ഒന്നുപോലും വിടാതെ ശ്രദ്ധിച്ച് അപേക്ഷകൾ ഒന്നിനു പിറകേ ഒന്നായി അയച്ചുകൊണ്ടിരുന്നു. അതിനെത്തുടർന്ന് മുടങ്ങാതെ ടെസ്റ്റുകളും ഇന്റർവ്യൂകളും.

ഒടുവിൽ എനിക്ക് അദ്ധ്യാപകനായി നിയമന ഉത്തരവു കിട്ടി. പോലീസുദ്യോഗസ്ഥനായി ശവങ്ങൾക്കു കാവലിരിക്കാൻ പോകുന്നതിൽ നിന്നും മെർച്ചന്റ് നേവിക്കാരനായി കപ്പലിൽപ്പോയി കടലിൽ വീണുപോകുന്നതിൽ നിന്നും ഫോറസ്റ്ററായി കാട്ടുമൃഗങ്ങൾക്ക് ഭക്ഷണമായി തീരുന്നതിൽ നിന്നും എന്നെ തടഞ്ഞ വീട്ടുകാർക്ക് അദ്ധ്യാപകനായി എനിക്കു നിയമനം കിട്ടിയതോടെ പെരുത്ത ആഹ്ലാദമായി. രാവിലെ ഒമ്പതു മണിമുതൽ വൈകുന്നേരം നാലുമണിവരയേ ആ കാലഘട്ടത്തിൽ അദ്ധ്യാപകർ ജോലി ചെയ്യേണ്ടതുള്ളൂ. അതും ആഴ്ചയിൽ അഞ്ചുദിവസം മാത്രം. ഏപ്രിൽ, മെയ് മാസങ്ങളിൽ സമ്പൂർണ്ണ അവധി. എന്തുകൊണ്ടും അദ്ധ്യാപകജോലി ശ്രേഷ്ഠജോലി തന്നെ. ബോണസായി നാട്ടിലുള്ള മാന്യതയും. എറണാകുളം ജില്ലയിൽ കുട്ടമ്പുഴ ഗവ. എൽ.പി.സ്കൂളിലേക്കാണു നിയമനം. കുട്ടുമ്പുഴ എന്ന സ്ഥലത്തെക്കുറിച്ച് യാതൊരറിവുമില്ല. അറിവില്ലാത്തതിന്റെ പേരിൽ കിട്ടിയ ജോലി വേണ്ടെന്നു വെയ്ക്കാൻ വീട്ടുകാർ നിർബന്ധിക്കാഞ്ഞതുകൊണ്ട്, അദ്ധ്യാപകനായി കുട്ടമ്പുഴയിലേക്കുപോകാൻ ഞാൻ തയ്യാറായി.

കോട്ടയത്തു നിന്ന് കോതമംഗലത്തെത്തി പക്ഷി സങ്കേതമായ തട്ടേക്കാടു വഴി വേണം കുട്ടമ്പുഴയിലെത്താൻ. കോതമംഗലത്തു നിന്നുള്ള ദൂരം 20. കി. മീറ്റർ അതിനിടയിലാണ് ഭൂതത്താൻകെട്ട് അണക്കെട്ടും ക്യാച്ച്മെന്റ് ഏരിയയും. കോതമംഗലത്തു നിന്നുള്ള ബസ്സുകൾ തട്ടേക്കാട് വരെയേ പോകൂ. അവിടെ ഒരു പുഴയുണ്ട്. പുഴയുടെ കരയിൽ ബസ് സർവ്വീസുകൾ അവസാനിക്കും.

ബസിറങ്ങി കുട്ടമ്പുഴ ഗവണ്മെന്റ് എൽ.പി. സ്കൂൾ അന്വേഷിച്ച എനിക്കു കിട്ടിയ മറുപടി ഇങ്ങനെയായിരുന്നു.

''പുഴയുടെ അക്കരെ കടന്ന് അഞ്ചു കിലോമീറ്റർ നടന്നു ചെന്നാൽ കുട്ടമ്പുഴ ഗവ. സ്കൂളിലെത്താം.''

പുഴയുടെ ഇക്കരെ നിന്ന് ഞാൻ അക്കരെയിലേക്കു നോക്കി. അക്കരെ കൊടുംവനമാണ്. ആ വനത്തിലൂടെ അന്ന് മനുഷ്യർക്ക് നടന്നുപോകാവുന്നതരം ഒറ്റയടിപ്പാതയേയുള്ളൂ. ആ ഒറ്റയടിപ്പാതയിലൂടെ ജനങ്ങളുടെ നിരന്തര സഞ്ചാരമുണ്ട്. ആ കാട്ടിനുള്ളിൽ അന്ന് ആദിവാസി കോളനികളുണ്ട്. ആ ആദിവാസി കോളനികളിലുള്ളവർക്ക് ആ കാനനപാതയാണ് ഗതാഗത മാർഗ്ഗം.

പല ജോലികളും കൈ വിട്ടു കളഞ്ഞ ഞാൻ ഈ ജോലി കൈവിടില്ലെന്ന ദൃഢനിശ്ചയത്തോടെ കടത്തിറങ്ങി സ്കൂളിലേക്കുള്ള കാട്ടുവഴിയേ നടപ്പുതുടങ്ങി. നടക്കുന്നതിനിടയിൽ എനിക്കൊരു കൂട്ടുകാരനുമുണ്ടായി. കുട്ടമ്പുഴയിലെ ആദിവാസി കോളനിയിലുള്ള ഒരു ചുരുളൻ.

ഗവണ്മെന്റ് സ്കൂളിൽ ജോലി കിട്ടി വരുന്ന അദ്ധ്യാപകനാണു ഞാനെന്നറിഞ്ഞതോടെ ചുരുളന് എന്നെ കൂടെ കൂട്ടാൻ വലിയ സന്തോഷമായി. ഒന്നിച്ചു കാട്ടുപാതയിലൂടെ നടന്നു തുടങ്ങിയപ്പോൾ മടിക്കുത്തഴിച്ച് ചുരുളൻ ഒരു കടലാസു പൊതി പുറത്തെടുത്തു. ചെറുതായി നുറുക്കിയിരിക്കുന്ന പുകയിലയുടെ കഷണങ്ങളായിരുന്നു ആ പൊതിയിൽ. നടക്കുന്ന വഴി ഏതോ ഒരു കാട്ടുമരത്തിന്റെ വലിയൊരു ഇല പറിച്ച് ആ കഷണങ്ങളിൽ കുറേ ആ ഇലയിലിട്ട് ചുരുളൻ എന്റെ നേർക്ക് നീട്ടി.

''ഇത് ശാറ് കൈയിൽ വെച്ചോ.''

അന്നത്തെ മിക്ക ചെറുപ്പക്കാരും മുറുക്കാൻ ശീലമാക്കിയവരായിരുന്നു. ഞാനും ആ ശീലമുള്ളവനാണെന്നു കരുതിയാകണം ചുരുളൻ, പുകയില എനിക്കു സമ്മാനിച്ചതെന്നു ചിന്തിച്ചു ഞാൻ പറഞ്ഞു.

''എനിക്കു മുറുക്കുന്ന ശീലമില്ല.''

''മുറുക്കാൻ അല്ല ശാർ...'' ചുരുളൻ എനിക്കു വിശദീകരിച്ചു.

''ഇങ്കടെ അട്ട ശല്യം ജ്യാസ്തിയാ ശാർ... കടിച്ചു തൂങ്ങി ശോര കുടിക്കാൻ തൊടങ്കിയാല് പോലച്ചാറ് തുപ്പിയാലേ വിട്ടുപോകാത്തൊള്ളൂ...''

പാലായിലും തിരുവഞ്ചൂരിലും ജീവിച്ചു ശീലിച്ച എനിക്ക് കിഴക്കൻ വനമേഖലയിലുള്ള ചോര കുടിയൻ അട്ടകളെക്കുറിച്ച് യാതൊരറിവുമുണ്ടായിരുന്നില്ല. ആ മേഖലകളിൽ നിന്നുള്ള ആളുകളുമായുള്ള സമ്പർക്കം തീരെ ഇല്ലാതിരുന്നതിനാലാവാം.

കാട്ടുപാതയിലൂടെ നടക്കുന്നതിനിടയിൽ ആ അട്ടകൾ കാലിൽ പറ്റിക്കൂടും. കഷ്ടിച്ചു മുക്കാൽ ഇഞ്ചു വലുപ്പമുള്ള തീപ്പെട്ടിക്കൊള്ളി കനമുള്ള ആ അട്ടകൾ മനുഷ്യശരീരത്തിൽ കടിച്ചു തൂങ്ങി ചോരയൂറ്റി കുടിച്ച് രണ്ടിഞ്ചുവരെ വലുതാകും. ചുവപ്പുനിറമുള്ള മൾബറിപ്പഴങ്ങൾ പോലെ നമ്മുടെ ശരീരത്തിൽ പ്രത്യേകിച്ച് കാലിന്റെ തുടവരെയുള്ള ഭാഗങ്ങളിൽ പറ്റിപ്പിടിച്ചു തൂങ്ങിക്കിടക്കും. തട്ടിയെറിഞ്ഞാലൊന്നും പോകില്ല. പോകണമെങ്കിൽ പുകയില വായിലിട്ടു ചവച്ചുണ്ടാകുന്ന നീര്, അവയുടെ തലഭാഗത്ത് തുപ്പണം. പുകയില നീരു വീണാൽ അക്ഷണം അവ പിടിവിട്ട് താഴെവീഴും. പ്രത്യേകത എന്തെന്നാൽ നടക്കുന്നതിനിടയിൽ കാലിൽ ഇവ കടിച്ചു തൂങ്ങുന്നതോ ചോര കുടിച്ചു വീർക്കുന്നതോനമ്മളറിയില്ല. ചൊറിച്ചിലോ പുകച്ചിലോ മറ്റ് അസ്വസ്ഥതകളോ ഉണ്ടാക്കാതെയാണ് ഇവയുടെ രക്തപാനാക്രമണം. കടി വിടുവിച്ചു കഴിഞ്ഞാലും മുറിവായിൽ നിന്നുള്ള രക്ത ഒഴുക്ക് നിലയ്ക്കാൻ ഏറെ താമസിക്കും. വലിയ മുറിവിൽ നിന്നെന്നപോലെ കട്ടിയാകാത്ത രക്തം ഒഴുകിക്കൊണ്ടിരിക്കും. നടക്കുന്നതിനിടയിൽ ഇവ ആക്രമിക്കുന്നുണ്ടോയെന്ന് എപ്പോഴുമെപ്പോഴും ശ്രദ്ധിക്കാൻ പറ്റില്ലല്ലോ. യാത്രാവസാനമായിരിക്കും ആളുകൾ അതു ശ്രദ്ധിക്കുക. അപ്പോഴേക്കും ഉടുത്തിരിക്കുന്നതു വെള്ളമുണ്ടാണെങ്കിൽ അതിൽ പലയിടത്തും ചുവപ്പു പാടുകൾ വീണുകഴിഞ്ഞിരിക്കും.

ചുരുളനിൽ നിന്നും ആ അറിവു കിട്ടിയതോടെ ആ പുകയിലപ്പൊതി വാങ്ങി ഞാൻ കൈയിൽ സൂക്ഷിച്ചു. കാട്ടുവഴിയിൽ മാത്രമല്ല, ആ മേഖലകളിലെല്ലാം - സ്കൂളിനുള്ളിൽപ്പോലും - ആ അട്ടശല്യം നിലനിന്നിരുന്നു.

സ്കൂളിലെത്തിയ ആദ്യ ദിവസങ്ങളിൽ സ്കൂളിൽത്തന്നെയായിരുന്നു രാത്രി കഴിച്ചുകൂട്ടിയിരുന്നത്. എനിക്കു കൂട്ടായി മൂന്ന് അദ്ധ്യാപകർ കൂടി ഉണ്ടായിരുന്നു അവിടെ. രണ്ടു ബഞ്ചുകൾ ചേർത്തിട്ട് രാത്രി ഉറങ്ങാൻ കിടന്നാൽ പലപ്പോഴും ഉണർന്ന്, കടിച്ചു തൂങ്ങി ചോര കുടിച്ചു വീർത്ത അട്ടകളെ പുകയില പ്രയോഗത്തിലൂടെ നിഷ്ക്കാസനം ചെയ്യുകയെന്നുള്ളതാണ് ആദ്യ ദിനചര്യ.

സ്കൂളിൽ പഠിക്കാനെത്തിയിരുന്നത് കൂടുതൽ ആദിവാസി കുട്ടികളായിരുന്നു. തുണി ഉടുത്തും ഉടുക്കാതെയുമൊക്കെയാവും വരവ്. ഉച്ചയ്ക്ക് ഭക്ഷണമുണ്ട്. പയറിട്ട് വേവിച്ച കഞ്ഞി. ഇടയ്ക്ക് ചില ദിവസങ്ങളിൽ ഉപ്പുമാവ്. മഞ്ഞ നിറത്തിലുള്ള ചോളത്തിന്റെ പൊടിയാണ് ഉപ്പുമാവിന് ഉപയോഗിക്കുക. 'മെയ്സ്' എന്നറിയപ്പെടുന്ന ആ മഞ്ഞപ്പൊടി അമേരിക്കയിൽ നിന്നും സൗജന്യമായി ഇന്ത്യയിലേക്ക് അയച്ചിരുന്നതാണ്.

ഉപ്പുമാവായാലും കഞ്ഞി ആയാലും അതു കിട്ടി, കഴിച്ചുകഴിഞ്ഞാൽ ഒരു കുട്ടിയും സ്കൂളിലുണ്ടാവില്ല. അവരവരുടെ 'കുടി'കളിലേക്ക് ഓടിക്കളയും. അതുകൊണ്ട് കുട്ടമ്പുഴ ഗവ. സ്കൂളിൽ ഒരിക്കൽപോലും ഉച്ചകഴിഞ്ഞ് ക്ലാസ്സെടുക്കേണ്ടിവന്നിട്ടില്ല എനിക്ക്.

'തലയെണ്ണം' പരിശോധിക്കാൻ ഒരു എ.ഇ.ഒ.യും ആ സ്കൂളിൽ എന്റെ അദ്ധ്യാപന കാലഘട്ടത്തിൽ വന്നതായി ഞാനോർക്കുന്നില്ല.

സ്കൂളിലെ താമസവും രാത്രി ഉറക്കവും എനിക്ക് വല്ലാത്ത വേദനയായിരുന്നു. അടുത്തെങ്ങും ഒരു വീട് വാടകയ്ക്ക് കിട്ടാനുമില്ല. അങ്ങനെ വിഷമിച്ചിരിക്കെ, അടുത്തുള്ള കത്തോലിക്ക ദേവാലയത്തിൽവെച്ച് ഞാനൊരാളെ പരിചയപ്പെട്ടു. വർഷങ്ങൾക്കു മുമ്പേ, മദ്ധ്യകേരളത്തിൽ നിന്നും അവിടെ കുടിയേറിയ ഒരാൾ.

സ്കൂളിലെ താമസത്തിന്റെ വിവരം അറിഞ്ഞപ്പോൾ അദ്ദേഹം എന്നോടു പറഞ്ഞു.

''താമസ സൗകര്യം ഓർത്ത് സാറ് വിഷമിക്കേണ്ട. എന്റെ വീട്ടിലെ ഒരു മുറി ഞാൻ സാറിന് ഏർപ്പെടുത്താം. ഭക്ഷണവും എന്റെ വീട്ടിൽ നിന്നു തന്നെയാകാം. വാടകയും ഭക്ഷണച്ചെലവും ഒന്നും സാറെനിക്ക് തരണ്ട. എനിക്കൊരു മകളുണ്ട്. പത്താം ക്ലാസിൽ പഠിക്കുകയാണവൾ. പഠനത്തിൽ അത്ര മിടുക്കിയൊന്നുമല്ല. എല്ലാത്തിനും പ്രതിഫലമായി സാറ് അവൾക്ക് ട്യൂഷൻ കൊടുത്ത് ഇത്തവണ അവളെ പത്താംക്ലാസ്സ് ജയിപ്പിച്ചാൽ മതി.''

ഒരു പെൺകുട്ടിക്ക് ട്യൂഷൻ കൊടുത്ത് അവളെ പത്താം ക്ലാസ് ജയിപ്പിക്കുകയെന്നത് അത്ര വലിയ ആനക്കാര്യമല്ലല്ലോ.. ഞാൻ ഒരു മടിയും കൂടാതെ ആ ഓഫർ സ്വീകരിച്ചു.

അന്നുതന്നെ സ്കൂളിൽ നിന്നും ഞാനെന്റെ കെട്ടും കിടക്കയും എടുത്ത് ആ വീട്ടിലെത്തി. ചെങ്കല്ലുകെട്ടി, കൂര, ഓലമേഞ്ഞ്, ചാണകം മെഴുകിയ തറയുള്ള അന്നത്തെ കാലത്തെ സാമാന്യം കൊള്ളാവുന്ന വീട്. അതിന്റെ 'ചാർത്തുമുറി' യാണ് എനിക്കായി ഒരുക്കിയിരിക്കുന്നത്. കയർ വരിഞ്ഞ ഒരു കട്ടിലും ഒരു മേശയും ഒരു തടിക്കസേരയും. സ്കൂൾ കെട്ടിടത്തിൽ നിന്നും ആ ചാർത്തുമുറിയിലേക്ക് കുടിയേറിയതോടെ ജീവിതം രാജകീയമായെന്നു തോന്നിപ്പോയി എനിക്ക്. നേരാനേരം കൃത്യമായി വളരെ രുചികരമായ ഭക്ഷണം, ചോര കുടിയൻ അട്ടകളുടെ ആക്രമണമില്ലാത്ത സുഖമായ രാത്രിനിദ്ര. എല്ലാത്തിലുമുപരി ആതിഥേയ കുടുംബാംഗങ്ങളുടെ സ്നേഹാദരസഹകരണം.

വൈകുന്നേരം സ്കൂളിൽ നിന്നും മടങ്ങിയെത്തിക്കഴിഞ്ഞാണ് പത്താം ക്ലാസുകാരിക്ക് ട്യൂഷൻ. അക്കാലത്ത് 'ഓൾ പാസ്' എന്ന ഓമന പ്രക്രിയ നിലവിൽ എത്തിയിട്ടില്ലാത്തതിനാൽ ഓരോ ക്ലാസ്സിലും വർഷാവസാന പരീക്ഷയിൽ മിനിമം 35% (മലയാളം, ഇംഗ്ലീഷ്, കണക്ക് എന്നീ വിഷയങ്ങൾക്ക് 40 %) മാർക്കു വാങ്ങിയാലല്ലാതെ അടുത്ത സ്റ്റാൻഡേർഡിലേക്ക് വിദ്യാർത്ഥികൾക്ക് സ്ഥാനക്കയറ്റമുണ്ടാകുമായിരുന്നില്ല. എന്റെ ട്യൂഷൻ വിദ്യാർത്ഥിനി മിക്ക സ്റ്റാൻഡേർഡുകളിലും രണ്ടും മൂന്നും വർഷങ്ങളുടെ പരിശ്രമത്തിലൂടെയാണ് വിജയത്തിനു വേണ്ടുന്ന മിനിമം മാർക്ക് കരസ്ഥമാക്കി പത്താം ക്ലാസിലെത്തിയിരിക്കുന്നത്. ശരിക്കുപറഞ്ഞാൽ അന്ന് പത്താം ക്ലാസ് അല്ല, സിക്സ്ത്ത് ഫോറമാണ്. സിസ്ത് പാസായി എന്നാണ് പത്താം ക്ലാസ് പാസ്സാകുന്നതിനെക്കുറിച്ച് അന്ന് പറഞ്ഞിരുന്നത്. ഒരു ക്ലാസിലും തോൽവിയുണ്ടാകാതെ അന്ന് സിസ്ത് പാസ്സാകുന്നവർക്ക് പതിനഞ്ച് അല്ലെങ്കിൽ പതിനാറ് വയസ്സായിരിക്കും പ്രായം. വിരലിലെണ്ണാവുന്നവരേ അക്കാലത്ത് അങ്ങനെ പതിനഞ്ചാം വയസ്സിൽ സെക്കൻഡറി സ്കൂൾ വിദ്യാഭ്യാസം പൂർത്തീകരിച്ചിട്ടുള്ളൂ. 60% മാർക്കു നേടിയാണ് ആ പൂർത്തീകരണമെങ്കിൽ നയാപൈസ ആർക്കും എവിടെയും കോഴ കൊടുക്കാതെ അവർക്ക് അന്ന് എം.ബി. ബി.എസിന് അഡ്മിഷൻ കിട്ടും.

എന്റെ വിദ്യാർത്ഥിനിയുടെ പിതാവിന് മകൾ എസ്.എസ്.എൽ.സി. നേടി, 'ടൈപ്പും ഷോർട്ടാന്റും' പഠിച്ച് സർക്കാർ ജോലിക്കാരിയാകണമെന്ന തീവ്രാഭിലാഷമുണ്ടായിരുന്നു. സർക്കാർ സർവ്വീസിൽ ക്ലറിക്കൽ ജോലി ലഭിക്കണമെങ്കിൽ ടൈപ്പ് റൈറ്റിംഗും ഷോർട്ട് ഹാൻഡും പാസായിരിക്കണമെന്നത് കർശന നിബന്ധനയായിരുന്നു. അന്ന് അങ്ങനെ 'ടൈപ്പും ഷോർട്ടാന്റും' പഠിപ്പിക്കുന്ന ഇൻസ്റ്റിറ്റ്യൂട്ടുകൾ നാട്ടിലെമ്പാടുമുണ്ടായിരുന്നു. മകനോ മകളോ സിസ്തു പാസ്സായി ടൈപ്പും ഷോർട്ടാന്റും പഠിക്കുന്നുവെന്ന് ഏറെ അഭിമാനത്തോടെയാണ് മാതാപിതാക്കൾ പറയാറുണ്ടായിരുന്നത്.

എന്റെ വിദ്യാർത്ഥിനി ഏറെ വർഷങ്ങളുടെ അക്ഷീണ യത്നം മൂലം പത്താംക്ലാസിലെത്തിയപ്പോഴേയ്ക്കും അവളുടെ അമ്മ എപ്പോഴും പുലമ്പാറുള്ളതുപോലെ 'നാലുമക്കളെ പ്രസവിക്കേണ്ട പ്രായം' കഴിഞ്ഞിരുന്നു. പ്രായത്തിനു തക്ക വളർച്ചയുമുണ്ടായിരുന്നു അവൾക്ക്. പത്താംക്ലാസ് പാസാകുന്നതിനേക്കാൾ താല്പര്യം നാലുമക്കളെ പ്രസവിക്കുക എന്നതാണെന്ന് ട്യൂഷൻ ആരംഭിച്ച അന്നുതന്നെ അവൾ എനിക്കു ബോദ്ധ്യപ്പെടുത്തിത്തന്നു.

'ചട്ടയും മുണ്ടു'മായിരുന്നു സാധാരണ ക്രിസ്ത്യൻ പെൺകുട്ടികളുടെ വേഷം. ചട്ടയ്ക്കുള്ളിൽ ബ്രായും മുണ്ടിനുള്ളിൽ പാന്റീസും അന്നത്തെ

പെൺകുട്ടികൾക്ക് പതിവില്ല. പകരം മുകളിൽ ചീട്ടിത്തുണിയിൽ തയ്ച്ചെടുക്കുന്ന ബോഡീസും താഴെ അതിൽ നിന്നുള്ള മിച്ചത്തുണിയുടെ കോണകവും. ആധുനികതയോട് അഭിനിവേശമുള്ള അപൂർവ്വം തരുണീമണികൾ ഇറക്കമുള്ള പാവാടയും കൊച്ചു ബ്ലൗസും ധരിച്ചു. കഴുത്തിറക്കം കൂടിയ കൊച്ചു ബ്ലൗസിനുള്ളിൽ അവരുടെ യൗവ്വനം ഏവർക്കും ഗോചരമായി എപ്പോഴും വിങ്ങിത്തുടിച്ചു നിന്നു. എന്റെ വിദ്യാർത്ഥിനിയുടെ വേഷവും അതായിരുന്നു. ഞാൻ ക്ലാസെടുക്കുന്ന സമയം അത്രയും എന്റെ വിദ്യാർത്ഥിനിയുടെ കണ്ണുകൾ ശൃംഗാര പൂർവ്വമായി എന്നിൽത്തന്നെ ചുറ്റിത്തിരിഞ്ഞു.

കർത്തവ്യബോധമുള്ള അദ്ധ്യാപകനാണ് ഞാൻ.

ചോരത്തിളപ്പുള്ള യുവാവാണെങ്കിലും കാമാതുരയായ വിദ്യാർത്ഥിനിക്കു മുമ്പിൽ കർത്തവ്യബോധം കൈവിടരുതെന്ന ദൃഢനിശ്ചയം എന്റെ ഉള്ളിലുറച്ചു. പൂർണ്ണമായും അദ്ധ്യാപനത്തിൽ ഞാനെന്റെ മനസ്സിനെയും ശരീരത്തെയും ഏകോപിപ്പിച്ചു.

അവൾ ഒരുമ്പെട്ടവൾ തന്നെയായിരുന്നു.

തങ്കനൂപുരമണികൾ കിലുക്കി തപസ്സുണർത്താൻ വന്ന മേനക!

ട്യൂഷൻ സമയത്തെ വശീകരണയജ്ഞം വിജയത്തിലെത്തുന്നില്ലെന്ന തായതോടെ അവൾ അടവുമാറ്റി.

വൈകുന്നേരം സ്കൂൾ വിട്ട് വന്നാലുടൻ അവൾക്കൊരു കുളിയുണ്ട്.

ഇന്നത്തെപ്പോലെ അന്ന് അറ്റാച്ച്ഡ് ബാത്റൂമില്ല.

കുളിക്കാനുള്ളത് 'മറപ്പുര'യാണ്.

വീട്ടുമുറ്റത്തിന്റെ അതിരുകൾക്കപ്പുറം എവിടെയെങ്കിലും ഒതുക്കിക്കെട്ടിയ ഒരു ഇടം. സ്ത്രീകൾക്കുവേണ്ടി ഏകദേശം ആറടി ചതുരത്തിൽ മരക്കൊമ്പുകൾ അതിരുകളാക്കി, മെടഞ്ഞ ഓലകെട്ടിയോ കീറിയ ചണച്ചാക്കുകൾ കൊണ്ടോ വശങ്ങൾ മറച്ചിരിക്കുന്ന പ്രാചീന പ്രാഥമികാവശ്യനിർവ്വഹണ കേന്ദ്രമാണ് മറപ്പുര. പുരുഷന്മാർ സാധാരണയായി മൂത്രമൊഴിക്കാനും കുളിക്കാനും ഇവ ഉപയോഗപ്പെടുത്താറില്ല. അവർക്ക് കയ്യാല ഇറമ്പുകളും വാഴച്ചുവടുകളും വെളിമ്പ്രദേശങ്ങളും ധാരാളം.

സ്ത്രീകൾ മറപ്പുരയിൽ കുളിക്കാൻ കയറുമ്പോൾ അതിന്റെ വാതിൽ ഏതെങ്കിലും തുണി വിരിച്ചിട്ട് മറയ്ക്കും. മറ്റാരുടേയും കണ്ണുകൾ

അങ്ങോട്ടെത്തിനോക്കാനില്ലെന്നുറപ്പുണ്ടെങ്കിൽ ആ വിരിയും അനാവശ്യം.

എന്റെ വിദ്യാർത്ഥിനി കുളിക്കാൻ കയറുമ്പോൾ ആദ്യമൊക്കെ അവിടെ ഒരു വിരിയിട്ട് മറയുണ്ടാക്കുമായിരുന്നു. ഞാൻ താമസിക്കുന്ന ചാർത്തു മുറിയുടെ നേരെ പിറകിലായിട്ടായിരുന്നു ആ മറപ്പുര. എന്റെ ചാർത്തു മുറിക്ക് ആ ഭാഗത്തേക്കു തുറക്കുന്ന ഒരു ചെറിയ ജനാലയുണ്ട്. സദാ തുറന്നുകിടക്കുന്ന ആ ജനാലയിലൂടെ നോട്ടം നേരെയെത്തുന്നത് മറ പ്പുരയിലേക്കാണ്.

ആദ്യമൊക്കെ മറപ്പുരയ്ക്ക് വിരിയിട്ട് മറയുണ്ടാക്കി കുളിച്ചുകൊണ്ടിരു ന്നവൾ പിന്നീട് കുളിക്കാൻ കയറുമ്പോൾ 'വിരി'യിടുന്ന പതിവു നിർത്തി. ചാർത്തു മുറിക്കുള്ളിൽ ഞാനുണ്ടെന്നും ജനാലയിലൂടെ എന്റെ കണ്ണുകൾ പുറത്തേക്കു പാഞ്ഞാൽ സീൻ എനിക്ക് വ്യക്തമായി കാണാനാവുമെന്നും അറിഞ്ഞുകൊണ്ടു തന്നെയാണ് അവൾ അങ്ങനെ ചെയ്യുന്നത്. ഈരിഴയൻ ഒറ്റത്തോർത്തുകൊണ്ട് അരക്കെട്ടു മാത്രം മറച്ച് അവിടെനിന്നുള്ള അവളുടെ കുളി പല ദിവസങ്ങളിലും ആവർത്തിച്ചു.

ഒരു ദിവസം അവളെന്നോടു വെട്ടിത്തുറന്നു പറഞ്ഞു.

''സാറിനെ എനിക്ക് വല്ലാത്ത ഇഷ്ടമാ.. സാറിനെന്നോടിഷ്ടമില്ലേ..?''

എന്തായാലും അവളുടെ മാതാപിതാക്കളോടുള്ള പ്രതിബദ്ധതയെക്കു റിച്ച് ചിന്തിച്ചപ്പോൾ അവൾക്ക് എന്നോടുള്ള ഇഷ്ടത്തിന്റെ പ്രകടനം കാണുന്നത് ഒട്ടും മാന്യമല്ലെന്ന തിരിച്ചറിവ് എന്നിലുണ്ടായി.

തുറന്നു കിടന്ന ജനാലയുടെ തുരുമ്പു പിടിച്ചു നിശ്ചലാവസ്ഥയിലായ വിജാഗിരികൾ എണ്ണയിട്ട് ചലനാവസ്ഥയിലാക്കി ഞാൻ അത് എന്ന ന്നേക്കുമായി അടച്ച് കൊളുത്തിട്ടു.

അടുത്ത ദിവസം ട്യൂഷന് വന്നിരുന്ന അവൾ എന്നോടു പറഞ്ഞ വാചകം കേട്ട് അക്ഷരാർത്ഥത്തിൽ ഞാൻ ഞെട്ടി.

''സാർ ആ ജനലടച്ചു കുറ്റിയിട്ടത് നന്നായി. ഇനിയിപ്പോൾ ഈ മുറിക്ക കത്ത് നമ്മളെന്തു ചെയ്താലും ആരും കാണുകേല.''

ചുറ്റിയ പാമ്പ് കടിച്ചേ അടങ്ങൂ എന്ന ചിന്ത എന്നിൽ ദൃഢമായി. കടി യേൽക്കും മുമ്പ് രക്ഷപ്പെടണം.

അവൾക്ക് ട്യൂഷനെടുക്കുന്നതുകൊണ്ട് പ്രയോജനമൊന്നുമില്ലെന്നെനിക്കുറപ്പായി. ഞാനെന്തുപഠിപ്പിച്ചാലും അവൾ പഠിക്കില്ല. എന്റെ അധ്വാനം വെറും പാഴ്. കുടം കമിഴ്ത്തിവെച്ച് വെള്ളമൊഴിക്കുന്നതുപോലെ.

ആ വീട്ടിൽ നിന്നും ലഭിക്കുന്ന ഭക്ഷണത്തിന്റെ ആനന്ദവും രാത്രിയുറക്കത്തിന്റെ സുഖവും വിട്ടുകളയാൻ തന്നെ ഞാൻ തീരുമാനിച്ചു.

വീണ്ടും സ്കൂളിലേക്കുതന്നെ താമസം മാറ്റുക. അതല്ലാതെ മറ്റു മാർഗ്ഗമൊന്നുമില്ല. ആ വീട്ടുകാരോട് അതിനൊരു കാരണം പറയണമല്ലോ. എന്തു കാരണം പറയും? പിന്നെയുള്ള എന്റെ ചിന്ത അതുമാത്രമായി.

4.വൈതരണിയിൽ രക്ഷകനായി വൈദികൻ

ഒരു ദിവസം വൈകുന്നേരം സ്കൂളിൽ നിന്നും ഞാൻ താമസസ്ഥലത്തേക്കു മടങ്ങുകയാണ്. സ്കൂളിൽ നിന്നും അധികം ദൂരെയല്ലാതെ ഒരു കത്തോലിക്കാ ദേവാലയമുണ്ട്. ഞായറാഴ്ചകളിൽ ഞാൻ ആ ദേവാലയത്തിൽ കുർബ്ബാനയിൽ സംബന്ധിക്കാറുണ്ട്. അവിടുത്തെ വികാരിയച്ചൻ എന്നെ അറിയാവുന്ന ആളാണ്.

ദേവാലയം കടന്ന് അല്പദൂരം കൂടി നടന്നാലേ എനിക്കന്ന് താമസിക്കുന്ന വീട്ടിലെത്താനാകൂ. നടക്കുന്നതിനിടയിൽ എന്റെ ചിന്ത മുഴുവൻ വീണ്ടും സ്കൂളിലേക്കു താമസം മാറുന്നതിന് വീട്ടുകാരോടു പറയാനുള്ള കാരണം എന്തായിരിക്കണമെന്നായിരുന്നു.

ട്യൂഷൻ പഠിപ്പിക്കേണ്ടുന്ന പെൺകുട്ടിയുടെ പെരുമാറ്റ ദൂഷ്യം മൂലം വീടുവിടുകയാണെന്ന് അവളുടെ മാതാപിതാക്കളോടു പറയാൻ പറ്റില്ല. തുടർന്നുള്ള അവിടുത്തെ താമസം എന്നെ അപകീർത്തിപ്പെടുത്താനുള്ള സാധ്യത അനതിവിദൂരമല്ല എന്ന് എനിക്ക് ബോദ്ധ്യമുണ്ടായിരുന്നു. സദാചാരമൂല്യങ്ങൾക്ക് ഇന്നത്തേക്കാൾ വില കൽപ്പിക്കുന്ന സാമൂഹികജീവിതമായിരുന്നു ഒട്ടുമുക്കാലും മാതാപിതാക്കളിൽ നിന്ന് അന്നത്തെ യുവതലമുറയ്ക്ക് ലഭിച്ചുകൊണ്ടിരുന്നത്. വിദ്യാർത്ഥികളായ ആണും പെണ്ണും പരസ്പരം തോളിൽ കൈയിട്ടും കെട്ടിപ്പുണർന്നും പൊതുവഴികളിലൂടെ കൂസലെന്യേ സഞ്ചരിക്കുന്ന ഇന്നത്തെ സംസ്ക്കാരം അന്ന് സ്വപ്നത്തിൽ മാത്രം.

സ്കൂളുകളിൽ പോലും അന്ന് ആൺകുട്ടികളും പെൺകുട്ടികളും പരസ്പരം മുഖത്തോടു മുഖം നോക്കി സംസാരിക്കുക എന്നത് കാഴ്ചയേയല്ല. കൂടെപ്പിറന്ന സഹോദരിയാണെങ്കിൽപ്പോലും ഒപ്പം നടക്കാൻ ഒരു സഹോദരനും അനുവദിക്കില്ല. പെൺകുട്ടി പെൺകുട്ടികളുടെ കൂട്ടത്തിൽ. ആൺകുട്ടികൾക്ക് ആൺകുട്ടികൾ മാത്രം കൂട്ട്. ഏതെങ്കിലും പെൺകുട്ടി, ഒരു ആൺകുട്ടിക്കൊപ്പം നടക്കുന്നത് മറ്റാരുടെയെങ്കിലും കണ്ണിൽപ്പെട്ടാൽ ഇരുപത്തിനാലു മണിക്കൂറിനകം ആ ആൺകുട്ടിയും പെൺകുട്ടിയും സ്കൂൾ ഹെഡ്മാസ്റ്ററുടെ രൂക്ഷവിചാരണ നേരിടേണ്ടിവരും. വിചാരണയ്ക്ക് ശേഷം ശിക്ഷയും ഉണ്ടാവും. ആൺ-പെൺ വേതിരിവില്ലാതെയാണു ശിക്ഷ. അത് ചൂരൽ പ്രഹരമാകാം. കാതുകളിലും കക്ഷത്തിലും ചന്തിയിലും മിനിട്ടുകൾ നീണ്ടുനിൽക്കുന്ന കിഴുക്കുകൾ ആകാം. ഇനി മേലാൽ ഞാൻ ഒരു പെൺകുട്ടി/ ആൺകുട്ടിയുമായി ഒന്നിച്ചു നടക്കുകയില്ല സത്യം എന്ന് നൂറു മുതൽ ആയിരം

തവണ വരെ ഇമ്പോസിഷൻ ആകാം, അല്ലെങ്കിൽ 'ഏത്തമിടൽ' ആകാം.

അങ്ങനെയൊരു സന്ദർഭത്തിൽ ചൂരൽ പ്രഹരം പ്രതിരോധിക്കാൻ നോട്ടുബുക്കിന്റെ പുറന്താൾ വലിച്ചുകീറി ട്രൗസറിനുള്ളിൽ ഒളിപ്പിച്ച ഒരു കുറ്റവാളിയെ നിക്കർ അഴിപ്പിച്ച് അരയ്ക്കു താഴെ നഗ്നനാക്കി നിർത്തി രണ്ടു ചന്തികളിലും വീഴത്തക്കവിധം ചൂരലിന് അഞ്ചടി നൽകിയ ഒരു അദ്ധ്യാപകന്റെ ശൂരത്വം ഞാൻ കേട്ടറിഞ്ഞിട്ടുണ്ട്.

ഇന്നത്തെ വിദ്യാർത്ഥികളിൽ അത്തരത്തിലുള്ള ശിക്ഷണനടപടികൾ നടത്തിയാൽ അനന്തരഫലം എന്താവുമെന്ന് ഊഹിക്കാവുന്നതേയുള്ളൂ. സമത്വനീതിയും സമത്വ പരിഗണനയും നിലവിൽ വന്നതോടെ ആണും പെണ്ണും പേരിന്റെ ആൽഫബെറ്റിക്കൽ ഓർഡറിൽ ഒന്നിച്ച് ഒരേ ബെഞ്ചിലിരുന്ന് അദ്ധ്യയനം നടത്തുന്ന കാലമായി ഇത്.

സ്കൂളിൽ നിന്നും താമസ സ്ഥലത്തേക്കുള്ള എന്റെ നടപ്പിനിടയിൽ ഞാനൊരു കാഴ്ച കണ്ടു. എനിക്ക് അമ്പത് അറുപത് അടിമുമ്പിലായി മുട്ടറ്റം ഇറക്കമുള്ള കാക്കിനിക്കറും മീതേ കറുപ്പുനിറമുള്ള വൂളൻ സ്വെറ്ററും തലയിൽ മങ്കി ക്യാപ്പും ധരിച്ച ഒരാൾ വഴിയരികിൽ നിന്ന് വനത്തിനുള്ളിലേക്ക് ഒരൊറ്റക്കുഴൽ തോക്ക് ചൂണ്ടി ഉന്നം പിടിക്കുന്നു. ഞാൻ നടന്ന് അടുത്തെത്തുമെന്നായപ്പോൾ അയാൾ വലതു കൈ ഉയർത്തി 'ഇനി മുമ്പോട്ടു വരരുതെന്ന' അർത്ഥത്തിൽ എന്നെ തടഞ്ഞു.

വനത്തിൽ എന്തിനെയോ വേട്ടയാടാൻ തയ്യാറെടുക്കുകയാണ് ആ ആളെന്നു മനസ്സിലാക്കിയ ഞാൻ നടപ്പു നിർത്തി വഴിയിൽ നിന്നു. എന്റെ ശല്യം ഉണ്ടാവില്ലെന്നുറപ്പായതോടെ അയാളുടെ തോക്കിൽ നിന്ന് വെടി പൊട്ടി. വെടിയുണ്ട പാഴായതല്ലാതെ മറ്റു നേട്ടമൊന്നും ഉണ്ടായിട്ടില്ലെന്ന് ആ വേട്ടക്കാരന്റെ അനന്തര പ്രതികരണത്തിൽ നിന്നും ഊഹിച്ചു ഞാൻ നടപ്പു തുടർന്നു.

പെട്ടെന്ന് ആ വേട്ടക്കാരൻ തോക്ക് എന്റെ നേർക്ക് ചൂണ്ടി ഉന്നം പിടിച്ചു. ഞാനൊന്നു പതറി. മുമ്പോട്ടുള്ള നടപ്പുനിർത്തി ഞാൻ നിശ്ചലനായി. മനോദൗർബല്യമുള്ള ആരോ ആണ് ആ തോക്കുധാരിയെന്ന് ഞാൻ ആദ്യം കരുതിയെങ്കിലും അടുത്ത നിമിഷം എന്നിൽ ബോധോദയമുണ്ടായി.

അതൊരു നക്സലൈറ്റ് ആണ്.

നാട്ടിലെമ്പാടും നക്സൽ ഭീഷണി നിലനിന്നിരുന്ന കാലമായിരുന്നു അത്. നേർക്കുനേരേ കണ്ടാൽ നക്സലൈറ്റുകൾ ഉടനേ വെടിവെയ്ക്കും എന്നതായിരുന്നു അന്ന് മുഴുവൻ ജനത്തിന്റേയും ചിന്ത. അദ്ധ്യാപകനായിട്ടുപോലും ഞാനും അങ്ങനെ തന്നെ ചിന്തിച്ചു.

'എന്നെ വെടിവെക്കരുതേ' എന്ന യാചനാഭാവത്തിൽ ഞാനയാൾക്ക് മുമ്പിൽ കൈകൾ കൂപ്പി നിശ്ചലനായി നിന്നു.

അപ്പോൾ ആ തോക്കുധാരിയിൽ നിന്നും അട്ടഹസിക്കുംപോലെ ഒരു പൊട്ടിച്ചിരിയുണ്ടായി. ആ പൊട്ടിച്ചിരിക്കൊടുവിൽ ഇങ്ങനെയൊരു ആക്ഷേപവും.

''എന്റെ അലക്സ് സാറേ, ഇങ്ങനെ പേടിച്ചാലോ?''

ശബ്ദം കേട്ടതും എനിക്ക് ആളെ മനസ്സിലായി.

പള്ളിയിലെ വികാരിയച്ചനാണ്.

ജാള്യത്തിൽ കൈകൾ താഴ്ത്തി ഞാൻ അച്ചന്റെ അടുത്തേക്ക് നടന്നെത്തി.

''ഒരു വെടി പൊട്ടിക്കഴിഞ്ഞാൽ ഈ ഒറ്റക്കുഴൽ തോക്കിൽ നിന്നും ഉടനേ രണ്ടാമതൊരു വെടി പൊട്ടുകേലെന്ന് സാറിന് അറിയാൻ മേലേ?''

മുഖം മുക്കാലും മറച്ചിരുന്ന മങ്കി ക്യാപ്പ് വലിച്ചുയർത്തി അച്ചൻ എന്നെ നോക്കി ചിരിച്ചു.

അപ്പോഴാണ് എനിക്കും ആ ചിന്തയുണ്ടായത്.

ഒറ്റക്കുഴൽ തോക്കിൽ ഓരോ വെടിക്കുശേഷവും വെടിമരുന്നും ചകിരിയും ഉണ്ടയും ഇട്ടു നിറച്ചാലല്ലാതെ അടുത്ത വെടി പൊട്ടിക്കാൻ പറ്റില്ല.

ചമ്മൽ മറച്ച് ഞാൻ അച്ചനോട് സത്യം പറഞ്ഞു.

''അച്ചനാണെന്ന് മനസ്സിലായില്ലല്ലോ എനിക്ക്... നക്സലൈറ്റാണെന്നാ ഞാൻ കരുതിയത്. പെട്ടെന്ന് നെഞ്ചിനു നേർക്കു തോക്കു കുഴൽ തിരിയുമ്പോൾ നിറയില്ലാത്ത തോക്കാണെന്ന് ചിന്തിക്കാൻ എവിടെയാ അച്ചാ നേരം?''

''അലക്സ് സാർ വല്ലാതെ പേടിച്ചുപോയി അല്ലേ..?''

തോക്കു താഴ്ത്തിപ്പിടിച്ച് അച്ചനെന്നെ കെട്ടിപ്പിടിച്ചു.

ഞാനൊരു പേടിത്തൊണ്ടനാണെന്ന് അച്ചൻ തെറ്റിദ്ധരിക്കരുതെന്ന ചിന്ത അപ്പോഴുണ്ടായി. ഏഴടി ഉയരക്കാരനായ വല്യപ്പച്ചന്റെ കൊച്ചു മോനായി പാലാക്കാരനായ കോട്ടയംകാരനായ എനിക്ക് പേടിയോ?''

അച്ചനോട് തെല്ല് അഹങ്കാരത്തോടെ ഞാൻ പറഞ്ഞു.

''അച്ചോ... ഞാനൊരു കോട്ടയംകാരനാ... ശരിക്കും പറഞ്ഞാൽ പാലാക്കാരൻ...''

തിരുവഞ്ചൂർ എന്ന സ്ഥലപ്പേര് അന്ന് അത്ര പ്രസിദ്ധമല്ലാത്തതിനാൽ ഞാൻ ആ സ്വന്തസ്ഥലം പറഞ്ഞില്ല.

കോട്ടയംകാരനായ ഒട്ടേറെപ്പേർ അക്കാലത്ത് ഹൈറേഞ്ചിലും മലബാറിലും വയനാട്ടിലുമൊക്കെ കാടും മലയും വെട്ടിനിരത്തി വെളുപ്പിച്ച് ശൂരവീരപരാക്രമികൾ എന്ന ഓമനപ്പദവി നേടി നാട്ടുപ്രമാണിമാരായി കഴിഞ്ഞിരുന്നു.

''അപ്പോൾ അലക്സ് സാർ ഒരു ധൈര്യശാലിയാണല്ലേ..?''

''തീർച്ചയായും...'' അച്ചന് മുമ്പിൽ ഞാൻ നെഞ്ചു വിരിച്ചു.

അച്ചനെന്റെ മുഖത്തേക്ക് സാകൂതം നോക്കി. എന്റെ ആത്മാവിന്റെ അന്തരാളം വരെ ആ ദൃഷ്ടി കിരണങ്ങൾ ചുഴിഞ്ഞിറങ്ങുന്നുവോ എന്ന് ഞാൻ സംശയിച്ചു.

എന്റെ സംശയം ശരിവയ്ക്കുന്നതായിരുന്നു അച്ചന്റെ അടുത്ത ചോദ്യം.

''എന്തു ധൈര്യശാലിയാണെങ്കിലും അലക്സ് സാറിന്റെ അന്തരാത്മാവിൽ ഏതോ ഒരു ഭയത്തിന്റെ അലയടികൾ ഉണ്ടല്ലോ... ആ അലയടികൾ മുഖത്ത് വ്യക്തമായി കാണാം.''

''ഓ... അത്..''

തെല്ലൊരു പതർച്ചയോടെ ഞാൻ മറുപടി പറഞ്ഞു.

''ഇപ്പോഴത്തെ താമസം അത്ര പന്തിയാകുന്നില്ലച്ചോ.. അവിടുന്നൊന്നു മാറണം... നേരത്തെ സ്കൂളിലായിരുന്നു താമസം.. ചോരകുടിയൻ അട്ടകളുടെ ഉപദ്രവം കാരണമാ അവിടുന്നു മാറിയത്.. വീണ്ടും അങ്ങോട്ടു തന്നെ വന്നേ പറ്റൂ... അതോർക്കുമ്പോൾ മനസ്സിനൊരു സംഭ്രമം...''

‘‘ഇപ്പോൾ താമസിക്കുന്നിടത്തെന്നാ കുഴപ്പം?’’

അച്ചന്റെ ചോദ്യത്തിന് സത്യം തുറന്നുപറയാതിരിക്കാനായില്ല എനിക്ക്.

‘‘പ്രായപൂർത്തിയായ ഒരു പെൺകുട്ടിയുള്ള വീടാ അച്ചോ അത്... ഞാനാണെങ്കിൽ അവിവാഹിതനും. അതറിയാവുന്ന ഇവിടുത്തുകാര് എന്തെങ്കിലുമൊക്കെ അപഖ്യാതി പറഞ്ഞുണ്ടാക്കുമോയെന്ന പേടിയാണച്ചോ.. ഞാനൊരദ്ധ്യാപകനായ സ്ഥിതിക്ക് അങ്ങനെയൊരപഖ്യാതി ഉണ്ടാക്കാനിടയാക്കരുതല്ലോ..’’

‘‘അത്രേയുള്ളോ കാര്യം..?’’ അച്ചനു ചിരി വന്നു പോയി.

ആ ചിരിയുടെ അവസാനം അച്ചനറിയിച്ചു.

‘‘അലക്സ് സാർ ഒട്ടും വിഷമിക്കേണ്ട... പള്ളിമേടയിൽ ഞാൻ ഒറ്റയ്ക്കാ താമസം.. കുശിനിക്കാരനുണ്ടെങ്കിലും പുള്ളി രാവിലെ വന്ന് ഉച്ചകഴിഞ്ഞ് സ്വന്തം കുടുംബത്തിലേക്ക് തിരിച്ചു പോകുന്ന ആളാ.. അലക്സ് സാറിനെപ്പോലെ ഒരു ധൈര്യശാലി കൂട്ടിനുള്ളത് എനിക്കും സന്തോഷമാ...’’

രോഗി ഇച്ഛിച്ചതും വൈദ്യൻ കൽപിച്ചതും പാലെന്നമട്ടിൽ ആ അറിയിപ്പു കേട്ടപ്പോൾ നിൽക്കുന്ന നിലയിൽ ഒന്നു തുള്ളിച്ചാടിയാലോ എന്നു തോന്നിപ്പോയി എനിക്ക്.

ഉള്ളിൽ തികട്ടി വന്ന സന്തോഷം മറച്ച് ഞാൻ മുഖം ചുളിച്ചു.

‘‘അച്ചന് അതൊരു അസൗകര്യമാകില്ലേ?’’

‘‘എന്ത് അസൗകര്യം..? നാലഞ്ചു മുറികളുണ്ട് പള്ളിമേടയ്ക്ക്.. അതിലൊരു മുറി പോരേ അലക്സ് സാറിന്.. പിന്നെ ഭക്ഷണത്തിന്റെ കാര്യം... പള്ളിക്കാര് ശമ്പളം കൊടുത്തു നിർത്തിയിരിക്കുന്ന കുശിനിക്കാരനുണ്ട്... ഒരാൾക്ക് വയ്ക്കുന്നതും രണ്ടുപേർക്കു വയ്ക്കുന്നതും തമ്മിൽ ചെലവിന്റെ കാര്യത്തിൽ വല്യ വ്യത്യാസമൊന്നും വരികേല... ഭക്ഷണച്ചെലവിനെക്കുറിച്ച് അലക്സ് സാർ വ്യാകുലപ്പെടുകയേ വേണ്ട...’’

അർത്ഥശങ്കയ്ക്കിടയില്ലാത്ത വിധം അച്ചൻ കാര്യം വ്യക്തമാക്കി.

പിറ്റേന്നു രാവിലെ തന്നെ അച്ചന്റെ സഹവാസിയായി പള്ളിമേടയിലെത്താമെന്നുറപ്പു പറഞ്ഞ് ഞങ്ങൾ പിരിഞ്ഞു.

വീട്ടിലെത്തിയതും ഗൃഹനാഥനെ ഞാൻ വിവരമറിയിച്ചു.

''ഇടവകപ്പള്ളിയിലെ വികാരിയച്ചന് ഞാൻ കൂടെ താമസിക്കണമെന്ന് ഒരേ നിർബന്ധം. നാളെ രാവിലെ തന്നെ അങ്ങോട്ടു താമസം മാറ്റാൻ പറഞ്ഞിരിക്കുകയാ അച്ചൻ. ഈ മലങ്കാട്ടിലെ പള്ളിമേടയിൽ ഒറ്റയ്ക്കുള്ള താമസം അച്ചനു മടുത്തെന്ന്..''

''അച്ചനങ്ങനെ നിർബന്ധിച്ചാൽ സാറിനെ ഞാനെങ്ങനെയാ തടയുക.. സാറിന്റെ ഇഷ്ടം പോലെ...''

അതായിരുന്നു ആ നല്ല മനുഷ്യന്റെ പ്രതികരണം.

അടുത്ത പ്രഭാതത്തിൽ തന്നെ ഞാൻ പള്ളിമേടയിൽ അച്ചന്റെ കൂട്ടാളിയായി താമസം തുടങ്ങി. ആ വിവരമറിഞ്ഞ കുശിനിക്കാരനും വലിയ സന്തോഷം. മക്കളും കൊച്ചുമക്കളുമൊക്കെയായി മനസ്സമാധാനത്തോടെ സ്വന്തം വീട്ടിൽ അന്തിയുറങ്ങാമല്ലോ.

പള്ളിമേടയിൽ അച്ചനോടൊപ്പമുള്ള താമസം എനിക്കും ഏറെ ആഹ്ലാദമായി.

ആഴ്ചയിൽ ഒന്നും രണ്ടും ദിവസങ്ങളിൽ അടുത്തുള്ള വനത്തിൽ വേട്ടയ്ക്കു പോകുന്നത് അച്ചന്റെ ഇഷ്ടവിനോദമായിരുന്നു. കാട്ടുമുയലുകളും മലയണ്ണാൻമാരുമായിരുന്നു പ്രധാന ഇരകൾ.

വൈകുന്നേരം അഞ്ചുമണിക്കും ആറുമണിക്കുമിടയിൽ ഒറ്റക്കുഴൽ നാടൻ തോക്കുനിറച്ച് കൈയിലെ സഞ്ചിയിൽ കുടിക്കാനുള്ള വെള്ളം നിറച്ച കുപ്പിയും അഞ്ചു സെല്ലിന്റെ ബാറ്ററിയുള്ള നീളൻ ടോർച്ചും മൂന്നു വെടിക്കുള്ള മരുന്നും ഉണ്ടകളും കരുതി അച്ചൻ വേട്ടയ്ക്കു പോകാൻ തയ്യാറാകും.

കൂട്ടിന് എന്നെയും ക്ഷണിക്കും. കോട്ടയംകാരനായ ധൈര്യശാലിക്കു അച്ചന്റെ ക്ഷണം സ്വീകരിക്കാതിരിക്കാനാവില്ലല്ലോ. അത്ര സന്തോഷത്തോടെയല്ലെങ്കിലും ഞാൻ അച്ചന്റെ കൂടെ പോകും.

അന്ന് കാട്ടുമൃഗങ്ങളെ വേട്ടയാടുന്നതിന് ശക്തമായ നിയന്ത്രങ്ങളൊന്നുമുണ്ടായിരുന്നില്ല. വന്യജീവി സംരക്ഷണനിയമം കർക്കശമായി പ്രാബല്യത്തിലായിട്ടില്ലെന്നാണ് എന്റെ ഓർമ്മ. അന്ന് ഹൈറേഞ്ച് മേഖലയിലുള്ള മിക്കവരുടേയും പക്കൽ ഒറ്റക്കുഴൽ നാടൻ തോക്കുണ്ടാകും. തോക്കുകൾക്ക് ലൈസൻസ് എടുത്തിരിക്കണമെന്ന നിബന്ധനയുണ്ടായിരുന്നെങ്കിലും അച്ചനെപ്പോലെ വിരലിലെണ്ണാവുന്നവരേ അന്ന് ആ നിബന്ധന പാലിച്ചിരുന്നുള്ളൂ.

ആയിടയ്ക്ക് കോട്ടയത്തു നിന്നും പ്രസിദ്ധീകരിച്ചുകൊണ്ടിരുന്ന മനോരാജ്യം വാരികയിൽ കോട്ടയം സണ്ണി എന്നൊരാൾ നായാട്ടുകഥകൾ എഴുതുന്നുണ്ടായിരുന്നു. കുളത്തൂപ്പുഴ വനത്തിലും മറ്റും അദ്ദേഹം നടത്തിയ സാഹസിക വേട്ടകളുടെ കഥകൾ അച്ചനെ ഏറെ ആവേശഭരിതനാക്കിയിരുന്നു. പുലികളും കടുവകളും പെരുമ്പാമ്പുകളുമൊക്കെ തോക്കിനിരയായ കഥകൾ മനോരാജ്യത്തിലൂടെ വായിച്ച് ആവേശം കൊണ്ട അച്ചൻ, അതുപോലൊരു നായാട്ടു സ്മരണകൾ എഴുതണമെന്നും ചിന്തിച്ചിരുന്നു. എന്നാൽ ഭൂതത്താൻകെട്ട് അണക്കെട്ടിന്റെ ക്യാച്ച്മെന്റ് ഏരിയയായിരുന്ന ആ വനപ്രദേശത്ത് കാട്ടുപന്നികളേയും കുറുക്കന്മാരേയും അല്ലാതെ കടുവയും പുലിയുംപോലെയുള്ള ഭീകര വന്യജീവികളെ ഒരിക്കൽ പോലും കണ്ടെത്താൻ ഞങ്ങൾക്കു കഴിഞ്ഞിട്ടില്ല. ഒരുപക്ഷെ എന്റെ പ്രാർത്ഥനയുടെ ഫലമാവാം. അച്ചനോടൊപ്പം എപ്പോൾ വേട്ടയാടാനിറങ്ങുമ്പോഴും അങ്ങനെയുള്ള വന്യമൃഗങ്ങൾ മുമ്പിൽ വന്നുപെടാനിടയാകരുതേ എന്ന് അറിയാവുന്ന പുണ്യാളന്മാരെ മുഴുവൻ വിളിച്ച് പ്രാർത്ഥിച്ചുകൊണ്ടായിരുന്നു ഞാൻ അച്ചനെ അനുധാവനം ചെയ്തിരുന്നത്.

വൈകുന്നേരം ആറു മണിക്ക് മുമ്പ് വനത്തിലേക്കു കയറുന്ന ഞങ്ങൾ മിക്കപ്പോഴും രാത്രി പതിനൊന്നു മണിയോടെയാവും തിരികെ പള്ളിമേടയിലെത്തുക. വേട്ടയേക്കാൾ കാടുചുറ്റി നടക്കുക എന്ന സാഹസികതയാണ് അച്ചനു താല്പര്യമെന്ന് എനിക്കു തോന്നിയിട്ടുണ്ട്. വല്ലപ്പോഴും തോക്കിനു മുമ്പിൽ കാട്ടുപന്നികൾ വന്നു പെടുമായിരുന്നെങ്കിലും അവയ്ക്കുനേരെ അച്ചൻ വെടിയുതിർക്കുമായിരുന്നില്ല. അതിനുള്ള കാരണങ്ങൾ രണ്ടാണ്. നാടൻ തോക്കിൽ നിന്നുള്ള വെടിയേറ്റാൽ അത് കൃത്യം തലമണ്ടയിൽ തന്നെയായാലും അക്ഷണം കാട്ടുപന്നികൾ അവിടെ ചത്തുവീഴില്ല. വെടിയേറ്റ് തല ചിതറിയാൽ പോലും കാട്ടുപന്നികൾ കുതിച്ചുപായും. എന്തൊക്കെ തടസ്സങ്ങളിൽ തട്ടിയാലും കുറഞ്ഞത് ഇരുന്നൂറടിയെങ്കിലും മരണപ്പാച്ചിൽ നടത്തിയേ അവ ചത്തുവീഴൂ. ചിലവ രണ്ടുകിലോമീറ്റർ ഓടി ചത്തുവീണ കഥ വരെ കേട്ടിട്ടുണ്ട്. രാത്രി അവയെ പിന്തുടർന്നു കണ്ടെത്തുക ദുഷ്കരമാണ്. പാറക്കെട്ടുകൾക്കിടയിലും മുൾപ്പടർപ്പുകൾക്കിടയ്ക്കുമൊക്കെ കയറിയിറങ്ങി മുപ്പതും നാൽപ്പതും കിലോ ഭാരമുള്ള അവയെ കണ്ടെത്തിയാലും ചുമന്ന് കാടിനു പുറത്തെത്തിക്കുക അതിലേറെ ദുഷ്ക്കരം.

രണ്ടാമത്തെ കാരണം കാട്ടുപന്നികളുടെ ഇറച്ചി അച്ചന് ഒട്ടും ഇഷ്ടമായിരുന്നില്ല. ഇടവകക്കാരോ സ്ഥലവാസികളോ പടക്കം വച്ചോ വെടിവെച്ചോ കാട്ടുപന്നികളെ പിടിച്ചാൽ ഒരു വീതം പലപ്പോഴും അച്ചനു സമ്മാനിക്കും. അങ്ങനെ കിട്ടുന്ന ഇറച്ചി കുശിനിക്കാരന്റെ കുടുംബത്തേക്ക് കൊടുത്തുവിടുമെന്നല്ലാതെ കറിവെച്ചു കൊണ്ടുവ

ന്നാൽപ്പോലും അച്ചനതു തൊട്ടുനോക്കുക പോലും ചെയ്യില്ലായിരുന്നു. കൂട്ടാളിയായി ഞാൻ കൂടെ കൂടിയതോടെ കറിവെച്ച കാട്ടുപന്നിയിറച്ചി പള്ളിമേടയിലേക്ക് കൊണ്ടുവരാൻ കുശിനിക്കാരന് സന്തോഷമായി. എനിക്കായി മാത്രം പലപ്പോഴും അങ്ങനെ പള്ളിമേടയിലേക്ക് കറി വെച്ച കാട്ടുപന്നിയിറച്ചി നാവിൽ വെള്ളം നിറയ്ക്കുന്ന രുചിയോടെ കടന്നുവന്നു. പള്ളിമേടയിൽ കാട്ടുപന്നിയിറച്ചി എത്തുന്നതിന്റെ അടുത്ത ദിവസം കുട്ടമ്പുഴ ഗവ. സ്കൂളിലെ അദ്ധ്യാപകൻ പി.കെ. അലക്സാണ്ടറിന്റെ രണ്ടുദിവസത്തെ അവധിയപേക്ഷ ഹെഡ്മാസ്റ്ററുടെ മുമ്പിലെത്തി. കാട്ടിറച്ചി തിരുവഞ്ചൂരിലെ എന്റെ കുടുംബാംഗങ്ങൾക്കേവർക്കും ഏറെ ഇഷ്ടമായിരുന്നു എന്നതായിരുന്നു കാരണം.

ഒരിക്കൽ എന്റെ നേരേ മൂത്ത സഹോദരി വെട്ടിത്തുറന്ന് എന്നോട് പറഞ്ഞു.

''വല്ല കാട്ടിറച്ചീം കൈയിൽ കിട്ടുമ്പോൾ മാത്രം നീയിങ്ങോട്ടു വന്നാൽ മതി.''

അതോടെ കുട്ടമ്പുഴയിൽ നിന്നും അവധിക്ക് വരുമ്പോൾ ഏതുവിധമെങ്കിലും കാട്ടുപന്നിയുടേയോ കാട്ടുപോത്തിന്റേയോ കേഴയുടേയോ ഇറച്ചി സംഘടിപ്പിക്കുകയെന്നതും എന്റെ ദൗത്യമായി. ആ ലക്ഷ്യത്തോടെ കുശിനിക്കാരൻ അച്ചായനോട് ഞാൻ ഏറെ വിധേയത്വവും പ്രകടിപ്പിച്ചു. കുശിനിക്കാരൻ അച്ചായൻ ഇടവകക്കാരായ വെടിവീരന്മാരിൽ നിന്ന് എനിക്ക് സംഘടിപ്പിച്ചു തരുന്ന കാട്ടിറച്ചിക്കുപകരമായി വീട്ടിലെത്തി മടങ്ങുമ്പോൾ വീര്യം കൂടിയ പനങ്കള്ളിന്റെ കുപ്പികൾ ഞാൻ കൈയിൽ കരുതി.

5.ഭൂതത്താൻകെട്ടിലെ നീരാളിക്കയങ്ങൾ

പള്ളിമേടയിൽ അച്ചനൊപ്പം താമസം. വൈകുന്നേരങ്ങളിൽ പള്ളിമേടയിൽ നിന്നും അധികം അകലെയല്ലാതെയുള്ള ഭൂതത്താൻകെട്ട് ആറ്റിൽ വിസ്തരിച്ച് നീന്തിക്കുളി.

അണക്കെട്ടിന്റ റിസർവോയറിന്റെ ഭാഗമായിരുന്നു ഭൂതത്താൻകെട്ട് ആറ്. ആ ആറിന്റെ അടിത്തട്ടിൽ അങ്ങിങ്ങ് ആഴക്കയങ്ങളുണ്ട്. ആ ആഴക്കയങ്ങളിൽ ആറടിയിലേറെ കൈനീളം വരുന്ന നീരാളികൾ ഉള്ളതായി തദ്ദേശവാസികൾ പറഞ്ഞുകേട്ടിട്ടുണ്ട്. ഒരിക്കലും കയങ്ങളുടെ അടിത്തട്ടിൽ നിന്നും ഉയർന്നുവരാത്ത അവ മനുഷ്യർക്ക് ഭീഷണിയായിരുന്നില്ല. എന്നാൽ ഏതെങ്കിലും വിധത്തിൽ കയങ്ങളുടെ അടിയിൽ അകപ്പെടുന്ന മനുഷ്യർക്ക് പിന്നീട് ജീവനോടെ തിരിച്ചുവരവിന് വിധിയില്ലെന്നതാണ് സത്യം.

കയങ്ങളിൽ മുങ്ങിത്താണുപോകുന്ന മനുഷ്യരേയും മൃഗങ്ങളേയും നീരാളികൾ പിടുത്തമിടും. നീളമുള്ള കൈകളാൽ ചുറ്റിവരിയപ്പെടുന്ന 'ഇര' ഒരിക്കലും അവയുടെ പിടിയിൽ നിന്ന് രക്ഷപ്പെടില്ല. നീരാളിപ്പിടുത്തം എന്ന ശൈലി തന്നെ അതിന്റെ പ്രത്യക്ഷ തെളിവാണ്. ബലമേറിയ എട്ടുകൈകളുണ്ട് നീരാളികൾക്ക്. മുമ്പിലേക്ക് രണ്ടും പിറകിലേക്ക് ആറും. ആ കൈകളിൽ ഒട്ടേറെ സക്കറുകൾ. അകപ്പെടുന്ന ഇരകളുടെ രക്തം വലിച്ചൂറ്റാൻ കഴിവുള്ളതാണ് ആ സക്കറുകൾ. ഒരേപോലെ എട്ടുകൈകൾ കൊണ്ടും വരിഞ്ഞു മുറുക്കപ്പെടുന്ന ഇരകൾ ശരീരത്തിലെ രക്തം മുഴുവൻ നഷ്ടപ്പെട്ടാവും മൃതിപ്പെടുക. അങ്ങനെ നീരാളിപ്പിടിയിൽ നിന്ന് പൊന്തിവരാനാവാതെ അഞ്ചോളം ആളുകളുടെ ജീവനറ്റ ദേഹം ഭൂതത്താൻകെട്ട് ആറ്റിലും റിസർവോയറിലുമായി പാറക്കെട്ടുകൾക്കിടയിൽ കുടുങ്ങിപ്പോയിട്ടുണ്ടെന്ന അറിവ് തദ്ദേശവാസികളിൽ നിന്നും എന്റെ ചെവിയിലെത്തിയിട്ടുണ്ട്.

അച്ചനും ഞാനും കുളിക്കാനെത്തിയിരുന്ന 'കടവ്' ആറിന്റെ അധികം ആഴമില്ലാത്ത കരയോടടുത്ത ഭാഗമായിരുന്നു. അച്ഛസ്ഫടികതയുള്ള ആ തെളിനീറ്റിലെ മുങ്ങിക്കുളി ശരീരത്തിനും മനസ്സിനും ഒരേപോലെ ഉന്മേഷദായകമായിരുന്നുവെന്ന് പ്രത്യേകം എടുത്തുപറയേണ്ടതില്ലല്ലോ.

പിന്നെ ഒരു പ്രശ്നമുള്ളത്, ചിലപ്പോഴൊക്കെ ആറ്റോരത്തെ വൃക്ഷക്കൂട്ടങ്ങളിൽ തുള്ളിക്കളിച്ചും ചാടിമറിഞ്ഞും നടക്കുന്ന കുരങ്ങുകളുടെ കൂട്ടങ്ങളാണ്. കുളിക്കാൻ ആറ്റിലെത്തുന്നവർ അഴിച്ചുവെയ്ക്കുന്ന വസ്ത്രങ്ങൾ വാരിയെടുത്ത് മരച്ചില്ലകളിലേക്കോടിക്കയറുന്ന ചില

കുട്ടിക്കുറുമ്പന്മാർ ആ വാനരക്കൂട്ടത്തിലുണ്ട്. അവയുടെ പക്കൽ നിന്ന് ആ വസ്ത്രങ്ങൾ തിരികെക്കിട്ടുക അപൂർവ്വമാണ്. കിട്ടിയാലും ഉപയോഗശൂന്യമായ നിലയിലേക്ക് ആ വസ്ത്രങ്ങൾ രൂപാന്തരപ്പെട്ടിരിക്കും.

കുളിക്കാനെത്തുമ്പോൾ സമീപത്തെങ്ങാനും കുരങ്ങന്മാരുടെ സാന്നിദ്ധ്യമുണ്ടെന്നറിഞ്ഞാൽ ഞങ്ങളൊരു കാര്യം ചെയ്യും. അഴിച്ചുവെച്ച വസ്ത്രങ്ങൾക്ക് ഒരാൾ കാവലിരിക്കും. മറ്റേയാൾ കുളിക്കും. ആളിന്റെ കാവലുണ്ടെന്നു കണ്ടാൽ കുരങ്ങന്മാർ അടുക്കില്ല. മരച്ചില്ലകളിലൂടെ ചാടിമറിഞ്ഞ് അവയങ്ങനെ അകന്നുപൊയ്ക്കൊള്ളും.

കുളിക്കാനിറങ്ങുമ്പോൾ ചിലപ്പോഴൊക്കെ അച്ചനൊരു പതിവുണ്ട്. തടാകം പോലെ വിസ്തൃതമായി പരന്നു കിടക്കുന്ന ആറിന്റെ നടുവിലേക്ക് നീന്തുക എന്നതാണത്. നൂറുനൂറ്റമ്പതു മീറ്ററോളം അച്ചനങ്ങനെ നീന്തും. ആ നീന്തലവസാനിക്കുന്നത് ആറിന്റെ ഏകദേശം മദ്ധ്യഭാഗത്തുള്ള ഒരു പാറപ്പരപ്പിലെത്തിയാണ്. അവിടെ അങ്ങനെയൊരു പാറപ്പരപ്പുള്ള വിവരം കരയിൽ നിന്നു നോക്കുമ്പോൾ അറിയാനൊക്കില്ല. മിക്കവാറും ആ പാറപ്പരപ്പിനു മുകളിൽ അഞ്ചടിയിലധികം വെള്ളം മൂടിയിട്ടുണ്ടാവും

അച്ചന് ആ പാറപ്പരപ്പിന്റെ സ്ഥാനം നല്ല തിട്ടമാണ്. നീന്തിത്തുടിച്ച് അച്ചൻ കൃത്യമായി ആ പാറപ്പരപ്പിലെത്തി കാലുറപ്പിക്കും. നെഞ്ചറ്റം വരെ വെള്ളത്തിൽ നിവർന്നു നിന്ന് അച്ചൻ വിജയാഹ്ലാദം മുഴക്കും. അവിടംവരെ നീന്തിച്ചെന്നതിന്റെ ക്ഷീണവും കിതപ്പും മാറുന്നതുവരെ വിശ്രമമെടുത്തിട്ടാണ് അച്ചൻ തിരിച്ചിങ്ങോട്ടു നീന്തുക. ഒരു ദിവസം അങ്ങനെ നീന്തി തിരിച്ചെത്തിയ അച്ചൻ എന്നോടു ചോദിച്ചു.

''അലക്സ് സാറിന് ആ പാറപ്പുറം വരെ നീന്താൻ പറ്റുമോ?''

''നീന്താനൊക്കെ പറ്റും. പക്ഷേ, തൽക്കാലം ഞാനതിനു തയ്യാറല്ല.''

''അതെന്താ പേടിയാണോ..?''

ഞാനൊരു പേടിത്തൊണ്ടനല്ലെന്ന് അച്ചന് മുമ്പിൽ വീമ്പിളക്കിയിരുന്ന കാര്യം പെട്ടെന്നെന്റെ ഓർമ്മയിൽ വന്നു. അതുകൊണ്ട് ഞാനെന്റെ മറുപടി ഇങ്ങനെയാക്കി.

''പേടിയുണ്ടായിട്ടൊന്നുമല്ലച്ചോ... പത്തുനൂറ്റമ്പതു മീറ്റർ നീന്തുകയെന്നത് ഒരു പാഴ് പണിയാ... ഒരു നേട്ടവുമില്ലാതെ വെറുതെ എന്തിനാ ആ പാഴ്പണി..?''

''നേട്ടമുണ്ടെങ്കിൽ അലക്സ് സാർ നീന്തുമോ?''

‘‘എന്തു നേട്ടം?’’

‘‘അലക്സ് സാർ ആ പാറപ്പരപ്പു വരെ നീന്തിച്ചെന്ന് തിരിച്ചു വരുമ്പോൾ ഞാനൊരു സമ്മാനം തരും... ഒരു ഫുൾ ബോട്ടിൽ ബ്രാണ്ടി...’’

യൗവ്വനത്തിളപ്പിന്റെ കാലമാണ്.. മദ്യത്തോട് പ്രത്യേകിച്ച് ‘ഹറാ’മില്ലാത്ത കാലം. എന്റെ മനസ്സൊന്നിളകി.

അച്ചൻ സമ്മാനം തരാമെന്നേറ്റിരിക്കുന്നത് ഒരു കുതിരപ്പവനല്ല, ഒരു ഫുൾബോട്ടിൽ ബ്രാണ്ടിയാണ്. കുതിരപ്പവനായിരുന്നു ഓഫറെങ്കിൽ അത് നിഷ്ക്കരുണം നിരസിക്കുമായിരുന്നു.

ഒരു ഫുൾ ബോട്ടിൽ ബ്രാണ്ടി നിഷ്ക്കരുണം നിരസിക്കാൻ അക്കാലത്ത് കേരളനാട്ടിൽ ജീവിക്കുന്ന ഒരു ചെറുപ്പക്കാരനും തയ്യാറാവില്ല.

അച്ചൻ സമ്മാനം പ്രഖ്യാപിച്ച ഒരു ഫുൾ ബോട്ടിൽ ബ്രാണ്ടിയിൽ ഞാനപ്പഴേ വീണു.

‘‘അച്ചൻ തമാശ പറയുകയല്ലല്ലോ..?’’

‘‘തമാശയല്ല... സത്യം.. ഒരു ഫുൾബോട്ടിൽ ഹണി ബീ ബ്രാൻഡി.’’

അച്ചൻ സത്യം ചെയ്യാൻവേണ്ടി വലതു കൈ നീട്ടി.

ഞാനും നീട്ടി. നീട്ടപ്പെട്ട എന്റെ വലതുകൈയിലടിച്ച് അച്ചൻ സത്യം ഒന്നുകൂടി ഉറപ്പിച്ചതോടെ മുമ്പിലെ വിശാലമായ ജലപ്പരപ്പ് പച്ചപ്പുല്ലു പടർന്ന ഓട്ടക്കളമായി മനസ്സിൽ തെളിഞ്ഞു.

അടുത്ത നിമിഷം ഞാൻ ആ ഓട്ടക്കളത്തിലേക്ക് ഊളിയിട്ടു. നൂറ്റമ്പതു മീറ്റർ അകലെയുള്ള പാറപ്പരപ്പ് ലക്ഷ്യമാക്കി ഞാൻ നീന്തലാരംഭിച്ചു.

കാഴ്ചക്കാരനായി കരയിൽ നിന്ന് അച്ചൻ കൈയടിച്ചു പ്രോത്സാഹിപ്പിച്ചതോടെ എന്റെ കാലുകൾക്കും കൈകൾക്കും മനസ്സിനും ആവേശം ഇരട്ടിയായി.

ഫുൾബോട്ടിൽ ഹണിബീ ബ്രാൻഡി.

അമേരിക്കയുടെ സ്വാതന്ത്ര്യപ്രതിമ കണക്കേ, അകലെ പാറപ്പരപ്പിലെ ജലകല്ലോലങ്ങൾക്കു മീതേ, അതങ്ങനെ ഉയർന്നു നിന്ന് എന്റെ നേർക്ക് മന്ദഹസിക്കുന്നു.

ജലോപരിതലത്തിന് നാലഞ്ചടി താഴെയുള്ള പാറപ്പരപ്പിൽ കാലുകളുറ പ്പിക്കാൻ ഞാൻ ആഞ്ഞു നീന്തി. നീന്തുന്നതിനിടയിൽ കാലു കൾകൊണ്ട് പാറപ്പരപ്പു പരതി.

എത്ര നീന്തിയിട്ടും എത്ര പരതിയിട്ടും എന്റെ കാലുകൾ ഒരു പാറപ്പര പ്പിലും ഉറച്ചില്ല.

കരയിൽ നിന്ന് അച്ചൻ 'വലത്തോട്ട് തിരി... ഇടത്തോട്ടു തിരി...' എന്നു നിർദ്ദേശിക്കുന്നത് കാതുകളിൽ വീഴുന്നുണ്ടെങ്കിലും എങ്ങോട്ടുതിരി ഞ്ഞിട്ടും എന്റെ കാലുകൾ പാറപ്പരപ്പിൽ തടഞ്ഞില്ല.

എനിക്കു കാലുകളും കൈകളും കുഴഞ്ഞു. പാറപ്പരപ്പിലെത്തി നീണ്ടൊരു വിശ്രമം ലഭിച്ചാലല്ലാതെ എന്റെ കാലുകൾക്കും കൈകൾക്കും തിരിച്ചു നീന്താനുള്ള ശക്തിയുണ്ടാവില്ലെന്നെനിക്കുറപ്പാ യി. നാലഞ്ചടിയോളം വെള്ളം മൂടിക്കിടക്കുന്ന പാറപ്പരപ്പ് ഒരു വിധ ത്തിലും എന്റെ കാലുകൾക്ക് കണ്ടെത്താനാവുന്നില്ലല്ലോ ദൈവമേ...!

പാറപ്പരപ്പു പരതുന്നതിനേക്കാൾ തിരിച്ചു നീന്തുന്നതാണ് അഭികാമ്യ മെന്നു കരുതി ഞാൻ തിരികെ നീന്തിത്തുടങ്ങി.

കരയിൽ നിന്ന് അച്ചനുറക്കെ വിളിച്ചു പറഞ്ഞു.

''അലക്സ് സാറേ.. അവിടെയെങ്ങും മുങ്ങിപ്പോകരുത്.. നീരാളിക ളുള്ള ഇടമാ... ജഡം പോലും മുങ്ങിയെടുക്കാനൊക്കില്ല..''

എന്നിൽ അവശേഷിക്കുന്ന ഊർജ്ജം ഒട്ടും ചോർന്നുപോകാതിരിക്കട്ടെ യെന്നു കരുതിയാവണം അങ്ങനെ വിളിച്ചുപറഞ്ഞ് അച്ചനെന്നെ ഉത്തേ ജിപ്പിച്ചത്.

മുങ്ങിത്താഴ്ന്ന് നീരാളിക്കൈകളിൽ അകപ്പെടാതെ എങ്ങനെയും കര യെത്താൻ ഞാനെന്റെ സർവ്വശക്തിയും പ്രയോഗിച്ച് നീന്തുകയാണ്.

ഒടുവിൽ എന്നിലെ സകല ശക്തിയും തീർന്നു.

കൈകളും കാലുകളും തളർന്നു.

ജലോപരിതലത്തിൽ നിന്നും ഞാൻ താഴേക്ക് താഴേക്ക് ആണ്ടുപോവു കയാണെന്ന് എനിക്കു ബോധ്യമായി.

ഒരു ഫുൾബോട്ടിൽ ബ്രാണ്ടി സമ്മാനം മോഹിച്ചഎനിക്ക് ഇതാ മരണ മെന്ന സമ്മാനം കൈകൾ നീട്ടികാത്തുനിൽക്കുന്നു.

ആ മരണത്തിന്റെ ദൂതന്മാർ വെള്ളത്തിന്റെ ആഴം മാത്രമല്ല, നീരാളിരാക്ഷസന്മാരുടെ നീണ്ട കൈകളായും മരണം സമ്മാനിക്കാൻ തയ്യാറായിക്കഴിഞ്ഞിരിക്കുന്നു.

എനിക്കു ബോധം മറഞ്ഞു.

എന്നാൽ ഞാൻ മരിച്ചില്ല. ശക്തമായ നീരാളിക്കൈകൾ എന്നെ പിടുത്തമിട്ട് എന്റെ രക്തം മുഴുവൻ ആവാഹിച്ചെടുത്തില്ല.

ബോധം തെളിയുമ്പോൾ ഞാനൊരു മുറിക്കുള്ളിലെ കട്ടിലിലാണ്.

എനിക്കു ചുറ്റും ആരൊക്കെയോ ആളുകൾ.

ആളുകൾക്കിടയിൽ രണ്ടുമൂന്നു കന്യാസ്ത്രീകളും.

സംഭവിച്ചെതെന്താണെന്ന് അച്ചനെനിക്കു വിശദീകരിച്ചു തന്നു.

എന്റെ നീന്തൽ സാഹസം കാണാൻ കരയിൽ അച്ചനോടൊപ്പം ആറേഴുദേശവാസികളും കൂടി.

പാറപ്പരപ്പിൽ കാലുറപ്പിക്കാനാവാതെ ഞാൻ തിരിച്ചു നീന്തിത്തുടങ്ങിയതും കരയെത്തുംമുമ്പേ ഞാൻ മുങ്ങിത്താഴുമെന്ന് അവരിലൊരാൾക്ക് വ്യക്തമായി ബോധ്യപ്പെട്ടു.

വെള്ളത്തിൽ നല്ല പരിചയശാലിയായിരുന്ന അയാൾ അപ്പോൾത്തന്നെ എന്റെ നേർക്ക് എടുത്തുചാടി നീന്താൻ തുടങ്ങി. ജലാശയത്തിന്റെ അടിത്തട്ടിൽ ഞാനെത്തുന്നതിന് മുമ്പേ അയാൾക്ക് എന്റെ തലമുടിയിൽ പിടുത്തം കിട്ടി. തലമുടിയിൽ പിടിച്ചു വലിച്ച് എന്നേയുംകൊണ്ട് നിന്തി അയാൾ കരപറ്റി.

വെള്ളം കുറേ കുടിച്ചുകഴിഞ്ഞിരുന്നു ഞാൻ.

എന്റെ വയർ മലപോലെ വീർത്തുനിന്നിരുന്നുപോലും.

കരയ്ക്കെത്തിയതും അവിടെ ഉണ്ടായിരുന്നവരിൽ ആരോ ഒരാൾ എന്നെ ഉയർത്തിയെടുത്ത് അയാളുടെ ചുമലിൽ എന്റെ വയർ അമരത്തക്കവിധം തൂക്കിയിട്ടു.

ആ കിടപ്പിൽ കുടിച്ചവെള്ളം മുഴുവൻ വായിലൂടെ പുറത്തുപോയി.

അതോടെ ശ്വാസോച്ഛ്വാസം സാദ്ധ്യമായി. എങ്കിലും മറഞ്ഞുപോയ ബോധം വീണ്ടുകിട്ടിയില്ല.

ആ നിലയിൽ എന്നെ മരണത്തിനു വിട്ടുകൊടുക്കരുതെന്ന വാശി യോടെ ആളുകൾ എന്നെയും കൊണ്ട് അടുത്തുള്ള കന്യാസ്ത്രീ മഠ ത്തിലേക്കോടി. കോൺഗ്രിഗേഷൻ സിസ്റ്റേഴ്സ് നടത്തുന്ന ആ മഠ ത്തിൽ അത്യാവശ്യം പ്രഥമശുശ്രൂഷ നൽകാനറിയാവുന്ന സിസ്റ്റേഴ്സും അടിയന്തരഘട്ടത്തിൽ ആവശ്യമായ മരുന്നുകളും ഉണ്ടാ യിരുന്നു. പഞ്ഞിയിൽ മുക്കി ഏതോ മരുന്നു എന്റെ മൂക്കിൽ മണപ്പി ച്ചതോടെ ഞാൻ അബോധാവസ്ഥയിൽ നിന്നുണർന്നു. നടക്കാനുള്ള കെല്പ് ശരീരത്തിനു നഷ്ടപ്പെട്ടു കഴിഞ്ഞിരുന്നതിനാൽ രണ്ടോ മൂന്നോ പേർ ചുമലിൽ താങ്ങിയാണ് എന്നെ വീണ്ടും പള്ളിമേടയിൽ എത്തിച്ചത്.

സംസാരിക്കാനുള്ള ശേഷി നാവിനുണ്ടായതും ഞാനാദ്യം സംസാരി ച്ചത് ''ഒരു കുപ്പി ബ്രാണ്ടി മോഹിച്ചാണ് ഞാനാറ്റിൽ നീന്താൻ ചാടിയ തെന്ന വിവരം ദൈവത്തെയോർത്ത് അച്ചനാരോടും പറയരുത്..'' എന്നായിരുന്നു.

അതിനുള്ള അച്ചന്റെ മറുപടി ഇങ്ങനെയായിരുന്നു.

''അത് പിന്നെ പ്രത്യേകം പറയണോ.. ഒരു വൈദികനായ ഞാൻ ബ്രാണ്ടി മോഹിപ്പിച്ച് സാറിനെ ആറ്റിൽച്ചാടിച്ചെന്ന് മനുഷ്യരോട് പറ യാൻ കൊള്ളാവുന്ന കാര്യമാണോ?''

എന്തായാലും മരണവക്ത്രത്തിൽ നിന്നും രക്ഷപ്പെട്ടതിന് ഞാനെന്റെ ദൈവത്തിന് അന്ന് എത്ര നന്ദി പറഞ്ഞുവെന്ന് ദൈവത്തിന് മാത്രമേ അറിയൂ..

6.അച്ഛനുമുമ്പിൽ കടുകുമണിയോളം ചെറുതായ നിമിഷം

കുട്ടമ്പുഴ ഗവണ്മെന്റ് എൽ.പി. സ്കൂളിൽ അദ്ധ്യാപകനായി കഴിയേണ്ടി വന്നത് രണ്ടുവർഷം. ഒരു ക്ലാസിന്റേയും പ്രത്യേകചുമതല ഇല്ല എനിക്ക്. എല്ലാ ക്ലാസുകളിലും ഓടി നടക്കണം. എല്ലാ വിഷയങ്ങളും പഠിപ്പിക്കണം. തുടക്കക്കാരനായതുകൊണ്ട് എനിക്കതൊരു ത്രില്ലായിരുന്നു. വനമേഖലയിലെ കുടിയേറ്റക്കാരായ കർഷകരുടെ മക്കളുമുണ്ടായിരുന്നു വിദ്യാർത്ഥികളിൽ. എൽ.പി. സ്കൂളാണെങ്കിലും പതിനഞ്ചുവയസു പ്രായമുള്ള കുട്ടികൾ വരെ അന്ന് വിദ്യാർത്ഥികളായി അവിടെ ഉണ്ടായിരുന്നുവെന്നാണ് എന്റെ ഓർമ്മ. ആദിവാസി കുട്ടികളും കുറവല്ലായിരുന്നു. അദ്ധ്യാപകരോടുള്ള ആദരവും സ്നേഹവും കൊണ്ട് ചില കുട്ടികൾ പ്രത്യേകം കണ്ടുകാഴ്ചകളുമായാണ് ക്ലാസിൽ വന്നിരുന്നത്. ചക്കപ്പഴവും വാഴപ്പഴവും മുതൽ തേൻ വരെ ആ കണ്ടുകാഴ്ചകളിൽ ഉൾപ്പെട്ടിരുന്നു. മറ്റൊരു രഹസ്യം പറയട്ടെ, അന്ന് അവിടെ ഉണ്ടായിരുന്ന അദ്ധ്യാപകരിൽ ഏറ്റവും വെളുത്തവനും സുന്ദരനും ഞാനായിരുന്നു. തുടക്കക്കാരനായതുകൊണ്ട് ഏറ്റവും സൗമ്യവാനും. മറ്റെല്ലാ അദ്ധ്യാപകരും കൈയിൽ ചൂരലുമായി മാത്രമേ ക്ലാസുകളിൽ പോയിരുന്നുള്ളൂ. അന്ന് അദ്ധ്യാപകന്റെ ഒരു ബ്രാൻഡ് സിംബലായിരുന്നു കൈയിലെ ചൂരൽവടി. ഞാനൊരിക്കലും കൈയിൽ ചൂരലുമായി ക്ലാസിൽ പോയിരുന്നില്ല. അതുകൊണ്ടൊക്കെയാവാം സ്കൂളിലെ മറ്റ് അദ്ധ്യാപകരേക്കാൾ എന്നോട് കുട്ടികൾ കൂടുതൽ പ്രതിപത്തിയും സ്നേഹവും പ്രകടിപ്പിച്ചിരുന്നത്.

ഒരിക്കൽ ഒരു കുട്ടി ക്ലാസ് ആരംഭിക്കുന്നതിന് മുമ്പ് സ്റ്റാഫ് റൂമിലേക്ക് കയറി വന്നു. അവന്റെ കയ്യിൽ ഒരു ചെറിയ കടലാസ് പെട്ടിയുണ്ടായിരുന്നു. വളരെ ആദരപൂർവ്വം അവനത് എന്റെ മുമ്പിൽ വെച്ചു.

''എന്താണിത്?'' വളരെ ആകാംക്ഷയോടെ ഞാൻ ചോദിച്ചു.

''സാറ് തുറന്നു നോക്ക്'' അവന്റെ മറുപടി.

ഞാൻ മടിച്ചു നിന്നപ്പോൾ അവൻ തന്നെ ആ കടലാസ് പെട്ടി തുറന്നു. അതിനുള്ളിൽ വളർച്ചയെത്തിയ ഒരു തത്തക്കുഞ്ഞ്. നല്ല പച്ചനിറവും ചുണ്ടിലും കഴുത്തിനു ചുറ്റും ചുവപ്പുനിറവുമുള്ള ഒരു സുന്ദരിതത്ത.

''പനങ്കൂട്ടിൽ നിന്നും കിട്ടിയ തത്തമ്മക്കുഞ്ഞാ സാറേ.. നല്ല ഇനമാ... പെട്ടെന്നു വർത്തമാനം പറയും.. സാറിനു തരാൻ കൊണ്ടുവന്നതാ..''

അവന്റെ മുഖം സന്തോഷത്താൽ വല്ലാതെ വിടർന്നിരുന്നു.

അവന്റെ ആ സമ്മാനം എനിക്കൊട്ടും സ്വീകാര്യമായിരുന്നില്ല.

''എനിക്കെന്തിനാ ഇതിനെ..? ഞാനെങ്ങനെ ഇതിനെ വളർത്തും?''

ഞാൻ ആ സമ്മാനം അവഗണിച്ചു.

അവന്റെ മുഖത്തെ സന്തോഷത്തിന്റെ പ്രകാശം പെട്ടെന്നണഞ്ഞു. തെല്ലുനേരത്തെ നിശ്ശബ്ദതയ്ക്കു ശേഷം അവൻ ചോദിച്ചു.

''സാറൊരിക്കൽ ക്ലാസിൽ പറഞ്ഞില്ലേ.. സാറിന് പൂക്കളേയും പക്ഷികളേയുമൊക്കെ വലിയ ഇഷ്ടമാണെന്ന്.. അന്നേരം ഞങ്ങടെ പനേല് തത്തമ്മ മുട്ടയിടാൻ കൂടൊരുക്കുന്നുണ്ടായിരുന്നു. മുട്ടവിരിഞ്ഞ് കുഞ്ഞാകുമ്പോ അതിലൊരു കുഞ്ഞിനെ സാറിനെടുത്തു തരാൻ അന്നുമുതൽ ഞാൻ കാത്തിരിക്കുവാരുന്നു. ഇന്നു രാവിലെയാ എനിക്കാ പനേൽ കേറി ഈ കുഞ്ഞിനെ എടുക്കാൻ പറ്റിയത്.. വേറൊരെണ്ണം കൂടിയുണ്ടായിരുന്നു. അത് പറന്നുപോയി.''

''ഇതു പറന്നുപോകുകേലേ...?''

''ഇല്ല.. ചിറകിൽ റബ്ബറിട്ടിരിക്കുവാ ഞാൻ..''

''എങ്കിൽ നീയാ റബ്ബറഴിച്ചു ഇതിനെ പറത്തിവിട്... ഇതു സ്വതന്ത്രമായി ജീവിക്കട്ടെ.''

എനിക്കപ്പോൾ അങ്ങനെ പറയാനാണ് തോന്നിയത്. അതു കേട്ടതും അവന്റെ കണ്ണുകൾ നിറഞ്ഞു.

''ഞാനൊത്തിരി പ്രയാസപ്പെട്ടാ പനേൽ കേറി ഇതിനെ എടുത്തത്... പറത്തിവിടാൻ എനിക്കൊട്ടും മനസ്സുവരുന്നില്ല സാറേ... സാറിന് ഇതിനെ വല്യ ഇഷ്ടമാകുമെന്നു വിചാരിച്ചാ ഞാൻ കൊണ്ടുവന്നേ...''

കവിളുകളിൽ ചാലിട്ട കണ്ണീർ അവൻ കൈവിരൽ കൊണ്ടു തുടച്ചു.

''അലക്സ് സാറിനു ഇഷ്ടമല്ലെന്നുണ്ടേൽ നീ എനിക്കു തന്നേരെടാ.. ഞാൻ കൊണ്ടുപോയി വളർത്തിക്കോളാം...''

എന്റെ അടുത്തുണ്ടായിരുന്ന മറ്റൊരദ്ധ്യാപകൻ എഴുന്നേറ്റ് തത്തമ്മക്കുഞ്ഞിനെ കൈയിലെടുത്തു. എന്നിട്ടെന്നോടായി പറഞ്ഞു.

''മനുഷ്യരെടുത്തു കഴിഞ്ഞ് ഇതിനെ പറത്തിവിട്ടാൽ രക്ഷപ്പെടുകേല സാറേ... പ്രത്യേകിച്ചു കാക്കക്കൂട്ടം ഇതിനെ കൊത്തിക്കൊല്ലുകയേ ഉള്ളൂ..''

ആ തത്തക്കുഞ്ഞിനെ ആ അദ്ധ്യാപകൻ ബലമായി കൈയേറ്റു. ക്ലാസ് വിട്ട് വൈകുന്നേരം താമസസ്ഥലമായ പള്ളിമേടയിലെത്തിയപ്പോൾ അച്ചനോട് ഞാനാ സംഭവം പറഞ്ഞു.

കേട്ടപ്പോൾ അച്ചനെന്നോടു ദേഷ്യപ്പെട്ടു.

‘‘അലക്സ് സാർ എന്തൊരു ക്രൂരതയാണ് കാണിച്ചത്.. സാറിനു സമ്മാനിക്കാൻ ആ കുട്ടി കഷ്ടപ്പെട്ടു പനേൽകേറി പിടിച്ചോണ്ടു വന്ന തത്തക്കുഞ്ഞിനെ നിഷ്കരുണം നിരസിച്ചപ്പോൾ അവന്റെ മനസ്സ് എന്തുമാത്രം വേദനിച്ചിട്ടുണ്ടാവും.. അലക്സ് സാറേ... മറ്റു ദുഷ്ട ലാക്കുകളൊന്നുമില്ലാതെ സ്നേഹത്തോടെ ആരെന്തു സമ്മാനം തന്നാലും- നമുക്കത് യാതൊരു പ്രയോജനവുമില്ലാത്തതാണെങ്കിൽ പോലും - നമ്മളതു നിരസിക്കരുത്. നിറഞ്ഞ സന്തോഷത്തോടെ അതു വാങ്ങി സമ്മാന ദാതാവ് അറിയാതെ എവിടെയെങ്കിലും ഉപേ ക്ഷിച്ചേക്കണം. എന്തുകാരണത്താലായാലും മറ്റൊരാളുടെ മനസ്സ് വേദ നിപ്പിക്കാതെ ജീവിക്കുകയെന്നതാണ് ഏറ്റവും നല്ല സംസ്ക്കാരം. അല്ലാതെ അലക്കി ഇസ്തിരിയിട്ട കുപ്പായവുമിട്ട് വാസനത്തൈലവും പൂശി ശ്വാസം പിടിച്ചു മറ്റുള്ളവരുടെ മുമ്പിൽ നടക്കുന്നതല്ല.’’

അച്ചനു മുമ്പിൽ ഞാനന്ന് കടുകുമണിയോളം ചെറുതായതായി എനിക്കു തോന്നി. മുമ്പോട്ടുള്ള ജീവിതത്തിൽ അച്ചന്റെ ആ ഉപദേശം ഒരിക്കലും മറന്നുകൂടായെന്ന് ഞാനന്നു തീരുമാനിച്ചു.

പിൽക്കാലത്ത് ഔദ്യോഗിക ജീവിതത്തിൽ പലരുടേയും മനസ്സ് വേദ നിപ്പിക്കുന്ന തരത്തിൽ പലനടപടികളും കൈക്കൊള്ളേണ്ടി വന്നിട്ടുണ്ട് എനിക്ക്. അതൊക്കെ ഔദ്യോഗിക കർത്തവ്യങ്ങളുടെ ഭാഗമാണെന്നും അതൊഴിവാക്കുന്നത് അധാർമ്മികതയാണെന്നുമുള്ള ബോധം എന്റെ മനസ്സിനെ സ്ഥൈര്യപ്പെടുത്തിയിട്ടുണ്ട്. നിന്റെ കരണത്തടിക്കുന്നവന് മറുകരണം കൂടി കാണിച്ചു കൊടുക്കണമെന്നുപദേശിച്ച ക്രിസ്തുദേ വൻ പോലും യെരുശലേം ദേവാലയത്തിലെ വാണിഭക്കാർക്കെതിരേ ചമ്മട്ടിവീശിയെന്ന ചരിത്രകഥ അപ്പോഴൊക്കെ എന്റെ മനസ്സിന് പകർന്നു നൽകിയിട്ടുള്ള ആശ്വാസം ഒട്ടും ചെറുതല്ല. അധാർമ്മികത യേയും അധാർമ്മികരേയും സന്തോഷിപ്പിക്കുകയെന്നതും സംസ്കാര ശൂന്യതയാണെന്ന ബോധം അങ്ങനെ എന്നിൽ ഉളവായിട്ടുണ്ട്.

കുട്ടമ്പുഴ സ്കൂളിലെ രണ്ടുവർഷത്തെ അദ്ധ്യാപനത്തിനുശേഷം ട്രാൻസ്ഫറായി ഞാനെത്തുന്നത് വൈക്കം ചെമ്മനത്തുകര ഗവണ്മെന്റ് സ്കൂളിലേക്കാണ്. അവിടെ ചാർജ്ജെടുത്ത എനിക്ക് അഞ്ചാം ക്ലാസ് ബി. ഡിവിഷന്റെ ക്ലാസ് ടീച്ചർ എന്ന ചുമതല കൂടി ലഭിച്ചു. അന്ന് ആ ക്ലാസിൽ വിദ്യാർത്ഥികളായി എനിക്കുണ്ടായിരുന്നത് ഇരുപത്

പെൺകുട്ടികളായിരുന്നു. പെൺകുട്ടികൾക്കുള്ള ഡിവിഷൻ ആയിരുന്നു അത്. ദിവസവും ക്ലാസ് ആരംഭിക്കുന്നതിന്റെ പ്രാരംഭനടപടി അറ്റൻഡൻസ് രേഖപ്പെടുത്തുക എന്നുള്ളതാണ്. ഇംഗ്ലീഷ് ആൽഫബെറ്റിക്കൽ ഓർഡറിൽ ആ ഇരുപതു പെൺകുട്ടികളുടേയും പേര് വിളിച്ച് പ്രസന്റ് സാർ എന്ന മറുപടി കേട്ടുകേട്ട് ആ പേരുകളത്രയും ഏതാണ്ട് അരനൂറ്റാണ്ടുകാലം കഴിഞ്ഞിട്ടും ഇപ്പോഴും മനസ്സിൽ തെളിഞ്ഞു നിൽക്കുന്നുണ്ട്, പാടിപ്പഠിച്ച ഒരു ഗാനപല്ലവിപോലെ! ഈ ആത്മകഥക്കുറിപ്പെഴുതുന്ന എൺപത്തിരണ്ടാം വയസ്സിലും ആ പേരുകൾ ഓർമ്മയിൽ നിന്ന് ഞാനിവിടെ കുറിക്കാം. അന്നമ്മ കെ.ജെ., ആലീസ് മാത്യു, ബ്രിജീത്താ സേവ്യർ, ചിന്നമ്മ പോൾ, ദേവയാനി കെ.കെ., കൊച്ചുത്രേസ്യാ പി.ടി., കുഞ്ഞമ്മ കെ.സി., കുഞ്ഞുമോൾ, കുഞ്ഞുപെണ്ണ് ടി. എ., ലില്ലി പി.പി., മറിയാമ്മ എ.കെ., മേരി മാത്യു, ഓമനാമണി, ഫിലോമിനാ വർക്കി, പെണ്ണമ്മ സി.പി., റാഹേൽ കെ.കെ., സാറാമ്മ മാത്യു, സൂസൻ കെ.വൈ., സൂസമ്മ കെ.സി, സൂസമ്മ കെ.ഇ.

അന്ന് ഹൈസ്കൂൾ ക്ലാസ്സുകളിൽ അദ്ധ്യാപനം നടത്തേണ്ട അദ്ധ്യാപകർക്ക് യോഗ്യത ടി.ടി.സി. മാത്രം പോരായിരുന്നു. ബി.എഡ്. വേണം. അതിനാൽ വൈക്കം സ്കൂളിലെ അദ്ധ്യാപനത്തിനിടയിൽ ബി.എഡും എടുക്കണമെന്നു തീരുമാനിച്ചു. ജോലി ഉപേക്ഷിച്ച് പഠനം തുടരാനാണ് ആദ്യം തീരുമാനിച്ചതെങ്കിലും ജോലി ഉപേക്ഷിക്കാതെ പോസ്റ്റലായി ബി.എഡ്. പഠനം നടത്താനാവുന്നൊരു കോഴ്സ് അന്ന് മൈസൂർ സർവ്വകലാശാല നടത്തുന്നുണ്ടെന്നറിവു കിട്ടി. എൻസിഇഅർടി കോഴ്സ് ആയിരുന്നു അത്. അറിവു കിട്ടിയതും ഞാനുടനേ കേന്ദ്രഗവണ്മെന്റ് നേതൃത്വത്തിലുള്ള ബി.എഡ് കോഴ്സിനു ചേരാൻ ആപ്ലിക്കേഷനയച്ചു. അഡ്മിഷൻ കിട്ടി. പോസ്റ്റലായി കോഴ്സ് ചെയ്യാമെങ്കിലും ഒരു നിബന്ധനയുണ്ട്. വർഷത്തിൽ രണ്ടുമാസം യൂണിവേഴ്സിറ്റിയിൽ നേരിട്ടു ഹാജരായി കോഴ്സ് തുടരണം. അതു നമ്മുടെ മദ്ധ്യവേനലവധിക്കാലത്തായത് ഏറെ സൗകര്യമായി. മാർച്ച് 31-ന് ഇവിടെ സ്കൂൾ അടയ്ക്കും. ഏപ്രിൽ ഒന്നിന് യൂണിവേഴ്സിറ്റിയിൽ ഹാജരായി കോഴ്സ് തുടരണം. ഏപ്രിൽ-മെയ് മാസങ്ങളിൽ നമുക്കിവിടെ വേനലിന്റെ മൂർദ്ധന്യമാണെങ്കിലും മൈസൂറിൽ അപ്പോൾ സുഖകരമായ കാലാവസ്ഥയാണ്. യൂണിവേഴ്സിറ്റി ഹോസ്റ്റലിൽ താമസ-ഭക്ഷണ സൗകര്യമുണ്ട്. ഗംഗ, ഗോദാവരി, കൃഷ്ണ, കാവേരി എന്നിങ്ങനെ നാലു ഹോസ്റ്റലുകളായിരുന്നു അന്നുണ്ടായിരുന്നത്. അതിൽ ഒരെണ്ണം (ഗംഗ) പെൺകുട്ടികൾക്കും ബാക്കി ആൺകുട്ടികൾക്കുമുള്ളതായിരുന്നു. റഗുലർ സ്റ്റുഡൻസിന് (ഡേ - സ്കോളേഴ്സ്) ഏപ്രിൽ - മെയ് മാസങ്ങൾ അവിടെയും അവധിയായതിനാൽ ഞങ്ങൾ ചഇഋഞഠ യുടെ കീഴിലുള്ള പരിമിതമായ പഠിതാക്കൾ മാത്രമേ ബൃഹത്തായ ആ ഹോസ്റ്റലുകളിൽ ഉണ്ടായിരുന്നുള്ളു. അവിടെ രണ്ടു

വർഷത്തെ ബി.എഡ്. പരിശീലനത്തിനു ശേഷം ഒന്നാമനായി ആ കോഴ്സ് പാസ്സായി. വൈക്കത്ത് അദ്ധ്യാപകനായി തുടരുന്നിതിനിട യിൽ ഒരു ദിവസം തിരുവഞ്ചൂരിലെ വീട്ടിലെത്തി ഞാൻ. തിരുവഞ്ചൂർ ജുവൈനൽ ഹോമിനോടു ചേർന്ന് ഒരു കെട്ടിടത്തിന്റെ നിർമ്മാണം നടക്കുകയാണെന്നും അതൊരു സ്കൂളിനുവേണ്ടിയുള്ളതാണെന്നും ആ സ്കൂളിലേക്ക് താമസിയാതെ അദ്ധ്യാപകരുടെ നിയമനം നടക്കു മെന്നും അറിവുകിട്ടി. വീടിനോട് വളരെ അടുത്തുള്ള ആ സ്കൂളിൽ അദ്ധ്യാപകനായി നിയമനം കിട്ടിയാൽ വളരെ സൗകര്യമായിരിക്കു മെന്ന ചിന്തയുണ്ടായി. വീട്ടിൽ നിന്ന് പത്തുമിനിട്ട് നടക്കാനുള്ള ദൂരമേ യുള്ളു അങ്ങോട്ട്. സ്ഥലവാസികൾക്ക് മുൻഗണനയുണ്ടായിരുന്നതിന്റെ പേരിൽ ചുവപ്പുനാടകളുടെ കുരുക്കുവീഴാതെ അവിടെ അദ്ധ്യാപക നായി നിയമനം ലഭിച്ചതോടെ വൈക്കം ചെമ്മനാട്ടുകര യു.പി. സ്കൂളിൽ നിന്നും ഞാൻ തിരുവഞ്ചൂരിലെത്തി. സ്വന്തം വീട്ടിൽ താമ സിച്ചുകൊണ്ട് തന്നെ ജുവനൈൽ ഹോം സ്കൂളിൽ അദ്ധ്യാപക വൃത്തി തുടർന്നു.

നാലഞ്ചുവർഷങ്ങൾക്കുള്ളിൽ അവിടുത്തെ പ്രധാനാധ്യാപകസ്ഥാനം ലഭിക്കുകയും ചെയ്തു. സ്കൂൾ പ്രധാനാദ്ധ്യാപകന് - ഹെഡ്മാ സ്റ്റർക്ക് -ജുവനൈൽ ഹോം ഡെപ്യൂട്ടി സൂപ്രണ്ട് എന്ന മറ്റൊരു പദവി കൂടി ഗവണ്മെന്റിൽ നിന്ന് അനുമതിയായി. അങ്ങനെ ഡെപ്യൂട്ടി സൂപ്രണ്ട് കം - ഹെഡ്മാസ്റ്റർ എന്ന പദവിയിൽ തിരുവഞ്ചൂരും അവിടെ നിന്ന് കോഴിക്കോട്ടും ജോലി തുടർന്നു. കോഴിക്കോട്ടെത്തി ഏറെ നാൾ കഴിയും മുമ്പ് സൂപ്രണ്ട് പദവിയിലേക്ക് പ്രമോഷൻ ലഭി ക്കുകയും ചെയ്തു.

ഇന്ന് വനിതാ-ശിശു വികസന വകുപ്പിലേക്കു മാറിയെങ്കിലും അന്ന് ജയിൽ വകുപ്പിന്റെ കീഴിലായിരുന്നു ദുർഗുണപരിഹാര പാഠശാല എന്നറിയപ്പെട്ടിരുന്ന ജുവൈനൽ ഹോമുകൾ.

തിരുവഞ്ചൂരിലെ ജുവനൈൽ ഹോമിൽ അന്ന് അമ്പതിൽ താഴെ മാത്രം ആൺകുട്ടികളാണുണ്ടായിരുന്നത്. കോഴിക്കോട്ട് പെൺകുട്ടി കളും ഉണ്ടെന്നറിയാമായിരുന്നു. നൂറിൽത്താഴെ ആൺകുട്ടികളും പത്തോ അമ്പതോ പെൺകുട്ടികളുമായിരിക്കും കോഴിക്കോട്ട് വെള്ളി മാടുകുന്നിലുള്ള ദുർഗുണപരിഹാര പാഠശാലയിലുണ്ടായിരിക്കുക എന്ന് മുൻവിധിയായിരുന്നു എനിക്ക്. എന്നാൽ ഡെപ്യൂട്ടി സൂപ്രണ്ടായി അവിടെ എത്തിയ എനിക്ക് വല്ലാത്ത അമ്പരപ്പുണ്ടായി. ഇരുനൂറ്റമ്പത് ആൺകുട്ടികളും അത്ര തന്നെ പെൺകുട്ടികളുമുള്ള ആ സ്ഥാപന ത്തിന്റെ ബാഹുല്യം എനിക്ക് അത്ഭുതമായിരുന്നു.

ദുർഗുണപരിഹാരപാഠശാലയെന്നറിയപ്പെടുന്ന ബാലമന്ദിരത്തിൽ ഇത്ര യധികം അന്തേവാസികളോ?

ആൺകുട്ടികളുടെ എണ്ണം ഇരുനൂറ്റമ്പത് എന്നുള്ളത് ഒരു വിധത്തിൽ അംഗീകരിക്കാം. എന്നാൽ പെൺകുട്ടികളുടെ എണ്ണവും അത്രതന്നെ യെന്നറിഞ്ഞപ്പോൾ വല്ലാത്തൊരു വീർപ്പുമുട്ടലുണ്ടായി എനിക്ക്. ഗേൾസ് ഹോമിൽ ഇരുപതുവയസ്സിനു താഴെ പ്രായമുള്ള അന്തേവാ സികളിൽ ആരൊക്കെ ഉൾപ്പെടുന്നു എന്നറിഞ്ഞപ്പോൾ ആ വീർപ്പുമു ട്ടൽ എന്നിൽ ഇരട്ടിച്ചു. ഇത്തിരി പൊന്നിനുവേണ്ടി അയൽവാസിയായ കുഞ്ഞിനെ ശ്വാസം മുട്ടിച്ചുകൊന്ന കൊലപാതകിവരെയുണ്ട് ആ കൂട്ട ത്തിൽ.

7.ഗാന്ധിജി – വെള്ളിമാട്കുന്ന് ബാലമന്ദിരത്തിലെ 'ആദ്യ അന്തേവാസി'

ഇന്ത്യയുടെ സ്വാതന്ത്ര്യലബ്ധിക്കു മുമ്പുതന്നെ വെള്ളിമാടു കുന്നിലെ ബാലമന്ദിരത്തിന്റെ സ്ഥാപകനെന്നോ അടിസ്ഥാന ശിലിപിയെന്നോ പറയാനാവുന്ന ഒരാളുണ്ട്.

സേട്ട് നാഗ്ജി !

നന്നേ ചെറുപ്പത്തിൽ ഉത്തരേന്ത്യയിൽ നിന്ന് കോഴിക്കോട്ടേക്കു കുടിയേറിയ ഒരു സമ്പന്നനായിരുന്നു സേട്ട്നാഗ്ജി. വെള്ളിമാടു കുന്നിൽ ഇരുപത്തെട്ടേക്കർ വിസ്തൃതിയുള്ള പുരയിടത്തിൽ വലിയൊരു ബംഗ്ലാവിലായിരുന്നു അദ്ദേഹത്തിന്റെ വാസം. പൂർണ്ണമായും തേക്കുതടിയിൽ തീർത്ത ഇരുനിലമാളികയായിരുന്നു ആ ബംഗ്ലാവ്. ഭാര്യയും ആറോ ഏഴോ വരുന്ന ഭൃത്യഗണവും മാത്രമായിരുന്നു ഒരു ഡസനിലധികം മുറികളുണ്ടായിരുന്ന ആ ബംഗ്ലാവിൽ താമസക്കാരായി ഉണ്ടായിരുന്നത്.

സേട്ട്നാഗ്ജി ആ ബംഗ്ലാവിൽ താമസിക്കുന്ന കാലത്ത് ഇരുപത്തെട്ടേക്കറിൽ ഭൂരിഭാഗം സ്ഥലത്തും കൂറ്റൻ തേക്കുമരങ്ങൾ വളർന്നു നിന്നിരുന്നു. നാനൂറോളം വർഷം പഴക്കമുള്ള കൂറ്റൻ തേക്കുമരങ്ങളായിരുന്നു അവ. മൂന്നുപേർ ഒത്തുചേർന്നുനിന്നാൽ കൈവിരിച്ചു പിടിച്ചാലും പിടിമുറ്റാത്തത്ര വണ്ണമുണ്ടായിരുന്നു അവയിൽ മിക്ക തേക്കുമരങ്ങൾക്കും.

ആവാസവ്യവസ്ഥയിൽ മരങ്ങൾക്കുള്ള പ്രാമുഖ്യം അത്രയൊന്നും മനുഷ്യരുടെ സജീവചിന്താസരണിയിൽ വ്യാപരിച്ചിട്ടില്ലാതിരുന്ന അക്കാലത്ത് ഏറ്റവും ലക്ഷണമൊത്ത തേക്കുമരങ്ങൾ നിർദ്ദാക്ഷിണ്യം വെട്ടിമുറിച്ച് അറുത്തുകീറിയാണ് സേട്ട്നാഗ്ജി ബംഗ്ലാവ് പണിതതെന്നു വേണം അനുമാനിക്കാൻ. ബംഗ്ലാവിന്റെ നിർമ്മിതിക്കുശേഷവും ഒട്ടേറെ തേക്കുമരങ്ങൾ ആ പുരയിടത്തിൽ അവശേഷിച്ചിരുന്നു.

സമ്പന്നനായ തനിക്ക്, തന്റെ കാലശേഷം ആ സമ്പത്ത് കൈയടക്കി ജീവിക്കാൻ ഒരനന്തരാവകാശി ഉണ്ടാവാതിരുന്നതിനാൽ അതീവദുഃഖത്തിലായിരുന്നു സേട്ട്ജി.

കാലക്രമേണ ആ ദുഃഖത്തിൽ നിന്നുള്ള മോചനത്തിനായി അദ്ദേഹം ഒരു മാർഗ്ഗം കണ്ടെത്തി.

തെരുവിൽ അനാഥരായി അലഞ്ഞു നടക്കുന്ന കുട്ടികളെ കണ്ടെത്തി അവരെ സംരക്ഷിക്കുക.

സ്വാതന്ത്ര്യസമരത്തോടനുബന്ധിച്ചു നാടെങ്ങും പൊട്ടിപ്പുറപ്പെട്ട കലാപങ്ങളിൽ അന്ന് ഒട്ടേറെ കുടുംബനാഥന്മാർ കൊല്ലപ്പെടുകയും കാണാതാവുകയും ചെയ്തിട്ടുണ്ട്. കുറഞ്ഞപക്ഷം അഞ്ചുകുട്ടികളെങ്കിലുമുണ്ട് ആ കുടുംബങ്ങളിൽ ഓരോന്നിലും. കോഴിക്കോട്ടുകാരായ മുസ്ലിം പുരുഷന്മാർക്ക് പലർക്കും നിയമസാധുതയുള്ള ഒന്നിലേറെ ഭാര്യമാർ - ബീവിമാർ- അപൂർവ്വസംഭവമായിരുന്നില്ല. ഓരോ ബീവിയിലും നാലും അഞ്ചും മക്കൾ. സ്വാതന്ത്ര്യസമര പ്രക്ഷോഭങ്ങളിൽപ്പെട്ടും മറ്റും 'ബാപ്പ'മാർ മരണപ്പെടുന്നതോടെ ആ കുട്ടികൾ അനാഥരാക്കപ്പെടുന്നു. മുസ്ലിം കുടുംബങ്ങളിൽ നിന്നു മാത്രമല്ല, ഹൈന്ദവകുടുംബങ്ങളിൽ നിന്നും ക്രിസ്ത്യൻ കുടുംബങ്ങളിൽനിന്നുമൊക്കെ അനാഥബാല്യങ്ങൾ തെരുവുകളിലേക്ക് വലിച്ചെറിയപ്പെടാറുണ്ടായിരുന്നു. അങ്ങനെ തെരുവുകളിലേക്ക് വലിച്ചെറിയപ്പെട്ട് വിശന്നും ദാഹിച്ചും മിക്ക ദിവസങ്ങളിലും പൈപ്പുവെള്ളം കുടിച്ച് വയറിനുള്ളിലെ ആന്തൽ ശമിപ്പിച്ച് കടത്തിണ്ണകളിലും മരത്തണലുകളിലും കിടന്നുറങ്ങുന്ന കുട്ടികളെ നല്ല രീതിയിൽ സംരക്ഷിക്കണമെന്ന തീവ്രാഭിലാഷം സേട്ട്ജിയിൽ കലശലായി. അതിനായി അദ്ദേഹം സ്വന്തം വീട്ടുവളപ്പിൽ വലിയൊരു കെട്ടിടത്തിന്റെ നിർമ്മാണമാരംഭിച്ചു. ആ കെട്ടിടത്തിന്റെ നിർമ്മിതി ഒട്ടുമുക്കാലും പൂർത്തിയായ കാലത്താണ് കേരളത്തിലേക്കുള്ള ഗാന്ധിജിയുടെ വരവ്. വെറും ഒരൊറ്റമുണ്ട് അരയിൽ ചുറ്റി, തോളിൽ സ്വന്തമായി തുന്നിയെടുത്ത രണ്ടാംമുണ്ട് മടക്കിയിട്ട്, സന്തതസഹചാരിയായി കൊണ്ടുനടക്കുന്ന വടിയുടെ സഹായത്തിൽ 'ദരിദ്രനായ ഫക്കീറാ'യി ഗാന്ധിജി കോഴിക്കോട്ട് എത്തുന്നു. ഒട്ടേറെ യോഗങ്ങളിൽ പ്രസംഗിച്ച് അവശനായ അദ്ദേഹത്തിന് രാത്രി പൂർണ്ണ സുഖകരമായ നിദ്ര ലഭിക്കാൻ എവിടമാണുത്തമമെന്നന്വേഷിച്ചു വേവലാതി പൂണ്ട് ഓടിനടന്നവർ ഒടുവിൽ അത്താണി കണ്ടെത്തി.

സേട്ട്നാഗ്ജിയുടെ ബംഗ്ലാവ് !

മഹാനായ ഗാന്ധിജിക്ക് ഒരു രാത്രി ആതിഥ്യമരുളുന്നതിൽ നാഗ്ജിക്ക് അതിയായ ആഹ്ലാദവും അഭിമാനവുമുണ്ടായി. രാത്രി തങ്ങാൻ തന്റെ വീട്ടിലെത്തുന്ന ഗാന്ധിജിക്കുവേണ്ടി അദ്ദേഹം ബംഗ്ലാവിലെ ഒരു മുറി അത്യാഡംബരപൂർവ്വം തയ്യാറാക്കി. പുതിയ മെത്തയും വർണ്ണപ്പകിട്ടാർന്ന വിരിപ്പും ഗാന്ധിജിക്കു വേണ്ടി വിരിക്കപ്പെട്ടു.

രാത്രിയായപ്പോൾ ഗാന്ധിജി എത്തി. വിരിച്ചൊരുക്കിയ മുറിയിലേക്ക് അദ്ദേഹത്തെ കൂട്ടിക്കൊണ്ടുപോയി നാഗ്ജി ആദരപൂർവ്വം അറിയിച്ചു.

‘‘ഇത്രയൊക്കെ സൗകര്യങ്ങളൊരുക്കിയിട്ടുണ്ട്. പോരായ്മ എന്തെങ്കിലുമുണ്ടെങ്കിൽ അറിയിച്ചാൽ പെട്ടെന്ന് പരിഹാരമുണ്ടാക്കാം.’’

ആഡംബരപൂർവ്വമായി തയ്യാർ ചെയ്യപ്പെട്ട ആ മുറിക്കു മുമ്പിൽ നിന്ന് ആകെയൊരു വിഹഗവീക്ഷണം നടത്തിയ ഗാന്ധിജി വളരെ ശാന്തമായി പറഞ്ഞു.

‘‘രാത്രി മൂന്നോ നാലോ മണിക്കൂറുകളേ എനിക്കുറങ്ങാൻ കഴിയൂ. നന്നായി നീണ്ടു നിവർന്നു കിടന്ന് ഉറങ്ങണം. അതിന് എനിക്ക് ഏറെ സൗകര്യം നല്ല ഒരു മരബെഞ്ചാണ്. നന്നായി വായു സഞ്ചാരമുള്ള തുറസ്സായ സ്ഥലത്ത് അങ്ങനെ ഒരു മരബെഞ്ചിട്ടു തന്നാൽ ഞാനതിൽ കിടന്ന് ഉറങ്ങിക്കൊള്ളാം. പിന്നെ രാത്രി ഭക്ഷണമായി താങ്കളൊരുക്കിയിരിക്കുന്ന വിഭവങ്ങളൊന്നും എനിക്കുവേണ്ട... രണ്ടു ചെറുപഴവും ഒരു ഗ്ലാസ് തണുത്ത വെള്ളവും മതി. ചെറുപഴം സംഘടിപ്പിക്കാൻ ബുദ്ധിമുട്ടുണ്ടെങ്കിൽ ഒരു ഗ്ലാസ് വെള്ളം മാത്രം അത്താഴമായി കിട്ടിയാൽ എനിക്ക് തൃപ്തിയായി.’’

തന്റെ ബംഗ്ലാവിൽ ഏറെ ആഡംബരമായി ഗാന്ധിജിക്ക് രാത്രി ഉറക്കം സമ്മാനിക്കണമെന്നാഗ്രഹിച്ച നാഗ്ജിക്ക് വലിയ നിരാശയായി. എങ്കിലും അതിഥിയുടെ സന്തോഷമാണ് ആതിഥേയന്റെ സന്തോഷമെന്ന് തിരിച്ചറിവുണ്ടായ നാഗ്ജി, അനാഥബാലന്മാരുടെ സംരക്ഷണത്തിനായി പണിതിട്ടിരുന്ന കെട്ടിടത്തിൽ ഒരു മരബെഞ്ചിനു പകരം രണ്ട് മരബെഞ്ച് ചേർത്തിട്ട് ഗാന്ധിജിക്ക് ശയ്യയൊരുക്കി എന്നാണ് ഗാന്ധിജിയെ നേരിൽ കണ്ട തദ്ദേശവാസിയായ ഒരു മൂപ്പൻ എന്നെ അറിയിച്ച ചരിത്രം.

അമ്പതിൽ താഴെ അനാഥക്കുട്ടികൾക്കായി നാഗ്ജി ആരംഭിച്ച അനാഥാലയം പിന്നീട് ഒരു ട്രസ്റ്റിന്റെ അധീനതയിലാകുകയും ആ ട്രസ്റ്റിൽ നിന്ന് ഗവണ്മെന്റ് ഏറ്റെടുത്ത് ബാലമന്ദിരമായി പ്രവർത്തനം തുടരുകയുമായിരുന്നെന്നാണ് അറിയാൻ കഴിഞ്ഞിട്ടുള്ളത്.

തിരുവഞ്ചൂരിൽ നിന്നും ഞാൻ ജുവനൈൽ ഹോം ഡെപ്യൂട്ടി സൂപ്രണ്ട് എന്ന നിലയിലാണ് കോഴിക്കോട് - വെള്ളിമാടു കുന്നിലെത്തുന്നത്. സേട്ട്നാഗ്ജിയുടെ വലിയ ബംഗ്ലാവ് അപ്പോഴേക്കും ആൾ താമസമില്ലാതെയും പരിചരണമില്ലാതെയും ഒരു ‘ഭാർഗ്ഗവീനിലയം’ ആയി മാറിക്കഴിഞ്ഞിരുന്നു. ആ വലിയ ബംഗ്ലാവിനോട് ചേർന്നുള്ള ഒരു ചെറിയ ചായ്പ്പു മുറിയാണ് ഡെപ്യൂട്ടി സൂപ്രണ്ടിന്റെ ‘ക്വാർട്ടേഴ്സ്’ ആയി കിട്ടിയത്. നാഗ്ജിയുടെ വാസകാലത്ത് ഇറ്റലിയിൽ നിന്നും ഇറക്കുമതി ചെയ്ത പ്രത്യേകതരം മാർബിൾ ടൈൽസായിരുന്നു ആ ബംഗ്ലാവിന്റെ തറകൾ അലങ്കരിച്ചിരുന്നത്. ഞാൻ താമസത്തിനെത്തുമ്പോൾ മിക്ക

മുറികളിലേയും തറ ഇളകിപ്പൊട്ടിയും ടൈൽസ് അപഹരണപ്പെട്ടും തീർത്തും താമസയോഗ്യമല്ലാതെ ശോചനീയ അവസ്ഥയിലായിരുന്നു. അതിന്റെ മുകൾത്തട്ടിൽ പകലെല്ലാം മരപ്പട്ടികൾ ചാടിമറിയുന്ന ബഹളം കേൾക്കാം. മരപ്പട്ടിയെന്ന ജീവിയെ ഞാൻ നേരിൽ കാണുന്നത് വെള്ളി മാടുകുന്നിലെ ആ ബംഗ്ലാവിനുള്ളിലാണ്. കാട്ടുതേക്കിന്റെ ശുദ്ധമായ കാതൽ മാത്രം ഉപയോഗപ്പെടുത്തി പണിതിരുന്ന ആ ബംഗ്ലാവിന്റെ ജനാലക്കതകുകളും കട്ടിളകളും ഇളക്കിമാറ്റപ്പെട്ടിരുന്നു. മരപ്പട്ടികളുടെ ഉപദ്രവത്തിനു പുറമേ ആയിരുന്നു മുപ്ലി വണ്ടുകളുടെ ആധിപത്യം. എനിക്കു താമസിക്കുവാൻ അനുവദിക്കപ്പെട്ട ചായ്പ്പുമുറിയുടെ മേൽക്കൂരയിലും തുറക്കാനാവാതെ അടഞ്ഞുകിടക്കുന്ന ജനാലപ്പാളി കൾക്കിടയിലും കരിമണ്ണു വാരിപ്പൊത്തിയതുപോലെയായിരുന്നു മുപ്ലി വണ്ടുകളുടെ അധിവാസം. രാപ്പകൽ ഭേദമെന്യേ അവയുടെ കൂട്ടം മുറി യിലാകെ പാറി നടക്കും. കിടന്നുറങ്ങുമ്പോൾ മൂക്കിലും ചെവിയിലും വായ് തുറന്നിരുന്നാൽ വായിലും അവ ഇഴഞ്ഞുകയറും. കൊതുകിനെ പ്പോലെ മനുഷ്യശരീരത്തിൽ തൂങ്ങി രക്തം കുടിക്കുന്ന സ്വഭാവം മുപ്ലി വണ്ടുകൾക്കില്ല. എന്നാൽ മനുഷ്യശരീരത്തിലൂടെ ഇഴഞ്ഞു നടക്കു മ്പോൾ അമർന്നു ഞെരിയുകയോ വേദനിക്കുകയോ ചെയ്താൽ അവ മനുഷ്യനെ കടിക്കും. മുപ്ലി വണ്ടിന്റെ കടിയേറ്റാൽ ആ ഭാഗത്ത് വല്ലാത്ത ചൊറിച്ചിൽ അനുഭവപ്പെടും. ഓരോ ദിവസം കഴിയുന്തോറും ആ കടിവായ് കറുത്ത് വൃത്താകാരം പൂണ്ട് വളരും.

'പുഴുക്കടി'യുടെ വ്രണം പോലെ അത് മാസങ്ങളോളം കറുത്തു കിട ക്കും. രാത്രി ഉറങ്ങാൻ കിടക്കുമ്പോൾ രണ്ടു ചെവിയിലും മൂക്കിലും പഞ്ഞി തിരുകിക്കയറ്റിവച്ചായിരുന്നു അവിടെ എന്റെ ജീവിതം. അന്ന് മുപ്ലി വണ്ടുകളെ നിർമ്മാർജ്ജനം ചെയ്യാനുള്ള ഒരു മാർഗ്ഗവും ആർക്കും അറിഞ്ഞുകൂടായിരുന്നു. ഇന്നിപ്പോൾ മുപ്ല വണ്ടുകളുടെ ശല്യമൊഴിവാക്കാൻ 'ഹിറ്റ്' ഉപയോഗിക്കുന്നത് ഫലപ്രദമായ മാർഗ്ഗമാ ണെന്ന് തെളിഞ്ഞിട്ടുണ്ട്. മുപ്ലി വണ്ടിന്റെ കൂട്ടത്തിലേക്ക് 'ഹിറ്റ്' സ്പ്രേ ചെയ്താൽ അടുത്ത സെക്കൻഡിൽ അവ മുഴുവൻ ചത്തുവീഴും. കറുത്ത 'ഹിറ്റ്'നേക്കാൾ ചുവന്ന 'ഹിറ്റ്' ആണ് കൂടുതൽ ഫലപ്രദം. 'ഹിറ്റ്' പ്രയോഗിക്കുമ്പോൾ അത് മനുഷ്യശരീരവുമായി സ്പർശനമു ണ്ടാകാതെയും ശ്വസിക്കപ്പെടാതെയും ശ്രദ്ധിക്കുന്ന കാര്യത്തിൽ വീഴ്ച വരരുതെന്ന് പ്രത്യേകം ഓർമ്മിപ്പിക്കട്ടെ.

മരപ്പട്ടികളുടേയും മുപ്ലി വണ്ടിന്റേയും ഉപദ്രവങ്ങൾക്ക് പുറമേ ആയി രുന്നു പാമ്പുകളുടെ ശല്യം. പനമൂർഖൻ എന്നറിയപ്പെടുന്ന എട്ടടി യോളം സാധാരണ നീളമുള്ള പാമ്പു മുതൽ ഉഗ്രവിഷമുള്ള കരിമൂർഖ ന്മാർ വരെ ആ ഭാർഗ്ഗവീനിലയത്തിന്റെ പരിസരങ്ങളിൽ സദാ സ്വൈര്യ വിഹാരം നടത്തിയിരുന്നു. താമസിച്ചിരുന്ന ചായ്പുമുറിയിലെ കട്ടിലിന

ടിയിൽ നിന്ന് ഒരിക്കൽ ഉലക്കയുടെ വണ്ണമുള്ള അണലിയെ തല്ലി ക്കൊന്ന് പുറത്തേക്കു വലിച്ചെറിയേണ്ടി വന്നിട്ടുണ്ട് എനിക്ക്. വന്യ ജീവി നിയമം അത്ര കർക്കശമല്ലാതിരുന്ന കാലമായതിനാൽ മനു ഷ്യർക്ക് ഉപദ്രവകാരികളാകുന്ന സകലജന്തുക്കളേയും വക വരുത്തുക യെന്നതായിരുന്നു അന്നത്തെ മാനവ നീതി. ആയിരം വന്യജീവിക ളുടെ ജീവനേക്കാൾ ഒരു മനുഷ്യജീവന്റെ വിലയാണ് വലുതെന്ന് അന്നും ഇന്നും വിശ്വസിക്കുന്ന കൂട്ടത്തിലാണ് ഞാൻ. മാനവിക സമൂ ഹത്തിന് ഉപദ്രവകാരികളായി മാത്രം ജീവിക്കുന്ന തെരുവുനായ്ക്ക ളുടെ കടിയേറ്റും അവ മൂലം സംജാതമാക്കപ്പെടുന്ന വാഹനാപകടങ്ങ ളിലൂടെയും ആയിരക്കണക്കിന് മനുഷ്യജീവനുകളാണ് ഓരോ വർഷവും നമ്മുടെ നാട്ടിൽ അകാലത്തിൽ പൊലിയുന്നത്. ആയിരം മനുഷ്യജീവനുകൾ നഷ്ടപ്പെട്ടാലും ഒരു തെരുവനായയുടെ ജീവൻ നഷ്ടപ്പെടുത്തരുതെന്ന് ഭ്രാന്തമായ വാശിയുള്ള മൃഗസ്നേഹികളുടെ സാമൂഹികബോധത്തിന്, ഈ ഭൂമിയിലുള്ള സകലമനുഷ്യരോടും ഉള്ളിൽ തികട്ടുന്ന പുച്ഛവും അസൂയയും സ്പർദ്ധയുമാണ് അടിസ്ഥാന മെന്നേ എനിക്കു വിശ്വസിക്കാൻ കഴിയൂ. ദുരിതപ്പെട്ട് തെരുവിലലഞ്ഞു ജീവിക്കുന്ന മൃഗങ്ങളെ കൂട്ടിലടച്ച് അനുദിനം പോറ്റുന്നതിനേക്കാൾ അവയെ ദയാവധത്തിന് ഇരയാക്കുന്നതാണ്, ആ മൃഗത്തോടും മനു ഷ്യസമൂഹത്തോടും അനുവർത്തിക്കാവുന്ന മഹാകരുണയെന്ന് ഞാൻ വിശ്വസിക്കുന്നു. യഥാർത്ഥമൃഗസ്നേഹവും മനുഷ്യസ്നേഹവും അതു തന്നെ.

മരപ്പട്ടികളും വിഷപ്പാമ്പുകളും മുപ്ലിവണ്ടുകളും മൂലം ജീവിതം ദുസ്സഹ മായ ആ ഭാർഗ്ഗവീനിലയത്തിൽ രാത്രി തനിച്ച് ഉറങ്ങാൻ കിടക്കു മ്പോൾ എന്റെ മനസ്സിൽ എന്നും വല്ലാത്തപേടിയായിരുന്നു. ഹോമി നോടനുബന്ധിച്ചുള്ള ക്വാർട്ടേഴ്സുകൾ വാർഡന്മാർക്കല്ലാതെ ഡെപ്യൂട്ടി സൂപ്രണ്ടിന് അനുവദനീയമായിരുന്നില്ല. ആ വിഷമാവസ്ഥ യിൽ ദിവസങ്ങൾ തള്ളി നീക്കുമ്പോഴാണ്, അവിടെ നിന്നും ഒരു കിലോമീറ്റർ അകലെയുള്ള എൻ.ജി.ഒ. ക്വാർട്ടേഴ്സുകളിൽ ഒരെണ്ണം എനിക്കു സംഘടിപ്പിക്കാൻ കഴിഞ്ഞത്. ഒട്ടും അമാന്തിക്കാതെ ഞാനെന്റെ താമസം അങ്ങോട്ടു മാറ്റി. ജീവാപായഭയമില്ലാതെ ഒരു മാസത്തോളം അവിടെ ഞാൻ അന്തിയുറങ്ങി. അപ്പോഴുണ്ട് അധികാര മേധാവിത്വത്തിൽ നിന്നും എനിക്കൊരു കുറ്റപത്രം. ജുവനൈൽഹോം ഡെപ്യൂട്ടി സൂപ്രണ്ട് ഹോമിന്റെ കോമ്പൗണ്ടിൽത്തന്നെയാണു താമസി ക്കേണ്ടതെന്നും ആ കോമ്പൗണ്ടിൽനിന്നും ഒരു കിലോമീറ്റർ അകലെ യുള്ള എൻ.ജി.ഒ. ക്വാർട്ടേഴ്സിലേക്ക് താമസം മാറ്റിയത് അധികാരിക ളുടെ അറിവോ സമ്മതമോ ഇല്ലാതെയാണെന്നും അത് അക്ഷന്തവ്യ മായ അപരാധമാണെന്നും ആയതിന്റെ പേരിൽ ശിക്ഷാനടപടികൾ

ഉണ്ടാകാതിരിക്കണമെങ്കിൽ അതിനുള്ള തക്കതായ വിശദീകരണം ഉടൻ നൽകണമെന്നുമായിരുന്നു കുറ്റപത്രം.

ഭാർഗ്ഗവീനിലയത്തിന്റെ അരക്ഷിതാവസ്ഥയും മരപ്പട്ടി, മുപ്ലിവണ്ട്, മൂർഖൻ പാമ്പ് ഇത്യാദി ക്ഷുദ്രജീവികളാൽ അവിടെ ജീവിതം തുടരാനുള്ള ബുദ്ധിമുട്ടും ജീവാപായം വരെ സംഭവിക്കാനുള്ള സാദ്ധ്യതയും വിവരിച്ച് ഞാനാ കുറ്റപത്രത്തിന് മറുപടി നൽകി. എന്റെ മറുപടിയുടെ സത്യാവസ്ഥ അന്വേഷിച്ചറിഞ്ഞ് റിപ്പോർട്ട് സമർപ്പിക്കാൻ നിയുക്തനായ ഡിസ്ട്രിക്ട് ഓഫീസർ എന്റെ മറുപടി നൂറു ശതമാനവും അവാസ്തവവും കെട്ടിച്ചമച്ചതുമാണെന്നായിരുന്നു റിപ്പോർട്ട് നൽകിയത്. അങ്ങനെയൊക്കെയുള്ള അവസരങ്ങളിൽ അതിൽ വിജയം നേടാൻ 'കൈക്കൂലി' എന്ന വജ്രായുധം പ്രയോഗിക്കേണ്ടതുണ്ടെന്ന അറിവ് എനിക്കില്ലാതെപോയതാണ് അങ്ങനെ ഒരു റിപ്പോർട്ട് ഉണ്ടാവാൻ കാരണമെന്ന് വളരെ വൈകിയാണ് ഞാനറിഞ്ഞത്. ജോലിനഷ്ടമായാലും ശരി, ഇട്ടെറിഞ്ഞു പോന്ന ആ ദുരിതക്കെട്ടിടത്തിലേക്ക് തിരിച്ചുപോവില്ലെന്നു തന്നെ ഞാൻ തീർച്ചപ്പെടുത്തി. തിരുവനന്തപുരത്തെത്തി ജയിൽ മേധാവിയായ ഐ.ജി.യെ നേരിട്ടുകണ്ട് ഞാൻ കാര്യങ്ങളുണർത്തിച്ചു. സേട്ട്നാഗ്ജിയുടെ കാലത്ത് രാജകീയമന്ദിരമായി വിലസിയിരുന്ന ആ മനോഹര ബംഗ്ലാവ് ഇത്തരത്തിൽ 'ഭാർഗവീനിലയ'മായി അധഃപ്പതിപ്പിച്ച കുടിലബുദ്ധി ആരുടെ, എന്തിന്റെ നേട്ടത്തിനുവേണ്ടിയായിരുന്നെന്ന് എനിക്കിപ്പോഴും മനസ്സിലാക്കാൻ കഴിഞ്ഞിട്ടില്ല. അന്നത്തെ നിലവാരത്തിൽ ആ കെട്ടിടം നിലനിർത്താൻ കഴിഞ്ഞിരുന്നെങ്കിൽ കേരളത്തിന്റെ പൗരാണികത്തനിമ തിളങ്ങുന്ന ഒരു മഹത് നിർമ്മിതിയായി ആ കെട്ടിടം ഇന്നും പരിലസിച്ചേനേ.

എന്തായാലും എന്റെ പരാതി നേരിൽ കേട്ട ഐ.ജി. ശിക്ഷണ നടപടി തള്ളിക്കളഞ്ഞതിനാൽ തുടർന്നും ആ ക്വാർട്ടേഴ്സിൽത്തന്നെ താമസിക്കാൻ കഴിഞ്ഞു എന്നുള്ളത് വലിയൊരു ദൈവാധീനം.

8.കട്ടപ്പനക്കാരൻ കുഞ്ഞുമോന്റെ പക

ജുവനൈൽ ഹോമിലെത്തിക്കുന്ന ബാല്യകൗമാരങ്ങൾ ബഹുഭൂരിപക്ഷവും ഏറെ സ്വഭാവവൈചിത്ര്യമുള്ള ആൺകുട്ടികളും പെൺകുട്ടികളുമായിരിക്കും. ആ സ്വഭാവവൈചിത്ര്യത്തിൽ ഏറിയ പങ്കിനും കടുത്ത അക്രമവാസനയാണ് മുന്നിട്ടു നിൽക്കുക.

കളിയിൽ തോറ്റതിന്റെ പേരിൽ ആറുവയസ്സുള്ള സ്വന്തം കൂടപ്പിറപ്പിനെ, കാളകൾക്കിടുന്ന മൂക്കു കയർ ഉപയോഗിച്ച് കൊലപ്പെടുത്തിയ വെറും എട്ടു വയസ്സ് മാത്രമുള്ള ഒരു കുട്ടിക്കൊലയാളിയുടെ മുഖം ഇപ്പോഴും മറക്കാനാവാതെ എന്റെ മനസ്സിലുണ്ട്. അനുജനെ കൊലപ്പെടുത്താൻ ജ്യേഷ്ഠന് പ്രചോദനമായത് കളിയിൽ ജയിച്ചതിന്റെ പേരിലുള്ള പക മാത്രമല്ലെന്ന് അവനുമായുള്ള ആശയവിനിമയത്തിലൂടെ എനിക്കു മനസ്സിലാക്കാൻ കഴിഞ്ഞിട്ടുണ്ട്. ഇളയ കുട്ടിയോട് മാതാപിതാക്കൾ കാണിച്ച അമിതവാത്സല്യം ഇഷ്ടപ്പെടാത്തതു മൂലമാണ് മൂത്തവന്റെ മനസ്സിൽ അങ്ങനെയൊരു പക രൂപപ്പെട്ടത്. കളിയിൽ ജയിച്ചു എന്ന കാരണം മറയാക്കി അനുജനെ ഇല്ലാതാക്കിയത് ആ പകകൊണ്ടുമാത്രം.

ജൂവനൈൽ ഹോമിലെത്തിക്കുന്ന ഓരോ കുട്ടിയേയും നേരിൽ കാണുമ്പോൾ, എന്റെ മനസ്സിൽ ആ കുട്ടിയുടെ മനസ്സിലുണ്ടാകുന്നതിനേക്കാൾ കൂടുതൽ സംത്രാസവും വൈകാരികക്ഷോഭവും ഉണ്ടാകുമായിരുന്നു. പുകയുന്ന ഒരഗ്നിപർവ്വതത്തിനു മുമ്പിൽ എത്തിപ്പെടുന്ന ഒരുവന്റെ ഉൽക്കണ്ഠയും ഭീതിയും...!

കട്ടപ്പനയിൽ നിന്നും കുഞ്ഞുമോൻ എന്ന പതിമൂന്നു വയസ്സുകാരനെ മുമ്പിൽ കൊണ്ടുവന്നുനിർത്തി വാർഡൻ അവനെ എനിക്കു പരിചയപ്പെടുത്തുന്നത് ഇങ്ങനെ പറഞ്ഞാണ്.

‘‘ഇവൻ കൊലയാളിയല്ല... പക്ഷേ, കൊലയാളിയാകണമെന്നുള്ളതാണ് ഇവന്റെ തീവ്രലക്ഷ്യം. കൊല്ലാനുദ്ദേശിക്കുന്നത് വേറെയാരേയുമല്ല, ജന്മം കൊടുത്ത സ്വന്തം തന്തയെ... തന്തയെ കൊലക്കത്തിക്കു മുമ്പിൽ കിട്ടാതെവന്നാൽ, ആ കത്തി ഇവൻ നമ്മുടെ നേർക്കു തിരിക്കുമോ എന്ന് സംശയമുണ്ട് സാർ. എന്തായാലും നമ്മൾ കരുതിയിരിക്കണം...’’

പതിമ്മൂന്നു വയസ്സുണ്ട് കുഞ്ഞുമോനെങ്കിലും കാഴ്ചയിൽ ആ പ്രായം തോന്നിക്കില്ല. മെലിഞ്ഞ നീണ്ട ഒരു ‘നരന്തു’പയ്യൻ. തന്തയെ കൊലപ്പെടുത്തണമെന്ന തീവ്രമോഹവുമായി നടക്കുന്ന അവന് കത്തിയു

യർത്തി ഒരു പഴുത്ത ചക്കയിൽ കുത്തിയിറക്കാൻപോലുമുള്ള കെല്പുണ്ടെന്നു എനിക്ക് കരുതാനാവില്ല.

ജുവനൈൽ ഹോമിൽ അക്കാലത്ത് രാത്രിഭക്ഷണം കഞ്ഞിയും ചെറുപയർതോരനുമായിരുന്നു. കഞ്ഞിയോടൊപ്പം വിളമ്പിക്കിട്ടിയ ചെറുപയർ തോരൻ ആദ്യം തന്നെ കുഞ്ഞുമോൻ തിന്നുതീർത്തു. കഞ്ഞികുടി ആരംഭിക്കുന്നതിനു മുമ്പേ വീണ്ടും ചെറുപയർ തോരൻ ആവശ്യപ്പെട്ട കുഞ്ഞുമോന് രണ്ടാമത് അത് കൊടുക്കാൻ മെസ് വാർഡൻ തയ്യാറായില്ല. ഇടത്തും വലത്തുമിരുന്ന കുട്ടികളുടെ പാത്രത്തിൽ നിന്നും അവരുടെ പങ്ക് ബലമായി കവർന്നെടുത്ത് കുഞ്ഞുമോൻ പടപടാ വെട്ടിവിഴുങ്ങി. പരാതി പറയാനെഴുന്നേറ്റ കുട്ടിയുടെ തലമണ്ടയിൽ ആഞ്ഞൊരടിയടിച്ച് കുഞ്ഞുമോനലറി.

''മര്യാദയ്ക്കിരിയെടാ കാട്ടുപന്നീ... മിണ്ടിപ്പോയാൽ നാളെ നീ ശവം.'' കുഞ്ഞുമോന്റെ ഭീഷണി വകവയ്ക്കാതെ വീണ്ടും പരാതിപ്പെടാൻ മുതിർന്ന പയ്യന്റെ മുമ്പിലിരുന്ന കഞ്ഞിപ്പാത്രം വലിച്ചെടുത്ത് കുഞ്ഞുമോൻ അവന്റെ മുഖത്തേക്ക് വലിച്ചെറിഞ്ഞു. കഞ്ഞിക്കു ചൂടു കുറവായിരുന്നതുകൊണ്ട് അവന്റെ മുഖത്ത് പൊള്ളലേറ്റില്ല.

ജുവനൈൽ ഹോം എന്നാണ് ഔദ്യോഗിക നാമമെങ്കിലും നാട്ടുകാരുടെ നാവിൻതുമ്പിൽ ആ സ്ഥാപനം അറിയപ്പെട്ടിരുന്നത് 'ദുർഗുണപരിഹാരപാഠശാല' എന്ന പേരിലായിരുന്നു.

അവിടുത്തെ അന്തേവാസികളുടെ ദുർഗുണപരിഹാരത്തിന് അന്നുള്ള പ്രതിവിധി കനത്ത ചൂരൽ പ്രയോഗമായിരുന്നു.

ജയിൽ വകുപ്പിന്റെ കീഴിൽ നിയമനവും പരിശീലനവും കിട്ടിയിരുന്ന വാർഡൻമാർ നിർദ്ദാക്ഷിണ്യം കുറ്റവാളികളിൽ ആ ശിക്ഷ നടപ്പാക്കിയിരുന്നു.

കുഞ്ഞുമോനും കിട്ടി അവൻ കാണിച്ച തെറ്റിനുള്ള ശിക്ഷ.

ധരിച്ചിരിക്കുന്ന നിക്കർ ഉയർത്തിപ്പിടിപ്പിച്ച് ചന്തിക്കു തന്നെ കനത്ത ചൂരലടി. ഒന്നല്ല... രണ്ടല്ല... പല തവണ...

പക്ഷേ, അത്രയും അടികൊണ്ടിട്ടും യാതൊരു പ്രതികരണവും ഇല്ലാതെ പാത്രത്തിൽ ബാക്കിയുണ്ടായിരുന്ന കഞ്ഞി മുഴുവൻ കോരിക്കുടിച്ച് അവൻ ഉറക്കത്തിനുപോയി.

'' ഒടുക്കത്തെ മനക്കരുത്താ സാറേ അവന്...''

കുഞ്ഞുമോന് ശിക്ഷ നൽകിയ വാർഡന്റെ അഭിപ്രായം അങ്ങനെയായിരുന്നു.

ശിക്ഷയുടെ കാഠിന്യം അറിഞ്ഞ കുഞ്ഞുമോൻ മേലിൽ അത്തരം കുറ്റകൃത്യങ്ങൾ ആവർത്തിക്കില്ലെന്നായിരുന്നു അവർ കരുതിയത്. എന്നാൽ അതിനടുത്ത ദിവസങ്ങളിൽ കുളിസ്ഥലത്തെ പൈപ്പ് തല്ലിപ്പൊട്ടിച്ചതും പച്ചക്കറിത്തോട്ടത്തിൽ പുതുതായി നട്ട പച്ചക്കറിത്തൈകൾ പിഴുതെറിഞ്ഞു കളഞ്ഞതും കുഞ്ഞുമോന്റെ വികൃതികളായി കണ്ടുപിടിക്കപ്പെട്ടു.

അപ്പോഴും അവനു ശിക്ഷയുണ്ടായി.

ചന്തിക്ക് പലതവണ നല്ലൊന്നാന്തരം ചൂരലടി. അങ്ങനെ ശിക്ഷ നടപ്പാക്കാൻ വാർഡന്മാർക്ക് തനതായ അധികാരമുണ്ടായിരുന്നു.

ജുവനൈൽ ഹോമിലെത്തുന്ന കുട്ടികൾക്ക് വിദ്യാഭ്യാസം നൽകാൻ അവിടെ സ്കൂളുണ്ട്. ഒന്നാം സ്റ്റാൻഡേർഡ് മുതൽ നാലാം സ്റ്റാൻഡേർഡ് വരെ ക്ലാസ്സുകൾ. നാലാം സ്റ്റാൻഡേർഡ് കഴിഞ്ഞാൽ അടുത്തുള്ള സ്കൂളിൽ ചേർക്കും.

പതിമ്മൂന്ന് വയസുകാരൻ കുഞ്ഞുമോനേയും സ്കൂളിൽ ചേർത്തു. ഒന്നാം ക്ലാസ്സിൽ.

അധികദിവസം കഴിഞ്ഞില്ല. സ്കൂളിലെ ഒരദ്ധ്യാപകൻ എന്റെ മുമ്പിലെത്തി പരാതി പറഞ്ഞു.

''കുഞ്ഞുമോൻ എന്നവനെക്കൊണ്ട് വലിയ തൊല്ലയാണു സാർ... ക്ലാസ്സെടുക്കുമ്പോൾ ഒരു വക ശ്രദ്ധിക്കില്ലെന്നു മാത്രമല്ല, ഇടയ്ക്കിടെ ചൂളം കുത്തലും തുടയിൽ താളമിട്ട് സിനിമാ പാട്ട് മൂളലുമാണ് അവന്റെ പണി. അതിനിടയ്ക്ക് ചുറ്റുമിരിക്കുന്ന കുട്ടികളെ തോണ്ടലും വർത്തമാനം പറച്ചിലും.''

''അവന് എന്തു ശിക്ഷയാണു കൊടുത്തത്?''

ഞാനാരാഞ്ഞു.

''ക്ലാസ്സിനുപുറത്തിറക്കി നിർത്തിയിരിക്കുകയാണ്.''

''ങാ.. അതുമതി. മറ്റൊരുതരത്തിലുള്ള ശിക്ഷയൊന്നും വേണ്ട...''

അത് സമ്മതിച്ച് ആ അദ്ധ്യാപകൻ തിരിച്ചുപോയി.

രണ്ടു ദിവസങ്ങൾ കഴിഞ്ഞതും വീണ്ടും ആ അദ്ധ്യാപകൻ എന്റെ മുമ്പിലെത്തി. പുറം തിരിഞ്ഞു നിന്ന് അദ്ദേഹം എന്നോട് പറഞ്ഞു.

''സാർ...കണ്ടോ ഇത്... ആ കുഞ്ഞുമോൻ ചെയ്തതാ..''

ഞാൻ നോക്കുമ്പോൾ ആ അദ്ധ്യാപകന്റെ തൂവെള്ള ഖദർ ഷർട്ടിന്റെ പിൻഭാഗത്ത് ആകാശത്തുനക്ഷത്രങ്ങളെന്നപോലെ മഷിപ്പൊട്ടുകൾ നിറഞ്ഞുകിടക്കുന്നു.

സ്കൂളിൽ നിന്നു തന്നെ കുഞ്ഞുമോന് കാണിച്ച 'പോക്രിത്തര' ത്തിനുള്ള ശിക്ഷ നൽകിയിട്ടുണ്ടാവുമെന്ന് എനിക്ക് തീർച്ചയായിരുന്നു. അതേക്കുറിച്ച് ചോദിച്ചപ്പോൾ ആ അദ്ധ്യാപകൻ പറഞ്ഞു.

''കൊടുത്തു... ചൂരലിന് നല്ല ചുട്ട അടി തന്നെ... ഒന്നും രണ്ടുമല്ല, ഒമ്പ തെണ്ണം.... ആ ഒമ്പതടിയും ഒരു പ്രതികരണവുമില്ലാതെ മരം പോലെ നിന്നാണു സാർ അവൻ കൊണ്ടത്... മേലിൽ ആവർത്തിക്കുമോടാ എന്ന ചോദ്യത്തിന് 'ഇല്ല' എന്നൊരു മറുപടി അവന്റെ വായിൽ നിന്നു വീണില്ല സാർ... ഇനിയിപ്പോ അവനെക്കൊണ്ട് അങ്ങനെ പറയിപ്പിക്കേ ണ്ടത് നിങ്ങളുടെ ചുമതലയാണ് സാർ..''

അടുത്ത ദിവസം ഓഫീസിലെത്തിയതും ഞാൻ കുഞ്ഞുമോനെ അങ്ങോട്ടു വിളിപ്പിച്ചു.

ഒരു കൂസലുമില്ലാതെ ഓഫീസിലേക്കു കയറിവന്ന അവൻ എന്റെ മുമ്പിലെത്തിയതും പുറം തിരിഞ്ഞു നിന്ന് മുട്ടറ്റം ഇറക്കമുള്ള നിക്കർ മുകളിലേക്കു ചുരുട്ടിക്കയറ്റി ചന്തി കാണിച്ചുതന്നു.

''എന്താടാ... ഈ കാണിക്കുന്നെ...?'' ദേഷ്യത്തിൽ ഞാൻ ചോദിച്ചു.

''അടി തൊടങ്ങിക്കോ... അതിനല്ലേ ഇങ്ങോട്ടു വിളിപ്പിച്ചിരിക്കുന്നത്...'' കുഞ്ഞുമോന്റെ മറുപടി.

തലേന്ന് സ്കൂളിൽ നിന്നു കിട്ടിയ ചൂരലടിയുടെ അടയാളങ്ങൾ അവന്റെ പൃഷ്ഠത്തിൽ തിണർത്തു കിടക്കുന്നത് എന്റെ കണ്ണിൽപ്പെട്ടു.

''കുഞ്ഞുമോനേ... നിന്റെ വീട്ടിലെ പേരെന്താ.. അപ്പനും അമ്മയും വിളി ക്കുന്ന പേര്...?''

സൗമ്യമായാണ് ഞാൻ ചോദിച്ചത്..

''അറിഞ്ഞിട്ടെന്തു വേണം?''

അതായിരുന്നു അവന്റെ മറുപടി. അവന്റെ കണ്ണുകൾ രണ്ട് അഗ്നിഗോള ങ്ങളായി ജ്വലിക്കുകയാണെന്ന് എനിക്കു തോന്നി. ഈ ലോകത്തോട് മുഴുവനുമുള്ള പകയുണ്ട് ആ കണ്ണുകളിൽ..

ആ പകയ്ക്ക് തക്കതായ കാരണവുമുണ്ടാകുമെന്ന് എനിക്കറിയാം. ആ കാരണമെന്താണെന്നാണ് അറിയേണ്ടത്.

''വീട്ടിൽ കുഞ്ഞുമോന് ആരൊക്കെയുണ്ട്?''

''ഇതൊക്കെ എന്തിനാ അറിയുന്നത്?'' ആ മറു ചോദ്യമായിരുന്നു അവന്റെ മറുപടി.

തിരിച്ചും മറിച്ചും ചോദിച്ചിട്ടും കുഞ്ഞുമോനിൽ നിന്ന് വ്യക്തമായ ഒരു ത്തരവും ഉണ്ടായില്ല. വാക്കുകളിലെന്നല്ല, അവന്റെ ശ്വാസതാള ത്തിൽപ്പോലും പക നിറഞ്ഞുനിൽക്കുകയാണെന്ന് എനിക്കു ബോദ്ധ്യ മായി.

ഞാനവനെ അടിമുടി ശ്രദ്ധിച്ചു. അപ്പോൾ മറ്റൊരു സംഗതി എന്റെ ശ്രദ്ധയിൽപ്പെട്ടു. അവന്റെ നെഞ്ചിനു താഴെയായി ഒരു തീപ്പൊള്ള ലിന്റെ അവശേഷിപ്പായ കറുത്തപാട്!

''ഇതെന്താ ഇത്...?'' ഞാനന്വേഷിച്ചു.

ക്രൗര്യത്തോടെ എന്നെ തറപ്പിച്ചു നോക്കിയതല്ലാതെ അവൻ മറുപടി പറഞ്ഞില്ല.

''ഇതു തീപ്പൊള്ളലേറ്റതാണല്ലോ... എങ്ങനെ സംഭിച്ചു?''

''എന്നെ അടിക്കാനല്ലേ ഇങ്ങോട്ടു വിളിച്ചു വരുത്തിയത്... അടിക്ക്... എനിക്കു പോണം...'' അവൻ അക്ഷമനായി.

''ഞാൻ നിന്നെ അടിക്കാനല്ല...ഒന്നു കാണാനാ ഇങ്ങോട്ടു വിളിപ്പി ച്ചത്...''

''കണ്ടില്ലേ.. എന്നിലിനി ഞാൻ പോകുവാ...''

പറഞ്ഞു തീരും മുമ്പേ അവൻ എന്റെ മുമ്പിൽ നിന്ന് തിരിഞ്ഞു നടന്നു തുടങ്ങി. നടന്നു പോകുന്ന അവന്റെ കൃശഗാത്രത്തിന്റെ ദയനീയത യിൽ കണ്ണുനട്ട് ഞാനങ്ങനെ ഇരുന്നുപോയി.

കുഞ്ഞുമോനെ ശിക്ഷിക്കാതെയും ശാസിക്കാതെയും വിട്ടതിൽ പ്രതി ഷേധവുമായി മുമ്പിൽ വന്ന അദ്ധ്യാപകനോട് ഞാൻ പറഞ്ഞു.

‘‘ശിക്ഷ കൊടുത്ത് അവനെ നന്നാക്കാൻ പറ്റുമെന്നു തോന്നുന്നില്ല. ശിക്ഷിക്കും തോറും അവനിലെ പക ഇരട്ടിക്കുകയേയുള്ളു. ഒരു കാര്യം ചെയ്യ്... സാറവനെ ക്ലാസിലെ മോണിട്ടറാക്ക്...’’

എന്റെ നിർദ്ദേശം കേട്ട അദ്ധ്യാപകൻ ഞെട്ടി.

ക്ലാസ് മോണിട്ടറെന്നാൽ.... സ്വഭാവഗുണമുള്ളവനായിരിക്കണം. ഏറ്റവും തല്ലിപ്പൊളിയായവനെ ക്ലാസിലെ മോണിട്ടറാക്കിയാൽ മര്യാദ ക്കാരായ കുട്ടികളെക്കൂടെ അവൻ തല്ലിപ്പൊളിയാക്കുമെന്നായിരുന്നു അദ്ധ്യാപകന്റെ മറുപടി.

എങ്കിലും ഞാനെന്റെ നിർദ്ദേശത്തിലുറച്ചു നിന്നു. അങ്ങനെ കുഞ്ഞു മോൻ ക്ലാസിലെ മോണിട്ടറായി. ക്ലാസ് മോണിട്ടറെന്ന നിലയിൽ ഞാനവന് പ്രത്യേക നിർദ്ദേശം നൽകി.

‘‘കുഞ്ഞുമോനേ... നീ ആള് ബുദ്ധിമാനും ധൈര്യവാനുമാണെന്നെ നിക്കു ബോധ്യപ്പെട്ടതിനാലാണ് മോണിട്ടറാക്കിയിരിക്കുന്നത്. ഇനി ക്ലാസിന്റെ അച്ചടക്കം നിന്റെ ഉത്തരവാദിത്വമാണ്. വർത്തമാനക്കാ രെയും ഉഴപ്പന്മാരെയും കൃത്യമായി കണ്ടുപിടിച്ച് അവരുടെയെല്ലാം പേരെഴുതി എല്ലാ ദിവസവും വൈകുന്നേരം എനിക്കു തരണം.’’

‘‘തന്നില്ലെങ്കിൽ...?’’ അവനിൽ അപ്പോഴും ക്രൗര്യം തന്നെ.

‘‘അതെന്താ ഉഴപ്പന്മാരെ കണ്ടുപിടിച്ച് പേരെഴുതിത്തരാൻ കുഞ്ഞു മോനു ധൈര്യമില്ലേ..? പേടിയാണോ നിനക്ക്?’’

‘‘എനിക്കൊരവനേയും പേടിയില്ല.’’

‘‘അതു നല്ല കാര്യം...’’ അഭിനന്ദനമെന്നോണം ഞാനവന്റെ തോളിൽ തട്ടി. എന്നിട്ടു ചോദിച്ചു.

‘‘ആട്ടെ... വലുതാവുമ്പോൾ ആരാകണമെന്നാണ് നിന്റെ ആഗ്രഹം?’’

‘‘എനിക്കാരുമാകണ്ട...’’

‘‘അങ്ങനെയല്ലല്ലോ... മനുഷ്യനായി ഭൂമിയിൽ ജനിച്ചാൽ എല്ലാവർക്കും ഓരോ ലക്ഷ്യബോധമുണ്ടാകുമല്ലോ... ഡോക്ടറാകണമെന്നും സിനിമാ നടനാകണമെന്നും പോലീസുകാരനാകണമെന്നുമൊക്കെ..’’

‘‘എനിക്കൊരു ലക്ഷ്യമേ ഉള്ളൂ...’’ പെട്ടെന്ന് കുഞ്ഞുമോൻ പറഞ്ഞു.

‘‘എനിക്കൊരു തന്തയുണ്ട്... അവനെ കുത്തിക്കൊല്ലണം...’’

അവന്റെ മനസ്സിലെ ആ പക നേരത്തേ വാർഡൻ എന്നെ അറിയിച്ചിരുന്നതുകൊണ്ട് എന്നിൽ പുതിയൊരു ഞെട്ടലുണ്ടായില്ല.

‘‘എന്താ സ്വന്തം അച്ഛനോട് ഇത്ര വൈരാഗ്യം?’’

ശാന്തമായി ഞാനവനോട് ആരാഞ്ഞു.

‘‘അതു പറയാൻ എനിക്കു മനസ്സില്ല.’’

ധിക്കാരപരമായ കുഞ്ഞുമോന്റെ മറുപടി.

കുഞ്ഞുമോനിൽ നിന്നും ആ വൈരാഗ്യത്തിന്റെ കാരണം അറിയാൻ പറ്റുന്നില്ലെങ്കിൽ, അതറിയാൻ ജൂവനൈൽ ഹോം സൂപ്രണ്ടിന് പ്രബോഷൻ ഓഫീസർമാരുടെ സേവനം തേടാം. സൂപ്രണ്ട് ആവശ്യപ്പെട്ടാൽ ജുവനൈൽ ഹോമിലെത്തുന്ന ഓരോ കുട്ടിയുടേയും അതുവരെയുള്ള പിന്നാമ്പുറക്കഥകളും ജീവിതസാഹചര്യങ്ങളും അന്വേഷണം നടത്തി അറിയിക്കുകയെന്നുള്ളത് അവരുടെ കർത്തവ്യമാണ്.

മക്കളെ ജനിപ്പിക്കുകയും പിന്നിടുള്ളകാലം മുഴുവൻ അവരുടെ ശത്രുവായി ജീവിക്കുകയും ചെയ്ത ഒട്ടേറെ പിതാക്കന്മാരുടെ കഥകൾ അറിഞ്ഞിട്ടുള്ളതുകൊണ്ട്, കുഞ്ഞുമോന്റെ പിതൃപകയുടെ അടിസ്ഥാനവും അങ്ങനെയൊരു ശത്രുത ആയിരിക്കുമെന്ന് ഞാനൂഹിച്ചു.

ക്ലാസ് മോണിട്ടറായി നിയമനം കിട്ടിയ കുഞ്ഞുമോൻ അടുത്തദിവസം മുതൽ ക്ലാസ് കഴിഞ്ഞാലുടൻ എന്റെ മുമ്പിലെത്തി ക്ലാസിലെ ശല്യക്കാരുടേയും വർത്തമാനക്കാരുടേയും പേര് എഴുതിയ കടലാസ് എനിക്ക് നൽകി.

അവന്റെ ലിസ്റ്റിലുള്ള ഓരോ ശല്യക്കാരന്റേയും പേരെടുത്ത് ഞാൻ പ്രത്യേകം അന്വേഷിക്കും. അവരുടെ കൊള്ളരുതായ്മകൾ കുഞ്ഞുമോനെക്കൊണ്ടുതന്നെ വിശദീകരിപ്പിക്കും. ആ കൊള്ളരുതായ്മകൾ വിശദീകരിക്കുമ്പോൾ, തന്നിൽ ആ വിധമുള്ള കൊള്ളരുതായ്മ ഉണ്ടോ എന്നൊരു ആത്മപരിശോധന സ്വാഭാവികമായി അവനിൽ ഉണ്ടായിട്ടുണ്ടാവണം. ഉണ്ടെങ്കിൽ മേലിൽ ആ കൊള്ളരുതായ്മ തന്നിൽ ഉണ്ടാകാതിരിക്കണമെന്നും അവൻ തീരുമാനിക്കുന്നുണ്ടാവണം.

ഉണ്ട്. അവനങ്ങനെ തീരുമാനിക്കുന്നുണ്ട്. ആ തീരുമാനത്തിന്റെ ഫലമായാവാം, ഒന്നു രണ്ടാഴ്ചകൾക്കുള്ളിൽ കുഞ്ഞുമോനിൽ പ്രകടമായ വ്യത്യാസം കണ്ടുതുടങ്ങി. അവന്റെ അദ്ധ്യാപകൻ ഒരു ദിവസം നേരിട്ടെന്നോടു പറഞ്ഞു.

‘‘കുഞ്ഞുമോന്റെ സ്വഭാവത്തിനു വലിയമാറ്റമുണ്ടു സാർ... പഴയപോലുള്ള കുരുത്തക്കേടുകളും ശല്യങ്ങളുമൊന്നും ഇപ്പോൾ അവനില്ല. ശരിക്കും മര്യാദക്കാരനായി അവൻ.’’

ആ വാക്കുകൾ കേട്ടപ്പോൾ എന്നിൽ അതിയായ സന്തോഷമുണ്ടായി.

അടുത്തദിവസം അവൻ എന്റെ മുമ്പിൽ വന്നപ്പോൾ ഞാനവനോട് പറഞ്ഞു.

‘‘കുഞ്ഞുമോനേ... നാളെ മുതൽ ഒരു പുതിയ ഉത്തരവാദിത്വം കൂടി നിന്നെ ഏൽപ്പിക്കുകയാണ് ഞാൻ.. രാവിലെ ഞാൻ ഓഫീസിൽ വരുമ്പോഴേയ്ക്കും എന്റെ ടേബിളും ചെയറുമൊക്കെ പൊടി തട്ടി വൃത്തിയാക്കി വയ്ക്കണം. ബുക്കുകളും ഫയലുകളുമൊക്കെ കൃത്യമായി അടുക്കി വയ്ക്കണം. എനിക്കു കുടിക്കാനുള്ള വെള്ളവും മേശപ്പുറത്തു കൊണ്ടുവന്ന് മൂടി വെക്കണം. പറ്റുമോ?’’

‘എനിക്ക് സൗകര്യപ്പെടില്ല’ എന്ന മറുപടിയാണ് ഞാൻ അവനിൽ നിന്നും പ്രതീക്ഷിച്ചത്. എന്നാൽ കുഞ്ഞുമോന്റെ മറുപടി ഇങ്ങനെയായിരുന്നു.

‘‘പറ്റും സാർ... സാർ പറയുന്ന എന്തുകാര്യവും ചെയ്യാൻ എനിക്ക് ഒരു മടിയുമില്ല.’’

അടുത്ത ദിവസം ഞാൻ ഓഫീസിലെത്തുമ്പോൾ കുഞ്ഞുമോൻ അവിടെ ചെയ്തുവെച്ച മാറ്റം എന്നെ അമ്പരപ്പിച്ചു. വളരെ വൃത്തിയായും ഭംഗിയായും അവൻ ഓഫീസ് റൂം അറേഞ്ച് ചെയ്തിരിക്കുന്നു. വൃത്തിയായി കഴുകിയ ഗ്ലാസിൽ എനിക്കു കുടിക്കാനുള്ള വെള്ളം മൂടി സൂക്ഷിച്ചിരിക്കുന്നു.

പതിനെട്ടു വയസ് പൂർത്തിയായി ജുവനൈൽ ഹോമിൽ നിന്ന് പിരിയുന്നതുവരെ ആ ഉത്തരവാദിത്വം അവൻ കൃത്യമായിത്തന്നെ പാലിച്ചു.

അതിനിടയിൽ സ്വന്തം പിതാവിനോട് അവന് കടുത്ത പകയുണ്ടാകാനുള്ള കാരണം എന്താണെന്നും കട്ടപ്പന ഏരിയായുടെ ചാർജ്ജുള്ള പ്രബോഷൻ ഓഫീസർ മുഖാന്തിരം എനിക്ക് മനസ്സിലാക്കുവാൻ കഴിഞ്ഞു.

തികഞ്ഞ മദ്യപാനിയായിരുന്നു അവന്റെ പിതാവ്. ഭാര്യയും രണ്ടുമക്കളുമടങ്ങുന്ന കുടുംബത്തെ സംരക്ഷിക്കുകയെന്നതിലുപരി ദിനവും മദ്യലഹരിയിൽ അവരെ ആവുന്നത്ര പീഡിപ്പിക്കുകയെന്നതായിരുന്നു അയാളുടെ ഉത്തരവാദിത്വം. കൂലിപ്പണിക്കാരനായ അയാൾ കിട്ടുന്ന

കൂലിയുമായി നേരെ പോകുന്നത് കള്ളുഷാപ്പിലേക്കാണ്. കൈയി ലുള്ള കാശിന് മുഴുവൻ കുടിക്കും. കുടികഴിഞ്ഞു വീട്ടിലെത്തിയാൽ ഭാര്യയ്ക്ക് അടിയും ഇടിയും തുടങ്ങും. മക്കൾ ഇടയ്ക്കു കയറിയാൽ അവർക്കിട്ടും കിട്ടും അടി. അക്കാരണത്താൽ അപ്പന്റെ നിഴൽ കാണു മ്പോഴേ കുട്ടികൾ വീടിനു പുറത്തിറങ്ങി ഒളിക്കും.

ഒരു ദിവസം കൈയിൽ കാശില്ലാതിരുന്നതിനാൽ ഷാപ്പിൽ നിന്നും രണ്ടുകുപ്പി കള്ളുമാത്രമേ കിട്ടിയുള്ളൂ. നേരെ വീട്ടിലെത്തിയ അയാൾ ഭാര്യയോട് കള്ളുകുടിക്കാനുള്ള പണം ആവശ്യപ്പെട്ടു. അയൽപ്പ ക്കത്തെ വീടുകളിലും ഏലത്തോട്ടത്തിലുമൊക്കെ പണിയെടുത്തുകി ട്ടുന്ന വരുമാനം കൊണ്ടാണ് ആ സ്ത്രീ വീട്ടുകാര്യങ്ങൾ നിർവ്വഹിച്ചു പോകുന്നത്. കയ്യിൽ കാശില്ലാതെ വരുമ്പോൾ കെട്ടിയവനു കുടി ക്കാനുള്ള പണവും ചിലപ്പോഴൊക്കെ ആ സ്ത്രീ നൽകാറുണ്ടായിരു ന്നു.

ഇന്ന് നിങ്ങൾക്ക് കുടിക്കാൻ തരാൻ പണമില്ലെന്നു പറഞ്ഞ ഭാര്യയോട് രഹസ്യമായി സൂക്ഷിച്ചിരിക്കുന്ന കുടുക്ക പൊട്ടിച്ച് അതിലെ പണമെ ടുത്തു തരാൻ അയാൾ ആവശ്യപ്പെട്ടു.

രണ്ടു ദിവസം മുമ്പ് ആ കുടുക്ക പൊട്ടിച്ചാണ് റേഷനരിയും മണ്ണെ ണ്ണയും വീട്ടുസാധനങ്ങളും വാങ്ങിയതെന്ന ഭാര്യയുടെ മറുപടി കേട്ട് അയാൾ ദേഷ്യത്തിൽ അവരെ തൊഴിച്ചു. നാഭിക്ക് തൊഴികൊണ്ട അവർ ബോധംകെട്ടു വീണുപോയി. ആ ‘ബോധക്കേട്’ അഭിനയമാ ണന്ന് പറഞ്ഞ് വീണ്ടും അയാൾ അവരെ തിരിച്ചും മറിച്ചുമിട്ട് തൊഴി ച്ചു. എത്ര ഉപദ്രവിച്ചിട്ടും ഭാര്യ എഴുന്നേൽക്കുന്നില്ലെന്നായപ്പോൾ രണ്ടുദിവസം മുമ്പ് വാങ്ങിവെച്ച റേഷൻ മണ്ണെണ്ണയെടുത്ത് അവരുടെ ദേഹമാസകലം ഒഴിച്ച് അയാൾ ആക്രോശിച്ചു.

‘‘ഞാൻ പത്തുവരെ എണ്ണുമെടീ... അതിനുള്ളിൽ നീ അഭിനയം കഴിഞ്ഞ് എഴുന്നേറ്റില്ലെങ്കിൽ തീപ്പെട്ടിയുരച്ച് ഞാൻ നിന്നെ കത്തി ക്കും.’’

അയാൾ എണ്ണാൻ തുടങ്ങി.

‘‘ഒന്ന്... രണ്ട്... മൂന്ന്...’’

ബോധം മറഞ്ഞ് കിടക്കുന്ന ആ സ്ത്രീ എങ്ങനെ എഴുന്നേൽക്കാൻ...

പത്ത് എണ്ണിക്കഴിഞ്ഞിട്ടും ബോധക്കേട് അഭിനയിച്ചു കിടക്കുന്ന ഭാര്യ യുടെ നേർക്ക് അയാൾ തീപ്പെട്ടിയുരച്ച് എറിഞ്ഞു.

ദേഹമാസകലം തീ ആളിപ്പടർന്നതോടെ ആ സ്ത്രീ തറയിൽ കിടന്ന് ഉരുളാൻ തുടങ്ങി.

വീടിനു പുറത്തു നിന്ന മകൻ അമ്മയെ രക്ഷിക്കാൻ ഓടിക്കയറിയെങ്കിലും നെഞ്ചിൽ പൊള്ളലേറ്റതോടെ അവൻ പിന്തിരിഞ്ഞ് നിലവിളിച്ച് ആളെക്കൂട്ടി. ആളുകൾ ഓടിക്കൂടിയപ്പോൾ അയാൾ ഓടി രക്ഷപ്പെട്ടു. ആ സ്ത്രീയും അഭയമായി അവർക്കുണ്ടായിരുന്ന ഓലപ്പുരയും അപ്പോൾ കത്തിക്കഴിഞ്ഞിരുന്നു. അപ്പൻ അമ്മയെ മണ്ണെണ്ണ ഒഴിച്ചു തീ കൊളുത്തുകയായിരുന്നുവെന്ന സത്യം കുഞ്ഞുമോൻ നാട്ടുകാർക്ക് വെളിപ്പെടുത്തി. അടുത്ത ദിവസം പോലീസ് കസ്റ്റഡിയിലായ അയാൾ ജാമ്യത്തിനാളില്ലാതെ ജയിലിൽ കിടന്ന് വിചാരണ നേരിട്ടു.

ജീവപര്യന്തം കഠിന തടവായിരുന്നു ശിക്ഷ.

അപ്പനും അമ്മയും നഷ്ടപ്പെട്ട കുഞ്ഞുമോനേയും അവന്റെ ഇളയ പെങ്ങളേയും ഇടവകപ്പള്ളിക്കാരാണ് അന്ന് ജുവനൈൽ ഹോമിലെത്തിച്ചത്. കുഞ്ഞുമോളെന്ന അവന്റെ പെങ്ങൾക്ക് ഒമ്പതു വയസ്സേ പ്രായമുള്ളൂ. അമ്മയെ തീവെച്ച് കൊന്ന അപ്പനോടുള്ള കടുത്ത പകയിൽ ക്രൗര്യം നിറഞ്ഞ മനസ്സുമായി 13-ാം വയസ്സിൽ ജുവനൈൽ ഹോമിലെത്തിയ കുഞ്ഞുമോൻ 18-ാം വയസ്സിൽ അവിടെ നിന്നു യാത്ര പറയുമ്പോൾ തികഞ്ഞ ശാന്തനും സൽസ്വഭാവിയുമായിരുന്നു.

ഓഫീസ് ക്രമീകരണത്തിലും പരിപാലനത്തിലും എന്റെ നിത്യസഹചാരിയായ അവനുമായി മാനസികമായ ഒരടുപ്പവും എനിക്കുണ്ടായി. ഈറ്റു പുലിയായി വന്നവൻ സൗമ്യനായ വളർത്തുപൂച്ചയായി മാറിയതിൽ എനിക്കേറ്റം സന്തോഷമുണ്ടായി. ആ സന്തോഷം കുഞ്ഞുമോനോട് പുത്രസമാനമായ വാത്സല്യമായി എന്റെ മനസ്സിൽ നിറഞ്ഞുനിന്നിരുന്നു അപ്പോൾ.

ജുവനൈൽ ഹോമിൽ നിന്നു യാത്ര പറയാനെത്തിയ കുഞ്ഞുമോനെ കണ്ടപ്പോൾ എന്റെ മനസ്സു വിങ്ങി. ഏറെ ഹൃദയൈക്യമുള്ള ഒരു ബന്ധു - ഒരു മകൻ വിടവാങ്ങുമ്പോഴെന്നപോലൊരു വിങ്ങൽ.

''ഞാൻ പോകുവാ സാറേ.''

അവനെന്നോടു യാത്ര പറയുമ്പോൾ എന്റെ നെഞ്ചകം പിടഞ്ഞു. അവന്റെ രണ്ടു തോളുകളിലും പിടിച്ച് എന്റെ നേർക്ക് തിരിച്ചു നിർത്തി അവന്റെ കണ്ണുകളിലേക്കു നോക്കി ഞാൻ പഞ്ഞു.

''പോകും മുൻപ് കുഞ്ഞുമോൻ എനിക്ക് ഞാൻ ചോദിക്കുന്നൊരു കാര്യം തരണം.''

‘‘സാറിനു തരാൻ എന്റെ കൈയിലൊന്നുമില്ല.’’

‘‘ഉണ്ട്... കുഞ്ഞുമോന്റെ കൈയിലുള്ളതേ ഞാൻ ചോദിക്കൂ..’’

കുഞ്ഞുമോൻ ഒരു നിമിഷം ഒന്നു പതറി.

പിന്നെ പോക്കറ്റിൽ നിന്നും ക്രിസ്തുവിന്റെ ഒരു ചെറിയ ഫോട്ടോ പുറത്തെടുത്തു എന്റെ നേർക്കു നീട്ടി.

‘‘ഇന്നാ... ഇതല്ലാതെ സത്യമായും എന്റെ കൈയിൽ വേറൊന്നുമില്ല... കുറച്ചുനാൾ മുമ്പ് ഇവിടെ വന്ന ഒരു ഫാദർ എനിക്കു തന്നതാ... ഈ ജീസസിന്റെ പടം.. എനിക്കത് കളയാൻ തോന്നിയില്ല.. ഇത് സാറിന് തന്നേക്കാം..’’

അവന്റെ ശബ്ദത്തിൽ ഇടർച്ചയുണ്ടാകുന്നതും കണ്ണുകളിൽ നനവു പടരുന്നതും ഞാൻ കണ്ടു.

ഞാൻ പറഞ്ഞു.

‘‘എനിക്കിതല്ല വേണ്ടത്...’’

‘‘പിന്നെ...?’’

അവന്റെ നനഞ്ഞ കണ്ണുകളിലേക്ക് നോക്കി ഞാൻ പറഞ്ഞു.

‘‘കുഞ്ഞുമോനേ... നീയെനിക്കൊരുമ്മ തരണം.’’

കുഞ്ഞുമോന്റെ കണ്ണുകളിൽ അവിശ്വസനീയതയുടെ ഒരു നീലതടാകം തുളുമ്പുന്നത് ഞാൻ കണ്ടു. തെല്ലുനേരം എന്റെ കണ്ണുകളിലേക്ക് നോക്കി അവൻ നിശ്ചലനായി നിന്നു.

പിന്നെ, രണ്ടു കൈകൾ കൊണ്ടും എന്നെ ഗാഢം പുണർന്ന് എന്റെ രണ്ടു കവിളുകളിലും അവൻ മാറി മാറി ഉമ്മവെച്ചു. ഒന്നല്ല... രണ്ടല്ല... പല തവണ...

തിരികെ ഞാനും അവന് ഗാഢമായ ഒരുമ്മ നൽകി.

വിതുമ്പിപ്പൊട്ടിപ്പോയി ഞാനും അവനും.

ഞങ്ങൾക്ക് ചുറ്റുമുണ്ടായിരുന്നവർക്കുപോലും കണ്ണുകൾ ഈറനായി.

ആ വിതുമ്പലോടെ കുഞ്ഞുമോൻ എന്നോടു പറഞ്ഞു.

‘‘എന്റെ അപ്പനിൽ നിന്ന് എനിക്കൊരുമ്മ കിട്ടിയിട്ടില്ല സാറേ... സാറിന്റെ ഈ ഉമ്മ ജീവനുള്ള കാലം ഞാൻ മറക്കുകേല..’’

‘‘ഞാനും...’’ അവനെ ചേർത്തുനിർത്തി കണ്ണുതുടച്ച് ഞാനും പറഞ്ഞു.

അവിടെ നിന്ന് യാത്രയാകും മുൻപ് അവനറിഞ്ഞിട്ടില്ലാത്ത മറ്റൊരു രഹസ്യം ഞാനവനോട് വെളിപ്പെടുത്തി.

‘‘അപ്പനെ കുത്തിക്കൊല്ലണമെന്നായിരുന്നല്ലോ കുഞ്ഞുമോന്റെ തീവ്രാഭിലാഷം..’’ ഞാൻ പറഞ്ഞു പൂർത്തിയാക്കും മുമ്പേ കുഞ്ഞുമോൻ മുറിച്ചു.

‘‘ഇല്ല സാർ.. ഞാനിനി അങ്ങനെ ചിന്തിക്കുകയില്ല... എന്റെ പെങ്ങൾക്ക് നല്ലൊരു ജീവിതമുണ്ടാകണം... ഇനിയെന്റെ പരിശ്രമം അതിനുവേണ്ടിയാണ്. ജീവപര്യന്തം ശിക്ഷകഴിഞ്ഞ് ജയിലിൽ നിന്നിറങ്ങുന്ന അപ്പന്റെ കൺമുമ്പിൽപ്പെടാതെ ദൂരെയെവിടെയെങ്കിലും പോയി സ്വസ്ഥമായി ജീവിക്കണം.’’

‘‘അപ്പന്റെ കൺമുമ്പിൽപ്പെടാതെ ജീവിക്കാൻ ഇനി കുഞ്ഞുമോൻ ദൂരെ ഒരിടത്തും പോകണ്ട... കാരണം നിങ്ങളുടെ അപ്പൻ ഇപ്പോൾ ജീവനോടെയില്ല. പരോളിലിറങ്ങി കട്ടപ്പനയിൽ വന്ന അയാളെ കള്ളുഷാപ്പിൽ വച്ച് അടിപിടിയുണ്ടാക്കിയതിനെ തുടർന്ന് നാട്ടുകാരിലൊരുവൻ കുത്തിക്കൊന്നു... ഒന്നൊന്നരവർഷമായി.’’

പോക്കറ്റിൽ നിന്നും വീണ്ടും യേശുനാഥന്റെ പടമെടുത്ത് അതിൽനോക്കി കുഞ്ഞുമോൻ പറഞ്ഞു.

‘‘യേശുവേ നന്ദി...’’

9.കാണാതായ പെൺകുട്ടി

ഞായറാഴ്ച. സ്ഥലം കോഴിക്കോട്:

ജുവനൈൽ ഹോം സൂപ്രണ്ടിന് അവധിയുള്ള ദിവസം.

പതിവുപോലെ ഞാൻ അടുത്തുള്ള ദേവാലയത്തിൽ കുർബ്ബാനയിൽ സംബന്ധിക്കുവാനുള്ള ഒരുക്കത്തിലായിരുന്നു. നേരം 10 മണിയോടടുക്കുന്നു. അപ്പോൾ മേശപ്പുറത്തിരുന്ന ഫോണിൽ ബെല്ലുണ്ടായി.

ഞായറാഴ്ച ആ സമയത്ത് ആ ഫോണിൽ ആരും വിളിക്കാറുള്ളതല്ല. ഏതോ അടിയന്തരകാര്യത്തിനുള്ള വിളിയാണെന്ന് ബോധ്യപ്പെട്ടു ഞാൻ പെട്ടെന്ന് റിസീവറെടുത്ത് കാതോടു ചേർത്തു.

ജുവനൈൽ ഹോമിൽ നിന്നായിരുന്നു. പരിഭ്രാന്തി നിറഞ്ഞ ശബ്ദത്തിൽ ഒരു ലേഡി വാർഡൻ എന്നെ അറിയിച്ചു.

''സാർ... ഒരു പെൺകുട്ടിയെ കാണാനില്ല..''

ഇരുനൂറ്റമ്പതോളം ആൺകുട്ടികളും അത്ര തന്നെ പെൺകുട്ടികളും ഉണ്ട് അന്ന് കോഴിക്കോട് വെള്ളിമാടുകുന്നിലുള്ള ജുവനൈൽ ഹോമിൽ. അതിൽ ഒരു പെൺകുട്ടിയെ കാണാതായി വന്നാൽ ഇത്ര പെട്ടെന്ന് എങ്ങനെ ആ വിവരം കണ്ടുപിടിക്കപ്പെടും എന്ന് എനിക്ക് ആശ്ചര്യം തോന്നി.

കൂടുതൽ അന്വേഷിച്ചപ്പോഴാണ് ആ പെൺകുട്ടിയെ കാണാതായ വിവരം ഇത്രയും വേഗം കണ്ടുപിടിക്കപ്പെട്ടതിന്റെ മർമ്മം എനിക്കു മനസ്സിലായത്.

നല്ല മേനിത്തഴപ്പും അഴകുമുള്ള ഒരു പതിന്നാലുവയസുകാരിയായിരുന്നു ആ പെൺകുട്ടി. അതുകൊണ്ടുതന്നെ മെസിലുള്ളവരും പുറത്തുള്ളവരുമായ എല്ലാ വാർഡൻമാരും അവളെ ശ്രദ്ധിക്കുമായിരുന്നു.

അന്ന് പ്രഭാതഭക്ഷണം കഴിക്കാൻ അവൾ മെസ്സിലെത്തിയില്ല എന്നത് മെസ് വാർഡൻ പ്രത്യേകം ശ്രദ്ധിച്ചു. കൂടെയുള്ള കുട്ടികളോടന്വേഷിച്ചു. അവളെന്താണ് പ്രഭാതഭക്ഷണത്തിനെത്താഞ്ഞതെന്ന്... അവർക്കാർക്കും ഒരറിവുമില്ല. സുഖമില്ലായ്മകൊണ്ട് ഹോമിൽ കിടക്കുകയാണോയെന്ന് അന്വേഷിച്ചപ്പോൾ അവൾ ഹോമിലെങ്ങുമില്ലെന്നായിരുന്നു മറുപടി കിട്ടിയത്.

മെസ് വാർഡൻ അപ്പോൾത്തന്നെ വിവരം ഹോമിലെ വാർഡൻമാരെ അറിയിച്ചു. അവരെല്ലാവരും വാലിനു തീ പിടിച്ച വാനരരെപ്പോലെ ഓടിനടന്ന് ഹോമിന്റെ കോമ്പൗണ്ടും കെട്ടിടങ്ങളും മുഴുവൻ പരതി.

ഇരുപത്തിയെട്ടേക്കർ വിസ്തൃതിയിൽ വ്യാപിച്ചുകിടക്കുന്ന ഹോമിന്റെ കോമ്പൗണ്ടിനുള്ളിലെ കിണറ്റിലും കുളത്തിലും തപ്പിയിട്ടും എങ്ങും അവളുള്ള ലക്ഷണം കണ്ടെത്താനായില്ല.

കോമ്പൗണ്ട് വിട്ട് ആരും പുറത്തുപോയിട്ടില്ലെന്നുള്ളതും വാർഡൻമാർക്കു തീർച്ചയായിരുന്നു. എങ്കിലും വിവരം അറിഞ്ഞയുടൻ ഞാൻ പോലീസ് സ്റ്റേഷനിലേക്കു വിളിച്ച് വിവരമറിയിച്ചു. സുന്ദരിയായ ആ പെൺകുട്ടിയെ ആരെങ്കിലും തട്ടിക്കൊണ്ടു പോയതായിരിക്കാൻ സാദ്ധ്യതയുള്ളതിനാൽ എത്രയും പെട്ടെന്ന് ബസ്സ്റ്റാൻഡിലും റെയിൽവേ സ്റ്റേഷനിലും അന്വേഷണം നടത്തണമെന്ന് പോലീസിനോട് പ്രത്യേകം നിർദ്ദേശിക്കുകയും ചെയ്തു. മുൻകാലങ്ങളിൽ അങ്ങനെ പെൺകുട്ടികളെ അസന്മാർഗ്ഗികൾ തട്ടിക്കൊണ്ടുപോയിട്ടുള്ളതായി എനിക്കറിവുണ്ട്.

അങ്ങനെ എന്തെങ്കിലും സംഭവിച്ചാൽ ഉദ്യോഗം തെറിക്കുമെന്നുള്ളതല്ലാതെ കേസും കോടതിയുമായി കാലങ്ങളോളം നടക്കേണ്ടിവരുമെന്നുള്ളതും എന്നിൽ ഉൽക്കണ്ഠ ഉണർത്തിയിരുന്നു.

ഓരോ പത്തു മിനിട്ടുകൂടുമ്പോഴും നെഞ്ചിലെരിയുന്ന അഗ്നിയോടെ ഞാൻ പോലീസ് സ്റ്റേഷനിലേക്കു വിളിച്ചു ചോദിച്ചുകൊണ്ടിരുന്നു.

എപ്പോഴും ഒരേ മറുപടി തന്നെ. പെൺകുട്ടിയെ കണ്ടുകിട്ടിയിട്ടില്ല.

ദൈവമേ... വല്ലാത്തൊരഗ്നി പരീക്ഷണമാണല്ലോ ഇത്.

ഞായറാഴ്ച കുർബ്ബാന തീർത്തും ഉപേക്ഷിച്ച് ഞാൻ ടെലിഫോണിനരികിൽ തന്നെ കുത്തിയിരുന്നു. മനസ്സിൽ മറ്റൊരു പ്രാർത്ഥനയുമില്ലായിരുന്നു. ഉള്ള പ്രാർത്ഥന ഒന്നു മാത്രം.

ദൈവമേ... എത്രയും വേഗം കാണാതായ ആ പെൺകുട്ടിയെ കണ്ടുകിട്ടണേ... ജീവനോടെ തന്നെ..

ദൈവം എന്റെ പ്രാർത്ഥന കേട്ടുകഴിഞ്ഞിരിക്കുന്നുവെന്നറിയിച്ച് അതാ ടെലഫോൺ ബെൽ ശബ്ദിക്കുന്നു.

അത്യാകാംക്ഷയോടെ ഞാൻ റിസീവറെടുത്തു.

ഹോമിൽ നിന്നായിരുന്നു ഫോൺ. റിസീവർ കാതിൽ ചേർത്തതും കേട്ട വാർത്ത ഇതായിരുന്നു.

''അവളെ കണ്ടു കിട്ടി സാർ... എത്രയും പെട്ടെന്ന് സാറിങ്ങോട്ടു വരണം.. താമസിക്കരുത്... താമസിച്ചാൽ വലിയ അപകടം സംഭവിക്കും.''

എനിക്ക് എന്തെങ്കിലും ചോദിക്കാനോ പറയാനോ സമയം നൽകാതെ ഫോൺ കട്ട് ആയി.

മുമ്പത്തേതിലും ഹൃദയമിടിപ്പ് വർദ്ധിച്ചു എനിക്ക്... ഞാനെത്താൻ താമസിച്ചാൽ വലിയ അപകടം സംഭവിക്കുമെന്ന മുന്നറിയിപ്പ് എന്നെ വല്ലാതെ ഭയചകിതനാക്കി.

ഒട്ടും വൈകാതെ ടെലിഫോണിനരികിൽ നിന്ന് ഞാൻ ഓടിപ്പാഞ്ഞ് ഹോമിലെത്തി.

അവിടെ എത്തിയപ്പോൾ കണ്ട കാഴ്ച.

പത്തുനാൽപ്പതടി ഉയരമുള്ള വലിയൊരു തെങ്ങിനു ചുവട്ടിൽ ഹോമിലെ അന്തേവാസികളും ജീവനക്കാരുമുൾപ്പടെ വലിയൊരു ആൾക്കൂട്ടം.

എല്ലാവരുടേയും തല ഉയരം കൂടിയ ആ തെങ്ങിന്റെ മണ്ടയിലേക്കു തിരിഞ്ഞിരിക്കുകയാണ്.

ആ ആൾക്കൂട്ടത്തിനു മുമ്പിലെത്തി ഞാനും തലയുയർത്തി കണ്ണുകൾ മുകളിലേക്കാക്കി തെങ്ങിന്റെ മണ്ടയിലേക്കു നോക്കി.

അവിടെ, തെങ്ങോലകൾക്കിടയിൽ അതാ കാണാതായ പെൺകുട്ടി!

എന്റെ കണ്ണുകൾ രണ്ടും ആ കാഴ്ച കണ്ടു തുറിച്ചുപോയി. തേങ്ങയിടാൻ വരുന്നവർ പോലും കയറാൻ മടിക്കുന്നത്ര ഉയരമുള്ള ആ തെങ്ങിന്റെ മണ്ടയിൽ ഇവളെങ്ങനെയെത്തി?

വല്ല ആനറാഞ്ചിപ്പക്ഷിയും റാഞ്ചിയെടുത്ത് അവളെ അവിടെ കൊണ്ടു വെച്ചതാകുമോ?

അതോ അക്കാലത്ത് വ്യാപകമായി മനുഷ്യരുടെ ചിന്താസരണിയിൽ നിറഞ്ഞു നിന്നിരുന്ന കള്ളിയങ്കാട്ട് നീലിയെന്ന രക്തയക്ഷി, രാത്രിയിൽ അവളേയും തൂക്കിയെടുത്ത് രക്തപാനത്തിനായി തെങ്ങിന്റെ മണ്ടയിൽ സൂക്ഷിച്ചിരിക്കുകയാണോ...?

അതല്ലെങ്കിൽ സുന്ദരിയായ ആ പെൺകുട്ടിയെ രാത്രിഞ്ചരന്മാരായ വല്ല ഗന്ധർവ്വന്മാരും ഉറക്കത്തിൽ തൂക്കിയെടുത്ത് ദേവലോകത്തേക്കു കൊണ്ടുപോകാനായി തെങ്ങിന്റെ മണ്ടയിൽ കൊണ്ടുവച്ചിരിക്കുകയാണോ

അതല്ലാതെ പതിന്നാലോ പതിനഞ്ചോ വയസ് മാത്രം പ്രായമുള്ള ആ പെൺകുട്ടി എങ്ങനെ അത്രയും ഉയരമുള്ള ആ തെങ്ങിന്റെ മുകളിലെത്തും?

എന്തായാലും മനസ്സിൽ എനിക്കൊരാശ്വാസമുണ്ടായി.

ശ്യാമളയെന്നു പേരുള്ള അവൾ ജീവനോടെയുണ്ടല്ലോ.

ഇനി തെങ്ങിന്റെ മണ്ടയിൽ നിന്നും താഴെ വീണ് അവൾ ചാകാതെ നോക്കണം. അതും വല്ലാത്തൊരുത്തരവാദിത്വം തന്നെ.

താഴെ നിന്ന് ശബ്ദമുയർത്തി ഞാനവളോടന്വേഷിച്ചു.

''ശ്യാമളേ.. നിനക്കിതെന്തുപറ്റി? നീയെങ്ങനെയാ തെങ്ങിന്റെ മുകളിലെത്തിയത്?''

''എനിക്കൊന്നും പറ്റീട്ടില്ല... ഇനി നിങ്ങളായിട്ട് എന്നെ താഴെ വീഴിച്ച് കൊല്ലാതിരുന്നാൽ മതി..''

തെങ്ങിന്റെ മടലുകൾക്കിടയിൽ ഇരുപ്പ് വീണ്ടും സുരക്ഷിതമാക്കിക്കൊണ്ട് ശ്യാമള വിളിച്ചുകൂവി.

''നിന്നെ കൊല്ലാനോ...അങ്ങനെ നീ ചത്താൽ ഞങ്ങൾ ആരോടൊക്കെ സമാധാനം പറയേണ്ടിവരുമെന്നറിയോ... നിനക്ക്..? എങ്ങനെയാ നീയിതിന്റെ മുകളിലെത്തിയതെന്ന് പറ...''

''ഞാൻ പറയാം... പക്ഷേ, പറയുന്നതിനു മുമ്പ് സാറെനിക്കൊരുറപ്പു തരണം...''

''എന്തുറപ്പ്?''

''ഞാൻ താഴെ ഇറങ്ങിവന്നാൽ എന്നെ തല്ലിക്കൊല്ലാൻ കാത്തു നിൽക്കുകയാ ആ ചേടത്തിമാര്... കണ്ടില്ലേ എല്ലാത്തിന്റേയും കയ്യിൽ ചൂരൽ...''

ഞാൻ ശ്രദ്ധിച്ചു. താഴെ നിൽക്കുന്ന ലേഡി വാർഡൻമാരുടെയൊക്കെ കൈയിൽ ചൂരൽ വടിയുണ്ട്. ലേഡീ വാർഡന്മാരെ അന്തേവാസികൾ

വിളിച്ചിരുന്നത് ഓരോരുത്തരുടേയും പേരിനോട് ചേർത്ത് ഏടത്തിയെന്നാണ്.

ത്രേസ്യാമ്മയേടത്തി

ലീലേടത്തി

സരോജിനിയേടത്തി

സുബേദേടത്തി

അക്കാലത്ത് ജുവനൈൽ ഹോമിന്റെ നിയന്ത്രണം ജയിൽ വകുപ്പിനായിരുന്നു. ജയിൽ ഐ.ജിയായിരുന്നു എല്ലാത്തിന്റേയും പരമാധികാരി. ജയിൽപ്പുള്ളികളോടെന്നപോലെതന്നെയായിരുന്നു ജുവനൈൽ ഹോമിലെ കുട്ടികളോടും അധികാരികൾ പെരുമാറിയിരുന്നത്. നിസ്സാരമായ തെറ്റുകൾക്കും ഏതൊരന്തേവാസിക്കും ചൂരൽ പ്രഹരം തീർച്ചയായിരുന്നു.

മണിക്കൂറുകളോളം വാർഡന്മാരെ തീ തീറ്റിച്ച ശ്യാമളയ്ക്ക് തീർച്ചയായും കഠിനമായ ചൂരൽ പ്രഹര ശിക്ഷ നൽകാൻ തീവ്രമായ ആവേശത്തോടെയാണ് വാർഡന്മാരുടെ നിൽപ്.

കുറ്റം ചെയ്യുന്ന കുട്ടികൾക്ക് എത്ര കഠിനമായ ശിക്ഷ നൽകിയാലും അന്ന് അതൊരപരാധമായി ജീവനക്കാരുടെ മേൽ ചാർത്തപ്പെടുകയില്ലായിരുന്നു. അതിന്റെ പേരിൽ അന്വേഷണവും ശിക്ഷാ നടപടികളും ജുവനൈൽ ഹോം അധികാരികൾക്ക് നേരിടേണ്ടിയും വരില്ല.

അങ്ങനെയൊരുറപ്പുള്ളതുകൊണ്ട് കുറ്റവാളികളായി പിടിക്കപ്പെടുന്ന കുട്ടികൾക്ക് നല്ല ഒന്നാന്തരം ചുട്ട ചൂരലടി കൊടുക്കാൻ വാർഡന്മാരിൽ മാത്സര്യബുദ്ധിയുമുണ്ടായിരുന്നു.

ആ ശിക്ഷകളൊന്നും രഹസ്യമായും ആയിരുന്നില്ല.

മറ്റു കുട്ടികൾ കാൺകെ പരസ്യമായി.

ആൺകുട്ടികളാണെങ്കിൽ നിക്കർ അഴിച്ചു നിർത്തി ചന്തിക്കു തന്നെ ചൂരൽ പ്രയോഗം.

പെൺകുട്ടികളാണെങ്കിൽ പാവാട ഉയർത്തിപ്പിടിപ്പിക്കും. നിക്കറിനും പാവാടയ്ക്കുമിടയിൽ മറ്റ് അടിവസ്ത്രങ്ങളൊന്നും അക്കാലത്ത് അനുവദിച്ചിരുന്നില്ല.

തെങ്ങിന്റെ മണ്ടയിൽ നിന്നും താഴെയെത്തിയാൽ കണക്കിനു കിട്ടുമെന്ന് തീർച്ചയുണ്ടായിരുന്നു ശ്യാമളയ്ക്ക്.

ചൂരലുമായി താഴെ നിൽക്കുന്ന വാർഡന്മാരോട് ഞാൻ ചോദിച്ചു.

''എങ്ങനെയെങ്കിലും അവളെ തെങ്ങിൽ നിന്നിറക്കാൻ ശ്രമിക്കാതെ നിങ്ങളിങ്ങനെ ചൂരലുമായി കാത്തുനിന്നാലങ്ങനെയാ...?''

''നമ്മളെ ഇത്രനേരം തീ തീറ്റിച്ചവൾക്കു തക്കശിക്ഷ കൊടുത്തില്ലേൽ എങ്ങനാ സാറേ...?''

വാർഡന്മാരിൽ രോഷം തിളയ്ക്കുകയായിരുന്നു.

''വേണ്ട... അവളെ ശിക്ഷിക്കേണ്ട.... വീണു തലമണ്ട തകരാതെയും കൈയും കാലും ഒടിയാതെയും എങ്ങനേലും അവളെ താഴെ ഇറക്കാൻ നോക്ക്...''

''നമ്മളെങ്ങനെ താഴെ ഇറക്കാനാ സാറേ.. കേറിയതുപോലെ അവളിങ്ങിറങ്ങി വരട്ടെ...''

ഞാൻ വീണ്ടും ശ്യാമളയുടെ നേർക്കു തിരിഞ്ഞു.

''ശ്യാമളേ... നിനക്കിറങ്ങി വരാൻ പറ്റുമോ? പറ്റത്തില്ലെങ്കിൽ ഫയർഫോഴ്സിനെ വിളിക്കാം... അവര് വലിയ ഗോവണി വച്ച് ഒരാപത്തും കൂടാതെ നിന്നെ താഴെയിറക്കും.''

ഉയരങ്ങളിൽ വലിഞ്ഞു കയറാൻ പേടിയില്ലാത്ത പലർക്കും അവിടെ നിന്ന് താഴെയിറങ്ങാൻ പേടി ഉണ്ടായ കഥകൾ ചിലതൊക്കെ എനിക്ക് കേട്ടറിവുണ്ടായിരുന്നു.

ഒരു കോപത്തിനു കിണറ്റിൽ ചാടിയാൽ ഒമ്പതു കോപം കൊണ്ടും കയറിവരാൻ പറ്റില്ലെന്ന് പഴമൊഴി പോലെ തന്നെയാണ് ഒരു മൂച്ചിന് മലമണ്ടയിലും മരത്തുമ്പത്തും കയറിയവർക്ക് അവിടെ നിന്നിറങ്ങി വരാൻ കഴിയാത്തതും.

അതുകൊണ്ടാണ് ഫയർഫോഴ്സിനെ വരുത്തി ശ്യാമളയെ താഴെ ഇറക്കാമെന്ന് ഞാനറിയിച്ചത്.

എന്നാൽ ശ്യാമളയുടെ മറുപടി എന്നെ ഞെട്ടിച്ചു.

''എന്നെ ഒരു ഫയർഫോഴ്സും താഴെ ഇറക്കാൻ വരണ്ട... അല്ലാതെ തന്നെ താഴെയിറങ്ങാൻ എനിക്കറിയാം... എനിക്കതിനു പേടിയുമില്ല.

പക്ഷേ, നിങ്ങളെന്നെ ചൂരലിനടിക്കുകേലെന്നു ഉറപ്പുതന്നാലേ ഞാനി വിടുന്നിറങ്ങൂ...''

എങ്ങനെയെങ്കിലും അവളെ താഴെ ഇറക്കിയാൽ മതിയെന്നേയുണ്ടായി രുന്നുള്ളൂ എനിക്ക്. ഞാനവൾക്കുറപ്പുകൊടുത്തു.

''നീയിറങ്ങിപ്പോര്... നിന്നെ ആരും തല്ലുകേല...'' ശ്യാമളയ്ക്ക് വിശ്വാസം വരാൻ വേണ്ടി ഞാനുറക്കെ വാർഡൻമാരോടു കല്പിച്ചു.

''യാതൊരു തരത്തിലും ശ്യാമളയെ ശിക്ഷിക്കരുത്..''

അതു കേട്ടിട്ടും ശ്യാമളയ്ക്കു വിശ്വാസം വന്നില്ല... തെങ്ങിന്റെ മുകളിലി രുന്ന് അവൾ വീണ്ടും പറഞ്ഞു.

''ഏടത്തിമാര് ഒറപ്പു പറയട്ടെ...''

രോഷം പല്ലുകൾക്കിടയിൽ ഞെരിച്ച് ഏടത്തിമാർ ഉറപ്പുകൊടുത്തു.

''ഇല്ല... ഞങ്ങളാരും നിന്നെ ഒന്നും ചെയ്യുകേല...''

വാർഡൻമാർ അങ്ങനെ ഉറപ്പുപറഞ്ഞെങ്കിലും ഇത്രയും വലിയ 'പോക്രിത്തരം' കാണിച്ചവൾക്കു പാവാട പൊക്കി തുടയിൽ രണ്ടു 'ചൂരൽപ്പെട' എങ്കിലും കൊടുത്തേ അടങ്ങൂ എന്ന് ഓരോ ഏടത്തിയും മനസ്സിൽ കുശുകുശുക്കുന്നത് തെങ്ങിന്റെ മണ്ടയിലിരുന്ന് ശ്യാമള മന സ്സിലാക്കിയിട്ടുണ്ടാവണം.

വീണ്ടും അവൾ പറഞ്ഞു.

''ഒന്നും ചെയ്യത്തില്ലെന്നു പറഞ്ഞാലും താഴെ വന്നു കഴിയുമ്പം അവരു വാക്കു തെറ്റിക്കും. എനിക്കവരെ വിശ്വാസമില്ല. സൂപ്രണ്ടുസാർ ഉറപ്പു പറയണം.''

ഞാൻ വീണ്ടും ശ്യാമളയ്ക്ക് ഉറപ്പു നൽകുക മാത്രമല്ല, അവളോടുള്ള ഉറപ്പു ലംഘിച്ച് ഏതെങ്കിലും വാർഡൻ അവൾക്ക് ഏതെങ്കിലും തര ത്തിലുള്ള ശിക്ഷ നൽകിയാൽ അവർക്കെതിരെ ഞാൻ കർക്കശമായി ശിക്ഷണ നടപടി കൈക്കൊള്ളുകയും ചെയ്യുമെന്ന് ഉത്തരവിടുകയും ചെയ്തു.

അതോടെ ശ്യാമള തെങ്ങിൽ നിന്നിറങ്ങാൻ തയ്യാറായി.

ഞങ്ങളെല്ലാവരും നോക്കിനിൽക്കേ, കൈയിലുണ്ടായിരുന്ന തോർത്ത് കെട്ടിയുണ്ടാക്കിയ 'തളപ്പ്' തെങ്ങിനെ ചുറ്റി രണ്ടു കൈകൾ കൊണ്ടും

പിടിച്ച് അവൾ നേരേ താഴേയ്ക്ക് ഊർന്ന് ഒരൊറ്റ വരവ്. അത്രയും ഉയരമുള്ള തെങ്ങിൽ നിന്ന് താഴെയെത്താൻ ഏറിയാൽ അഞ്ച്സെക്കന്റ്...!

ഞങ്ങളെല്ലാവരും അന്തിച്ചുപോയി.

വാർഡന്മാരാരും അവളോടടുക്കരുതെന്നു നിർദ്ദേശിച്ച് ഞാനവളുടെ അടുത്തെത്തി. അപ്പോഴും അവളെന്നോടു പറഞ്ഞു.

''എന്നെ അടിക്കരുത്.''

''അടിക്കില്ലെന്നു ഞാനുറപ്പു തന്നതല്ലേ... പിന്നേം പിന്നേം നീയിങ്ങനെ പേടിക്കണോ?''

കാര്യമായ അപകടമൊന്നും സംഭവിക്കാതെ അവൾ താഴെയെത്തിയതിൽ എനിക്ക് വലിയ വലിയ ആശ്വാസം തോന്നി. മനസ്സാ ഞാൻ ദൈവത്തിനു നന്ദി പറഞ്ഞു.

അവളുടെ മുഖത്തേക്കു നോക്കിയ എനിക്ക് മനസ്സിൽ വല്ലാത്ത അമ്പരപ്പു നിറഞ്ഞു നിന്നു. തെങ്ങുകയറാനും ഇറങ്ങാനും നല്ല പരിചയമുള്ളവളാണ് അവളെന്ന് എനിക്കുത്തമ ബോധ്യമായി. ഈ ചെറുപ്രായത്തിനിടയിൽ അവളെങ്ങനെ തെങ്ങുകയറ്റം അഭ്യസിച്ചു...? അതറിയാൻ എനിക്ക് അതിയായ ഔത്സുക്യം ഉണ്ടായി.

അവളേയും വിളിച്ച് ഓഫീസിലെത്തി ശാന്തമായി അവളോടു ഞാനന്വേഷിച്ചു.

''ശ്യാമളേ.. നീയെന്തിനാണ് അത്രയും ഉയരമുള്ള തെങ്ങിൽ കയറിയത്?''

''എനിക്ക് ഒരു കരിക്ക് കുടിക്കണമെന്ന് തോന്നി.''

അപ്പോഴും ഞാനമ്പരന്നു. ഒരു കരിക്കു കുടിക്കാൻവേണ്ടി ഒരു പെൺകുട്ടി പത്തുനാൽപ്പതടി ഉയരമുള്ള തെങ്ങിൽ കയറുകയോ?

എന്റെ അമ്പരപ്പ് മനസ്സിലാക്കി ശ്യാമള തുടർന്നു.

''ഞാനിങ്ങനെ വല്ലപ്പോഴുമൊക്കെ തെങ്ങിൽക്കയറി കരിക്കു കുടിക്കാറുണ്ടു സാർ... ആരും അറിയുകേല... ഇന്നിപ്പോൾ ഇറങ്ങാൻ പറ്റുന്നതിനു മുമ്പേ ഞാൻ കണ്ടുപിടിക്കപ്പെട്ടുപോയി.''

''നീയെങ്ങനാ തെങ്ങുകേറ്റം പഠിച്ചത്? ഒരാണായിട്ടും ഇന്നേവരെ എനിക്കൊരു തൈത്തെങ്ങിൽ കയറാൻ പോലും അറിയില്ല.''

‘‘സാറിനതിന്റെ ആവശ്യം വന്നിട്ടില്ല. അതുകൊണ്ടാ...’’

‘‘തെങ്ങിൽ കയറാനുള്ള അത്യാവശ്യം നിനക്കെന്താ ഉണ്ടായത്?’’

അല്പനേരം എന്റെ മുഖത്തേക്കു നോക്കി നിന്ന് മൗനിയായ ശ്യാമള പിന്നെ ആ കഥ പറഞ്ഞു.

‘‘തിരുവനന്തപുരത്തിനടുത്തുള്ള ഒരു ചേരിയിലാണ് അവളുടെ വീട്. അച്ഛനും അമ്മയ്ക്കും ഒറ്റ മകളായിരുന്നു ശ്യാമള. വർഷങ്ങൾക്കു മുമ്പേ അമ്മ മരിച്ചുപോയി. ചേരിയിലെ കുടിലിൽ അച്ഛനോടൊപ്പം ഒറ്റയ്ക്കായി അവളുടെ താമസം. രാവിലെ വീട്ടിൽ നിന്നിറങ്ങുന്ന അച്ഛൻ പകൽ ഇരുട്ടിക്കഴിഞ്ഞേ തിരിച്ചെത്തൂ. നന്നായി മദ്യപിച്ചു കാലുറയ്ക്കാത്ത നിലയിൽ അച്ഛനോടൊപ്പം ഒരു കൂട്ടുകാരനും ഉണ്ടാകും. കിളുന്നു പ്രായത്തിലുള്ള സുന്ദരിക്കുട്ടിയെ കൂട്ടുകാരന്റെ ഇഷ്ടത്തിനു തട്ടിക്കളിക്കാൻ വിട്ടുകൊടുത്ത് കുടിലിന്റെ മൂലയിൽ അച്ഛൻ ചുരുണ്ടുകൂടിക്കിടക്കും. ആദ്യമൊന്നും ശ്യാമളയ്ക്ക് അയാളുടെ ദുഷ്ടലക്ഷ്യം മനസ്സിലാക്കാനായില്ല. മദ്യപിച്ച് കാലുറയ്ക്കാത്ത നിലയിൽ അച്ഛനെ താങ്ങിപ്പിടിച്ച് വീട്ടിലെത്തിക്കുന്ന നല്ലവനായ കൂട്ടുകാരനായാണ് അവൾ അയാളെ കണ്ടത്. എന്നാൽ പോകെപ്പോകെ അയാളുടെ പെരുമാറ്റം അസഹ്യമായിത്തീർന്നു ശ്യാമളയ്ക്ക്. തന്റെ ഇംഗിതങ്ങൾക്ക് വഴങ്ങുന്നില്ലെന്നായപ്പോൾ അയാൾ അവളോടു ആ രഹസ്യം തുറന്നു പറഞ്ഞു.

‘‘നിന്നെ എന്റെ ഇഷ്ടങ്ങൾക്കു മുഴുവൻ വിട്ടുതരാമെന്നു പറഞ്ഞാ ദിവസവും നിന്റച്ഛൻ എന്റെ കൈയിൽ നിന്നും രൂപ വാങ്ങി കള്ളു കുടിക്കുന്നത്. ഇത്ര നാൾ ഞാൻ ക്ഷമിച്ചു. ഇനി പറ്റുകേല.. മനസ്സോടെ വഴങ്ങുന്നില്ലെങ്കിൽ ഞാനിനി ബലാൽക്കാരം ചെയ്യും.’’

അയാളുടെ പിടിയിൽ നിന്നും കുതറിയോടിയ ശ്യാമള വീടിനു പുറത്തേക്കോടി. മദ്യലഹരിയിൽ വേച്ചു വേച്ചു ടോർച്ചുമായി അയാൾ അവൾക്കു പിന്നാലെ. ഒടുവിൽ രക്ഷപ്പെടാനുള്ള മാർഗ്ഗമെന്ന നിലയിൽ അവൾ വീടിന് അൽപമകലെ നിൽക്കുന്ന ചെറിയ തെങ്ങിൽ വലിഞ്ഞു കയറി. താഴെ മുഴുവൻ ടോർച്ചടിച്ചു പരതിയെങ്കിലും തെങ്ങിലേക്ക് അയാൾ ടോർച്ചടിച്ചു നോക്കിയില്ല. പെണ്ണ് തെങ്ങിൽക്കയറി ഒളിച്ചിരിക്കുമെന്ന് അയാൾക്കു ചിന്തിക്കാനായില്ല. പിന്നെയുള്ള ദിവസങ്ങളിൽ അവളതൊരു ശീലമാക്കി. അച്ഛൻ വരാറാകുമ്പോഴേക്ക് ആ തെങ്ങിൽ വലിഞ്ഞു കയറി ഒളിച്ചിരിക്കും. പരിസരമാകെ തപ്പിത്തിരഞ്ഞ് ഒടുവിൽ നിരാശയോടെ അയാൾ മടങ്ങും.

ശ്യാമള തെങ്ങുകയറ്റം ശീലിച്ച കഥയറിഞ്ഞ ഞാൻ അന്ധാളിച്ചു പോയി. ഇങ്ങനെയും അച്ഛൻമാരോ?

ആ അച്ഛനോടൊപ്പമുള്ള മകളുടെ ജീവിതം സുരക്ഷിതമല്ലെന്നു ബോദ്ധ്യപ്പെട്ട നാട്ടുകാരാണ്, സുരക്ഷിതസ്ഥാനമെന്ന നിലയിൽ അവളെ ജുവനൈൽ ഹോമിലെത്തിച്ചത്.

ജുവനൈൽ ഹോം ശ്യാമളയ്ക്ക് തികച്ചും സുരക്ഷിതമായ അഭയമായി രുന്നു.

പതിനെട്ടു വയസ് തികഞ്ഞാൽ പെൺകുട്ടികളെ ജുവനൈൽ ഹോമിൽ നിന്നും 'ആഫ്റ്റർ കെയർ ഹോമി'ലേക്കു മാറ്റുകയാണ് പതി വ്.

ശ്യാമളയെ അങ്ങനെ മാറ്റേണ്ടി വന്നില്ല.

ഗൾഫിൽ ജോലിയുണ്ടായിരുന്ന ഒരു യുവാവ് ജുവനൈൽ ഹോമി ലെത്തി അവളെ കണ്ട് ഇഷ്ടപ്പെട്ട് വിവാഹം ചെയ്തുകൊണ്ടുപോയി. 1996-ൽ തിരുവഞ്ചൂർ ജുവനൈൽ ഹോമിൽ നിന്ന് ഞാൻ റിട്ടയർ ചെയ്യുമ്പോഴും സന്തുഷ്ടയായ കുടുംബിനിയായി ശ്യാമള ഗൾഫിൽ കഴിയുന്നുവെന്നാണ് എനിക്കറിയാൻ കഴിഞ്ഞത്.

10.പതിനെട്ടിൽ ഒന്ന് വിപരീതം

അക്കാലത്ത് ശബരിമല സീസൺ കേരളത്തിൽ കുറ്റകൃത്യങ്ങളുടെ ഉത്സവമേളം നടക്കുന്ന കാലമായിരുന്നു.

പലതരത്തിലുള്ള കുട്ടിക്കുറ്റവാളികൾ പോലീസിനാൽ പിടിക്കപ്പെട്ട് ജുവനൈൽ ഹോമുകളിൽ എത്തുന്ന കാലം.

അയ്യപ്പഭക്തന്മാരെ പലതരത്തിൽ കൊള്ളയടിക്കുന്ന വലിയ മാഫിയ സംഘങ്ങൾ അന്ന് കേരളത്തിൽ സജീവമായിരുന്നു.

കാനനപാതയിലൂടെ ഒറ്റ തിരിഞ്ഞു നടന്നുപോകുന്ന അയ്യപ്പന്മാരെ പുലിവേഷം കെട്ടി ഭയപ്പെടുത്തി ഓടിച്ചു വീഴ്ത്തി അവരുടെ ഇരുമുടിക്കെട്ടിലെ നേർച്ചപ്പണവും പേഴ്സിൽ സൂക്ഷിക്കുന്ന ചെലവു പണവും ശരീരത്തിലുള്ള സ്വർണ്ണാഭരണങ്ങളും സ്ഥിരമായി കൊള്ളയടിച്ചു ആർഭാടമായി ജീവിതം നയിച്ചുവന്ന ഒരുവന്റെ കഥ ഒരു പോലീസുദ്യോഗസ്ഥൻ എന്നോടു വിവരിച്ചിട്ടുണ്ട്. ആയിരക്കണക്കിന് പോലീസുകാർ ശബരിമലയിൽ സുരക്ഷാജോലിക്കു നിയമിക്കപ്പെട്ടിട്ടുണ്ടെങ്കിലും അവരുടെയൊക്കെ കണ്ണുവെട്ടിച്ച് അയ്യപ്പൻമാരെ കൊള്ളയടിക്കുന്നതിൽ പ്രത്യേകം പരിശീലനം നേടിയ ഗ്യാങ്ങുകൾ ഏറെയുണ്ടായിരുന്നു അന്ന്. ആ ഗ്യാങ്ങുകളിലെല്ലാം മുന്നണിയിൽ പ്രവർത്തിച്ചിരുന്നത് പതിനഞ്ചു വയസ്സിൽ താഴെ പ്രായമുള്ള ആൺകുട്ടികളായിരുന്നു.

അക്കാലങ്ങളിൽ ബഹുഭൂരിപക്ഷം അയ്യപ്പന്മാരും കാൽനടയായാണ് പമ്പയിലും ശബരിമലയിലും എത്തിക്കൊണ്ടിരുന്നത്. തമിഴ്നാട്ടിൽ നിന്നും കർണ്ണാടകത്തിൽ നിന്നും ആന്ധ്രാപ്രദേശിൽ നിന്നുമൊക്കെ അങ്ങനെ കാൽനടയായി അയ്യപ്പന്മാർ വരും. സ്വാമി ശരണം... അയ്യപ്പ ശരണം മന്ത്രങ്ങൾ മുഴക്കി കൂട്ടമായി വന്നെത്തുന്ന ആ അയ്യപ്പന്മാർ നിസ്സാരക്കാരായിരുന്നില്ലതാനും. അമ്പതുവർഷങ്ങൾക്കു മുമ്പുപോലും ലക്ഷക്കണക്കിനു തുകയും കിലോക്കണക്കിൽ സ്വർണ്ണവും ശബരിമലയിൽ കാണിക്കയർപ്പിച്ചിരുന്ന കോടീശ്വരൻമാരുണ്ടായിരുന്നു അവരിൽ. ആഴ്ചകൾ നീളുന്ന യാത്രയിൽ 'വ്രതഹാനി' സംഭവിക്കാതെ കഴിക്കാനുള്ള ഭക്ഷണവസ്തുക്കളുടെ വലിയ കെട്ടും രാത്രി ഉറങ്ങാനുള്ള പായും വിരിയും വരെ ഇരുമുടിക്കെട്ടിനൊപ്പം അവർ ചുമന്നിരുന്നു.

അങ്ങനെ നടന്നുവരുന്ന സംഘം ചിലയിടങ്ങളിലെത്തുമ്പോൾ ഇരുമുടിക്കെട്ടും കറുപ്പുവസ്ത്രവും രുദ്രാക്ഷമാലയും നെറ്റിയിൽ ഭസ്മക്കുറിയും അണിഞ്ഞ ചെറുബാലന്മാർ വഴിയരികിൽ ഒറ്റപ്പെട്ടു നിന്നു കര

യുന്നതു കാണും. അച്ഛന്റേയും അമ്മാവന്മാരുടേയും കൂടെ മല ചവിട്ടാൻ പുറപ്പെട്ടതാണെന്നും ഇടയ്ക്ക് വെച്ച് കൂട്ടം തെറ്റി ഒറ്റപ്പെട്ടുപോയതാണെന്നും അവർ വിശദീകരിക്കുമ്പോൾ അന്യനാട്ടുകാരായ അയ്യപ്പന്മാർ അവരുടെ ചുമതലകൂടി ഏറ്റ് ആ ബാലന്മാരേയും തങ്ങൾക്കൊപ്പം കൂട്ടും. ഫോൺ സൗകര്യം പരിമിതമായിരുന്ന അക്കാലത്ത് ശബരിമലയിലോ പമ്പയിലോ എത്തിയാലല്ലാതെ അച്ഛനേയും അമ്മാവന്മാരേയും കണ്ടുപിടിക്കാനാവില്ല. കുട്ടികളെ സുരക്ഷിതരായി അവിടെ എത്തിക്കണമെന്ന ധർമ്മചിന്തയോടെയാണ് ആ അയ്യപ്പൻമാർ കുട്ടികളുമായി യാത്ര തുടരുക. എന്നാൽ പമ്പയിലെത്തും മുമ്പുതന്നെ ആ കുട്ടികൾ അയ്യപ്പന്മാർക്കു 'പണി' കൊടുത്തിരിക്കും. കൈയിലുള്ള പണം മുഴുവൻ നഷ്ടമായി വീണ്ടും ആഴ്ചകളോളം നടന്ന് നാട്ടിലെത്തുകയേ ആ അയ്യപ്പന്മാരിൽ പലർക്കും മാർഗ്ഗമുണ്ടായിരുന്നുള്ളൂ.

ഇങ്ങനെയുള്ള കുട്ടിക്കൊള്ളക്കാർ മൂലം കൈയിലുണ്ടായിരുന്ന സമ്പത്തുമുഴുവൻ നഷ്ടപ്പെട്ട് മാനഹാനിയുണ്ടായ ഒരു ശബരിമല തീർത്ഥാടകൻ തീവണ്ടിക്കുമുമ്പിൽ ചാടി ആത്മഹത്യ ചെയ്തു.

ആ തീർത്ഥാടകൻ തമിഴ്നാട്ടിൽ നിന്നെത്തിയ ഒരു സംഘത്തിന്റെ 'പെരിയ സ്വാമി'യായിരുന്നു.

പതിനെട്ടു തവണ ശബരിമലയിലെത്തി പതിനെട്ടാം പടികയറി അയ്യപ്പദർശനം നടത്തിയിട്ടുള്ള അയ്യപ്പഭക്തനേ 'പെരിയസ്വാമി' എന്ന സ്ഥാനം ലഭിക്കുമായിരുന്നുള്ളൂ. അങ്ങനെ പെരിയസ്വാമി പദവി ലഭിച്ചാൽ ആ അയ്യപ്പന് കന്നി അയ്യപ്പന്മാരുടെ കെട്ടുനിറച്ച് അവരെ മല ചവിട്ടിക്കാനുള്ള അധികാരമുണ്ട്. കന്നി അയ്യപ്പന്മാരെ മാത്രമല്ല, അല്ലാത്തവരേയും. അങ്ങനെ തമിഴ്നാട്ടിൽ നിന്നുള്ള ഇരുപത്തഞ്ചോളം വരുന്ന തീർത്ഥാടകരുടെ സംഘവുമായി പെരിയ സ്വാമി പമ്പയിലെത്തി.

അവിടെ വിരിവെച്ച് പമ്പയിൽ കുളിച്ചു കയറിവേണം ശബരിമലയിലെത്തി പതിനെട്ടാം പടി കയറാൻ.

വിരിവെച്ച് കുളിക്കാൻ തയ്യാറെടുത്ത സംഘം ഇരുമുടിക്കെട്ടിനോടൊപ്പം കൈയിലുള്ള പേഴ്സും അണിഞ്ഞിരുന്ന സ്വർണ്ണാഭരണങ്ങളും ഒന്നൊഴിയാതെ പെരിയസ്വാമിയെ ഏൽപ്പിച്ചു. അവരെല്ലാവരും കുളിച്ചു കയറി വരുന്നതുവരെ ആയതിന്റെ കാവൽക്കാരനായി പെരിയസ്വാമി പമ്പാനദിക്കരയിൽ വിരിവെച്ചിടത്ത് കാവലിരിക്കണം. സംഘാംഗങ്ങൾ മുഴുവൻ കുളിച്ചു കയറിവന്ന് അവരവരുടെ പണവും ആഭരണങ്ങളും തിരികെ കൈപ്പറ്റിയ ശേഷമേ പെരിയസ്വാമിക്കു കുളിക്കാനിറങ്ങാനാവൂ.. അത് കീഴ് വഴക്കമാണ്.

ഇരുപത്തഞ്ചോളം വരുന്ന സംഘാംഗങ്ങളുടെ മുഴുവൻ പണവും ആഭരണങ്ങളും കൈപ്പറ്റിയ പെരിയസ്വാമി അവർ കുളിക്കാനിറങ്ങിയതോടെ അതത്രയും സംഘത്തിൽ ഒരുവന്റെ ഇരുമുടിക്കെട്ടിനോടൊപ്പം ഒളിപ്പിച്ചു. സുരക്ഷിതത്വത്തിനുള്ള മറ്റൊരടവാണത്.

ഏത് ഇരുമുടിക്കെട്ടിനൊപ്പമാണ് അതൊളിപ്പിച്ചിരിക്കുന്നതെന്ന് പെരിയ സ്വാമിക്കു മാത്രമേ അറിയൂ.

സംഘാംഗങ്ങൾ കുളികഴിഞ്ഞു കയറിവരുന്നതും കാത്ത് ഇരുമുടിക്കെട്ടുകൾക്ക് കാവൽക്കാരനായി പെരിയസ്വാമി ഇരുന്നു. അപ്പോൾ രണ്ടു ബാലന്മാർ - പന്ത്രണ്ടു വയസ്സിൽത്താഴെ പ്രായമുള്ളവർ പെരിയസ്വാമിക്കടുത്തേക്കുവന്നു. അവരും ശബരിമല ദർശനത്തിനെത്തിയ അയ്യപ്പന്മാരുടെ വേഷത്തിലായിരുന്നു.

കഴുത്തുനിറയെ രുദ്രാക്ഷമാലകളും നെറ്റിയിൽ ഭസ്മക്കുറിയും അണിഞ്ഞ കറുപ്പുവസ്ത്രധാരികൾ.

പെരിയസ്വാമിയുടെ അടുത്തുവന്ന ഒരുവൻ ഏറെ ഭവ്യമായി ഒരു നൂറു രൂപാ നോട്ട് കൈയിൽപ്പിടിച്ച് സ്വാമിയോടുണർത്തിച്ചു.

'സ്വാമീ... ദേ... ഇവിടെ താഴെക്കിടന്നു കിട്ടിയതാ... സ്വാമീടെ കൂട്ടത്തിലുള്ള ആരുടെയോ കൈയിൽ നിന്നു പോയതായിരിക്കണം.''

സ്വാമി നോക്കി. മഞ്ഞൾനിറം പൂണ്ട ഒരു നൂറുരൂപാ നോട്ട്. അന്നൊക്കെ തമഴിനാട്ടിൽ നിന്നും മറ്റും വരുന്ന തീർത്ഥാടകർ നേർച്ചയിടാനുള്ള കറൻസിനോട്ടുകൾ മഞ്ഞൾപ്പൊടിയിൽ 'സാനിട്ടൈസ്' ചെയ്തു സൂക്ഷിക്കുന്ന പതിവുണ്ടായിരുന്നു.

ആ നൂറുരൂപാ നോട്ട് സംഘത്തിലാരുടേയോ കൈയിൽ നിന്നും നഷ്ടപ്പെട്ടതായിരിക്കുമെന്നുതന്നെ പെരിയ സ്വാമി കരുതി. ആ കുട്ടിയുടെ കൈയിൽ നിന്നും ആ നോട്ടുവാങ്ങി.

അപ്പോൾ മറ്റേ ബാലൻ അല്പമകലെ കൈ ചൂണ്ടിക്കൊണ്ടു പറഞ്ഞു.

'ദാണ്ടേ സ്വാമീ.. അവിടേം കിടക്കുന്നു വേറൊരു നൂറു രൂപാ...''

ശരിയായിരുന്നു. സ്വാമി നോക്കുമ്പോൾ ഒന്നല്ലാ... മൂന്നു നാലു മഞ്ഞൾ നിറം പൂണ്ട നൂറുരൂപാ നോട്ടുകൾ അവിടെ ചിതറിക്കിടക്കുന്നു.

സ്വാമി എഴുന്നേറ്റ് അവിടെ ചിതറിക്കിടന്ന നോട്ടുകൾ പെറുക്കിയെടുത്തു. ആ നോട്ടുകൾ കൂടാതെ വേറെയും നോട്ടുകൾ വല്ലതും അവി

ടെയെങ്ങാനും വീണു കിടക്കുന്നുണ്ടോയെന്ന് സവിസ്തരമായ ഒരു പരിശോധനയും നടത്തി.

സംഘാംഗങ്ങളിൽ ആരുടെ കൈയിൽ നിന്നാവും ആ നോട്ടുകൾ നഷ്ട പ്പെട്ടിരിക്കുന്നതെന്ന് ചിന്തിച്ച് തിരികയെത്തിയ സ്വാമി തളർന്നുപോയി.

സംഘാംഗങ്ങളുടെ പണവും ആഭരണങ്ങളും സൂക്ഷിച്ചിരുന്ന ഇരുമുടി ക്കെട്ട് അപ്രത്യക്ഷമായിരിക്കുന്നു.

ആ ബാലന്മാരും.

അലറിനിലവിളിച്ച് പെരിയസ്വാമി അവിടെ എല്ലാം ഓടിനടന്ന് ആ ബാ ലന്മാരെ തിരഞ്ഞു. അവരെ എവിടെ കണ്ടുകിട്ടാൻ.

നൂറിന്റെ അഞ്ചോ ആറോ നോട്ടുകൾ വിതറിയിട്ട് ലക്ഷങ്ങളുടെ മതിപ്പു ള്ള 'ഇരുമുടിക്കെട്ടും' വഹിച്ച് മുങ്ങിയ ആ കുട്ടിക്കൊള്ളക്കാരുടെ പൊടിപോലും കാണാനുണ്ടായിരുന്നില്ല. സംശയം തോന്നി കണ്ടുപിടി ച്ച ബാലന്മാരുടെ ആരുടേയും കയ്യിൽ ആ ലക്ഷങ്ങൾ മതിപ്പുള്ള ഇരു മുടിക്കെട്ട് കണ്ടെത്തിയതുമില്ല.

കുളി കഴിഞ്ഞു കയറിവരുന്ന സംഘാംഗങ്ങളോട് എന്തുമറുപടി പറയു മെന്നറിയാതെ ഭ്രാന്തനെപ്പോലെ അവിടെയാകെ പാഞ്ഞു നടന്നആ പെരിയ സ്വാമിയുടെ ജഡം പിറ്റേന്ന് കോട്ടയത്തിനടുത്ത് റെയിൽവേ ട്രാക്കിൽ നിന്ന് കണ്ടെത്തുകയായിരുന്നു.

അതോടെ പമ്പയിലെ പോലീസ് ജാഗരൂകരായി. ശരിയായ സംരക്ഷക രില്ലാതെ അയ്യപ്പവേഷം കെട്ടി അവിടങ്ങളിൽ ചുറ്റിത്തിരിഞ്ഞു നടന്ന ബാലന്മാരെ മുഴുവൻ പോലീസ് കസ്റ്റഡിയിലെടുത്തു.

കസ്റ്റഡിയിലെടുക്കുന്ന പതിനെട്ടുവയസ്സിനു താഴെയുള്ള കുട്ടികളെ പോലീസ് സ്റ്റേഷനിൽ ലോക്കപ്പ് ചെയ്യാൻ അന്നും നിയമമില്ല. അവരെ ജുവനൈൽ ഹോമിൽ വേണം സൂക്ഷിക്കാൻ.

ജുവനൈൽ ഹോമിൽ അന്ന് ആഴ്ചയിൽ ഒരു ദിവസം മജിസ്ട്രേട്ട് എ ത്തും. ജുവനൈൽ കേസുകൾ കേൾക്കാൻ. കഠിനമായ കുറ്റം ചെയ്ത കുട്ടികളെ ജുവനൈൽ ഹോമിൽ തന്നെയുള്ള സെല്ലുകളിലടയ് ക്കും.അല്ലാത്തവർക്ക് സ്വതന്ത്രമായി ഹോമിൽ കഴിയാം. അതിന്റെ യൊക്കെ 'വിധി' മജിസ്ട്രേറ്റിൽ നിന്നാണുണ്ടാവുക.

ഇന്ന് അത്തരം സെല്ലുകളില്ല. അത് നിയമവിരുദ്ധവുമാണ്.

പോലീസ് പിടികൂടിയ കുട്ടിക്കുറ്റവാളികളുടെ സംഘത്തെ സന്ധ്യയോടെ പോലീസ് കോട്ടയത്ത് തിരുവഞ്ചൂരിലുള്ള ജുവനൈൽ ഹോമിലെത്തിച്ചു. പതിനഞ്ചു വയസുവരെ പ്രായമുള്ള പതിനെട്ടു ബാലന്മാർ.

ജുവനൈൽ സൂപ്രണ്ടുമാർ വൈകിട്ട് ആറുണിക്കുശേഷം ഹോമിൽ ഉണ്ടാവണമെന്നു നിബന്ധനയില്ലാത്തതിനാൽ ഞാൻ താമസസ്ഥലത്തേക്കു മടങ്ങിയിരുന്നു.

കുളികഴിഞ്ഞു പതിവുശീലമായ ലഘുഭക്ഷണം കഴിച്ചുകൊണ്ടിരിക്കെ ഫോൺ ശബ്ദിച്ചു. റിസീവറെടുത്തപ്പോൾ ഹോമിൽ നിന്നുള്ള അടിയന്തര സന്ദേശം.

'സാർ ഉടനേ ഇങ്ങോട്ടു വരണം.'

പതിനെട്ടു കുട്ടിക്കുറ്റവാളികളുമായി പോലീസ് ഹോമിലേക്കു പുറപ്പെട്ടിട്ടുണ്ടെന്നുള്ള മെസ്സേജ് എനിക്ക് കിട്ടിയിരുന്നു. അവരെത്തുമ്പോൾ സൂപ്രണ്ട് ഓഫീസിലുണ്ടാകണമെന്ന് നിഷ്കർഷ ഇല്ലാത്തതിനാലാണ് ഞാൻ താമസസ്ഥലത്തേക്കു പോന്നത്.

ഇപ്പോൾ അടിയന്തരമായി ഞാനവിടെ എത്തണമെന്നറിയിച്ചിരിക്കുന്നതിന്റെ കാരണമെന്തെന്ന് എനിക്ക് മനസ്സിലായില്ല. കൂടുതൽ വിശദീകരണം ഫോണിലൂടെ ഉണ്ടായതുമില്ല. ഏറെ ഗുരുതരമായ പ്രശ്നമെന്തെങ്കിലും ഉണ്ടായാലല്ലാതെ സൂപ്രണ്ടിനെ വിളിച്ചുവരുത്തില്ലെന്നറിയാമായിരുന്നതുകൊണ്ട് ഞാൻ പെട്ടെന്ന് ഡ്രസ്സ് മാറി ഹോമിലെത്തി.

ഞാനവിടെ എത്തുമ്പോൾ രണ്ടു വാർഡന്മാരുടെ അകമ്പടിയിൽ ഒരു ബാലനെ അവിടെ നിർത്തിയിരിക്കുകയാണ്.

ഞാനെത്തിയപ്പോൾ വാർഡൻമാരിലൊരാൾ പറഞ്ഞു.

'ശബരിമലയിൽ നിന്നും പോലീസ് കൊണ്ടുവന്ന പതിനെട്ടുപേരിൽ ഇതൊരെണ്ണം വിപരീതമാണ് സാർ.'

വാർഡൻ പറഞ്ഞതിന്റെ അർത്ഥം എനിക്ക് മനസ്സിലായില്ല.

'ഇവൻ ആണല്ല സാറേ. പെണ്ണാ... പതിനാറു വയസ്സ് തികഞ്ഞ പെണ്ണ്.''

എനിക്ക് വിശ്വാസം വരാൻ വേണ്ടി വാർഡൻമാർ രണ്ടുപേരും ചേർന്ന് ആ ബാലൻ ധരിച്ചിരുന്ന കറുത്ത ഷർട്ട് ഊരി മാറ്റി. കറുത്ത കട്ടിയുള്ള തുണികൊണ്ട് നെഞ്ചിന്റെ ഭാഗം പരത്തി വലിച്ചുമുറുക്കി കെട്ടിയിരി

ക്കുകയാണ്. നല്ല വളർച്ചയുള്ള മാറിടങ്ങളുടെ തുടിപ്പ് ആ കറുത്ത തുണിയുടെ അതിരുകൾ ലംഘിച്ച് തെളിഞ്ഞുകാണാം.

'ഇതും അഴിച്ചു കാണിക്കാം സാർ.''

വാർഡന്മാർ ആൺവേഷത്തിൽ വന്ന പെൺകുട്ടിയുടെ മാറിടം വരിഞ്ഞുമുറുക്കിയിരിക്കുന്ന കറുത്ത തുണിയുടെ തുമ്പിൽ പിടുത്തമിട്ടുകഴിഞ്ഞു.

ഞാനവരെ തടഞ്ഞുകൊണ്ട് ചോദിച്ചു.

'നീ സത്യത്തിൽ ആരാ ? ആണോ പെണ്ണോ?'

'പെണ്ണാ..' ആ കുട്ടിയിൽ നിന്നും നേരിയ ശബ്ദത്തിലുള്ള സമ്മതം.

അപ്പോഴും ഞാൻ പരിഭ്രമിച്ചു.

ആൺകുട്ടികൾക്കു മാത്രം പ്രവേശനമുള്ള കോട്ടയത്തെ ജുവനൈൽ ഹോമിൽ ഒരു പെൺകുട്ടിയെ എങ്ങനെ സംരക്ഷിക്കും?

മുമ്പിൽ നിൽക്കുന്നത് വാസ്തവമായും പെൺകുട്ടിയാണെന്ന് ഉറപ്പുവരുത്തേണ്ടതും ഉണ്ട്. ഫിസിക്കൽ ചെക്കപ്പ് കൂടിയേ തീരൂ.

'ഇവളുടെ നിക്കറ് അഴിക്കാം സാർ.''

നിയമത്തിന്റെ പിന്തുണയിൽ ഒരു വാർഡൻ പറഞ്ഞു.

'വേണ്ട...'ഞാൻ വാർഡനെ തടഞ്ഞുകൊണ്ട് മുരണ്ടു.

'ഇത് പെൺകുട്ടി തന്നെ. എനിക്ക് സംശയമൊന്നുമില്ല.'

രാത്രി നേരം ഇത്രയുമായി. ഇവളെ ഇവിടെ താമസിപ്പിക്കാനൊക്കുകേല. താമസിപ്പിക്കണമെങ്കിൽ കോഴിക്കോട്ടെത്തിക്കണം. കോട്ടയത്തുനിന്ന് ഇരുനൂറ്റമ്പതിലേറെ കിലോമീറ്റർ ദൂരമുണ്ട് കോഴിക്കോട്ടേക്ക്. ഇവളെ ഈ രാത്രിയിൽ എങ്ങനെ കോഴിക്കോട്ടെത്തിക്കും. അതാണിപ്പോൾ മുമ്പിലുള്ള കീറാമുട്ടി.

ഞാൻ ആലോചനാനിമഗ്നനായി.

രാത്രി കോട്ടയത്തുനിന്നും കോഴിക്കോട്ടെത്താൻ അന്ന് ആകെയുള്ള ട്രയിൻ മലബാർ എക്സ്പ്രസാണ്. അത് പോയി കഴിഞ്ഞിട്ടുണ്ടാവും.

പിന്നെ ശരണം കെ.എസ്.ആർ.ടി.സി.യാണ്.

ബസിൽ ആ കുട്ടിയെ തനിച്ചുവിടാനൊക്കില്ലല്ലോ. കൂട്ടുപോകാൻ ലേഡി പോലീസ് കോൺസ്റ്റബിൾസ് വേണം.

രാത്രി ഇത്ര വളർന്നു കഴിഞ്ഞ സ്ഥിതിക്ക് ലേഡീപോലീസിനെ എവിടെ കിട്ടും?

നെറ്റി വിയർത്തു ഞാൻ വിഷമിക്കുന്നതുകണ്ട് ഒരു വാർഡൻ രഹസ്യമെന്നോണം എന്റെ കാതോരം വന്ന് അറിയിച്ചു.

'സാർ... ഇതിനേക്കാൾ കൂടുതൽ നെഞ്ചുവളർച്ചയുള്ള ആൺകുട്ടികളെ എനിക്കറിയാം. പരിശോധിച്ചുറപ്പു വരുത്താതെ നമ്മളിതിനെ കോഴിക്കോട്ടേക്കു വിട്ടാൽ അവിടുത്തെ വിശദപരിശോധനയിൽ പെൺകുട്ടിയല്ലെന്നു വന്നാൽ നമ്മൾ വീണ്ടും കുഴപ്പത്തിലാകില്ലേ?''

വാർഡന്റെ കുശുകുശുപ്പ് മനസ്സിലാക്കിയിട്ടെന്നോണം ആ കുട്ടി ധരിച്ചിരിക്കുന്ന നിക്കർ സ്വയം താഴേക്കൂർത്തി.

നിക്കറിനടിയിൽ ആ കുട്ടി ധരിച്ചിരിക്കുന്നത് പെൺകുട്ടികൾ ധരിക്കുന്ന പാന്റീസുതന്നെ.

'ഞാൻ പെണ്ണു തന്നെയാ സാർ.''

അങ്ങനെ പറഞ്ഞു കൂസലന്യേ അവൾ പാന്റീസും താഴേക്കൂർത്തി.

സ്വന്തം ഐഡന്റിറ്റി സവിസ്തരം തുറന്നുകാട്ടി തെല്ലും ചാഞ്ചല്യമില്ലാതെ അവൾ നിന്നു.

ഞാൻ വിയർത്തുപോയി. ഇതെന്തൊരു ജന്മമാണു ദൈവമേ എന്ന് ഞാൻ മനസ്സിൽ നിലവിളിച്ചു.

എന്തായാലും ഇനി ഒരു നിമിഷം പോലും ഇവളെ ഇവിടെ വെച്ചുപൊറുപ്പിക്കാൻ പറ്റില്ല. കോഴിക്കോട്ടേക്കു വിട്ടേ പറ്റൂ.

ഞാൻ ജുവനൈൽ മജിസ്ട്രേറ്റിനെ ഫോണിൽ വിളിച്ച് വിവരം അറിയിച്ചു.

ഉറക്കച്ചടവിൽ കാര്യത്തിന്റെ ഗൗരവം അത്ര ബോദ്ധ്യപ്പെടാഞ്ഞതിനാലാവാം അദ്ദേഹത്തിന്റെ മറുപടി ഇങ്ങനെയായിരുന്നു.

‘ഈ രാത്രി അവിടെ എവിടെയെങ്കിലും കിടത്ത്. നാളെ നേരം വെളുത്തിട്ട് കോഴിക്കോടിനു വിടാം.’’

‘അതു പറ്റില്ല സാർ... രാത്രിയിൽ പെൺകുട്ടികളെ യാതൊരു കാരണത്താലും ഈ ജുവനൈൽ ഹോമിന്റെ കോമ്പൗണ്ടിൽ പോലും പ്രവേശിപ്പിക്കാൻ പാടില്ലെന്നല്ലേ നിയമം? ഇതിപ്പോൾ വന്നകപ്പെട്ടുപോയി. എത്രയും പെട്ടെന്ന് ഇവളെ ഇവിടെ നിന്നൊഴിവാക്കിയേ പറ്റൂ.’’

ഞാൻ നിർബന്ധം പിടിച്ചു.

ഒടുവിൽ രാത്രി രണ്ടു മണിയോടെ കോട്ടയത്ത് മിണ്ടാമഠത്തിനടുത്തുള്ള എ.ആർ. ക്യാമ്പിൽ നിന്ന് രണ്ടു വനിതാ പോലീസുകാരെത്തി.

രോഷത്തോടെയാണ് അവരെന്റെ മുമ്പിലെത്തിയത്.

‘‘ഈ നടുരാത്രി ഇവളേയും കൊണ്ട് ഞങ്ങളെന്തുചെയ്യാനാണ് സാർ.. ഇപ്പോൾ കോഴിക്കോട്ടേക്ക് ബസുമില്ല. ട്രയിനുമില്ല. ഡിപ്പാർട്ടുമെന്റിലും വണ്ടിയില്ല. ഇവൾക്കു പിന്നിലുള്ളത് പ്രബലന്മാരായ ആളുകളായിരിക്കും. കോഴിക്കോട്ടെത്തുന്നതിനു മുമ്പേ ഞങ്ങളെ തല്ലിവീഴ്ത്തി അവരിവളെ തട്ടിക്കൊണ്ടുപോകും. ജീവാപായമുണ്ടായില്ലെങ്കിലും ഞങ്ങളുടെ ജോലി തെറിക്കുമല്ലോ സാർ.’’

ആ വനിതാ പോലീസുകാർ എന്റെ കനിവിനു കെഞ്ചി.

ഞാൻ നിസ്സഹായനായിരുന്നു.

ആൺവേഷം ധരിച്ചെത്തിയ ആ പെൺകുട്ടിയെ ഒരു നിമിഷം പോലും അവിടെ വെച്ചു പൊറുപ്പിക്കാതെ തിരുവഞ്ചൂർ ജുവനൈൽ ഹോമിന്റെ പടി കടത്തുക എന്നുള്ളതു മാത്രമേ എനിക്കു ചെയ്യാൻ സാധിക്കുമായിരുന്നുള്ളൂ.

എന്നെ മനസാ പ്രാകി ആ വനിതാപോലീസുകാർ അവളേയുംകൊണ്ട് ജുവനൈൽ ഹോമിന്റെ പടി കടക്കുന്നത് ഞാൻ നിർന്നിമേഷം നോക്കി നിന്നു. അല്ലാതെ എന്തു ചെയ്യാൻ...?

മോഷണ മാഫിയ നന്നേ ചെറുപ്പത്തിലേ എവിടുന്നോ തട്ടിയെടുത്ത് പ്രത്യേക പരിശീലനം കൊടുത്തു വളർത്തിയ പെൺകുട്ടിയാണതെന്ന് പിന്നീട് ഞാനറിഞ്ഞു.

മക്കൾ ഇത്തരത്തിൽ നഷ്ടമാകുന്ന മാതാപിതാക്കളുടെ കണ്ണീരിന്റെ വിലയറിയാത്ത നരാധമന്മാരെ ഉന്മൂലനം ചെയ്യാൻ നമ്മുടെ നിയമത്തിന്റെ കരങ്ങൾക്കു പൂർണ്ണശക്തിയുണ്ടാവുന്ന കാലം എന്നാണാവോ?

11.അച്ഛൻ മസ്ക്കറ്റിൽ അമ്മ കുവൈറ്റിൽ മകൻ ബക്കറ്റിൽ

അമിതവാത്സല്യം നൽകി മക്കളെ വളർത്തുന്ന മാതാപിതാക്കൾക്ക് ഒരു താക്കീതാണ് കൊല്ലംകാരൻ അഭിലാഷിന്റെ കഥ.

മാതാപിതാക്കൾക്ക് ഏകമകനായിരുന്നു അഭിലാഷ്.

പതിന്നാലാം വയസ്സിൽ അവനെ ജുവനൈൽ ഹോമിലെത്തിച്ചത് കോഴിക്കോട് പോലീസാണ്. കൊല്ലംകാരനായ അവൻ കോഴിക്കോട് പോലീസിന്റെ പിടിയിലകപ്പെടുമ്പോൾ കടുത്ത അക്രമസ്വഭാവക്കാരനായിരുന്നു. പോലീസ് പിടികൂടിയപ്പോൾ അവൻ അവരെ അതിക്രൂരമായി ആക്രമിച്ചു. അന്നത്തെ കാലമല്ലേ... പോലീസിനെ ആക്രമിച്ച അവനെ പ്രായം പരിഗണിക്കാതെ ആവുന്നത്ര തല്ലിച്ചതച്ചാണ് പോലീസ് ജുവനൈൽ ഹോമിലെത്തിച്ചത്.

സാമാന്യം സാമ്പത്തികശേഷിയുള്ള മാതാപിതാക്കളുടെ ഏകമകനായാണ് അവൻ കൊല്ലത്ത് ജനിച്ചത്. പന്ത്രണ്ട് വയസ്സുവരെ കാര്യമായ പ്രതിസന്ധികളൊന്നുമില്ലാതെയാണ് അവൻ മാതാപിതാക്കൾക്കൊപ്പം ജീവിച്ചത്. മെയിൽ നഴ്സിംഗ് പാസായ അച്ഛൻ. ജനറൽ നഴ്സിംഗ് പാസായ അമ്മ. പക്ഷേ രണ്ടുപേർക്കും ജോലി ഇല്ലായിരുന്നു. എങ്കിലും വാടക ഇനത്തിലും മറ്റും കിട്ടിയിരുന്ന കുടുംബവരുമാനം കൊണ്ട് സാമാന്യം നല്ല നിലയിൽത്തന്നെയായിരുന്നു അവരുടെ ജീവിതം.

അവരുടെ ജീവിതം സ്വച്ഛന്ദമായി അങ്ങനെ മുമ്പോട്ടു നീങ്ങവേ, അവരുടെ വീടിന്റെ എതിർവശത്ത് വലിയൊരു ഇരുനില മാളിക ഉയർന്നുവന്നു. ആരാണ് ആ മാളിക പണികഴിപ്പിക്കുന്നതെന്ന് ആ നാട്ടുകാർക്ക് മനസ്സിലായത് അതിന്റെ ഗൃഹപ്രവേശച്ചടങ്ങിന്റെയന്നാണ്.

ആ നാട്ടിൽ അതുവരെ ആർക്കും ഇല്ലാതിരുന്ന വിലകൂടിയ ആഡംബരകാറിലാണ് ആ വീട്ടുകാർ താമസത്തിനെത്തിയത്. ഏഴെട്ടുവർഷം മുമ്പുവരെ അഭിലാഷിന്റെ വീട്ടിൽ പുറംപണി ചെയ്തും പശുക്കൾക്ക് പുല്ലുവെട്ടി നൽകിയും ജീവിച്ചുപോന്ന ശെൽവരാജ് എന്നയാളിന്റെ മൂത്തമകൻ രാജേഷ് ആണ് ആ കൂറ്റൻ ബാംഗ്ലാവിന്റെ ഉടമയെന്നറിഞ്ഞതും അഭിലാഷിന്റെ മാതാപിതാക്കൾക്ക് മനഃസുഖം നഷ്ടപ്പെട്ടു. അഭിലാഷിന്റെ അച്ഛന്റെയൊപ്പം മെയിൽ നേഴ്സിംഗ് പഠിച്ചയാളായിരുന്നു രാജേഷ്. ഗൾഫിൽ ജോലി കിട്ടി പോയ രാജേഷ് തന്റെയൊപ്പം ഒരേ ആശുപത്രിയിൽ ജോലി ചെയ്തിരുന്ന വിമലയെന്ന നേഴ്സിനെയാണ് കല്യാണം കഴിച്ചത്. കല്യാണം കഴിഞ്ഞ് രണ്ടു വർഷത്തിനുള്ളിൽ

വിമല ഗൾഫിലെ ജോലി ഉപേക്ഷിച്ച് ലണ്ടനിലേക്ക് പോയി. അവിടെ ഗവണ്മെന്റ് സർവ്വീസിലായിരുന്നു.

രാജേഷും വിമലയും രണ്ടു മക്കളോടൊപ്പം എതിർവീട്ടിൽ ആർഭാട ജീവിതം നയിക്കുന്നതുകണ്ടതോടെ അഭിലാഷിന്റെ മാതാപിതാക്കൾക്ക് കടുത്ത അസൂയയും നീരസവുമായി അവരോട്.

രാജേഷിന്റെ സാമർത്ഥ്യമാണ് അവരുടെ ആഡംബരജീവിതത്തിന്റെ അടിത്തറയെന്നു അഭിലാഷിന്റെ അമ്മയും വിമലയുടെ സാമർത്ഥ്യമാണെന്ന് അച്ഛനും പരസ്പരം കുറ്റപ്പെടുത്തിത്തുടങ്ങിയതോടെ അവർക്കിടയിൽ കുടുംബകലഹം സാധാരണമായി. ആദ്യമാദ്യം വാക്പയറ്റ് മാത്രമായിരുന്നുവെങ്കിൽ പിന്നീട് പലപ്പോഴും അതു കയ്യാങ്കളിയായി മാറി. അച്ഛനും അമ്മയും പരസ്പരം വഴക്കടിക്കുന്നതും തമ്മിൽത്തല്ലുന്നതും കണ്ട അഭിലാഷ് പലപ്പോഴും സ്വയം പീഡിപ്പിക്കാൻ തുടങ്ങി. മകൻ എന്തെങ്കിലും കടുംകൈ പ്രവർത്തിക്കുമെന്നു ഭയന്ന അച്ഛൻ അവനെ കോട്ടയത്ത് കഞ്ഞിക്കുഴിയിൽ മേരി റോയ് നടത്തുന്ന പള്ളിക്കൂടത്തിൽ കൊണ്ടുവന്ന് ചേർത്തു. സ്കൂൾ ഹോസ്റ്റലിൽ തന്നെ അവന് താമസസൗകര്യവും ലഭിച്ചു.

മകനെ അകലെ ഹോസ്റ്റലിലാക്കി അധികദിവസങ്ങൾ കഴിയുന്നതിനു മുമ്പേ അവന്റെ അമ്മയ്ക്കു കുവൈറ്റിൽ നേഴ്സായി ജോലി ലഭിച്ചു.

ഭാര്യ ജോലി നേടി വിദേശത്തേക്കു പോയതോടെ ഭർത്താവിനു വാശിയായി. എങ്ങനെയോ കിണഞ്ഞു പരിശ്രമിച്ച് അയാളും ഗൾഫിലെത്തി. മസ്ക്കറ്റിൽ!

മകൻ തനിക്കുമാത്രം സ്വന്തമാകണമെന്ന തീവ്രമോഹത്തോടെ അഭിലാഷിന്റെ അമ്മ, അവന് മാസം തോറും നല്ല ഒരു തുക പോക്കറ്റ് മണിയായി അയച്ചുകൊടുത്തു.

അതറിഞ്ഞ അവന്റെ അച്ഛൻ അമ്മ അയയ്ക്കുന്നതിന്റെ ഇരട്ടിത്തുക അവന്റെ പേരിൽ അയച്ചു തുടങ്ങി. അങ്ങനെ ആവശ്യത്തിലേറെ പണം കൈയിൽ വന്നു തുടങ്ങിയതോടെ അഭിലാഷിന്റെ ജീവിതരീതി പാടേ മാറാൻ തുടങ്ങി. സ്കൂൾ ഹോസ്റ്റലിലെ ഭക്ഷണം അവന് ഒട്ടും രുചികരമല്ലാതായി. മിക്കദിവസങ്ങളിലും അവൻ ഹോസ്റ്റലിനു പുറത്തുചാടി കോട്ടയം പട്ടണത്തിലെത്തി വമ്പൻ ഹോട്ടലുകളിൽ നിന്നായി ഭക്ഷണം. കൈനിറയെ കാശുമായി പട്ടണത്തിലെത്തി. 'അർമാദി'ച്ചു നടക്കുന്ന പയ്യൻ പെട്ടെന്നു തന്നെ ലഹരിമാഫിയയുടെ നോട്ട

പ്പുള്ളിയായി. അവരവനെ വലവീശി വീഴ്ത്തി കീഴ്പ്പെടുത്തി. കഞ്ചാവും മറ്റു മയക്കുമരുന്നുകളും അവൻ ഉപയോഗിച്ചു തുടങ്ങി.

സാധാരണ മയക്കുമരുന്നിനടിമപ്പെടുന്നവർ അക്രമവാസന പ്രകടിപ്പിക്കും. അനാവശ്യ സംഘട്ടനങ്ങളുണ്ടാക്കും. എന്നാൽ അഭിലാഷിന്റെ കാര്യത്തിൽ അങ്ങനെയൊന്നും ഉണ്ടായില്ല. സ്കൂൾ ഹോസ്റ്റലിന്റെ ഫ്രീടൈമിൽ പട്ടണത്തിലെത്തുന്ന അവൻ ഹോട്ടൽഭക്ഷണവും ലഹരി ആസ്വാദനവും കഴിഞ്ഞ് ആർക്കും യാതൊരു സംശയത്തിനും ഇടകൊടുക്കാതെ സ്വന്തം മുറിയിലെത്തി ശാന്തനായി കിടന്നുറങ്ങുകയായിരുന്നു പതിവ്.

അന്നും ഹോസ്റ്റലിൽ നിന്ന് പട്ടണത്തിലെത്തിയ അഭിലാഷ് പതിവു ചര്യകൾ കഴിഞ്ഞ് കഞ്ഞിക്കുഴിയിലുള്ള ഹോസ്റ്റലിൽ തിരിച്ചെത്താനായി കെ.എസ്.ആർ.ടി.സി. സ്റ്റാൻഡിൽ വന്ന് ബസിൽ കയറി. ടിക്കറ്റെടുക്കാൻ ഒരു നൂറു രൂപാ നോട്ടെടുത്ത് കൈയിൽ പിടിച്ചു. അന്ന് കോട്ടയത്തു നിന്നും കഞ്ഞിക്കുഴിയിലെത്താൻ ഒരു രൂപയിൽ താഴെയേ ബസ് ചാർജ്ജുള്ളൂ. ബസ് പുറപ്പെട്ടതിനു ശേഷമാണ് കണ്ടക്ടർ ടിക്കറ്റു നൽകാൻ അഭിലാഷിന്റെ മുമ്പിലെത്തിയത്. നൂറു രൂപാനോട്ടു കൊടുത്ത് 'കഞ്ഞിക്കുഴി' എന്നു പറഞ്ഞതേ അവനോർമ്മയുള്ളൂ. അപ്പോഴേയ്ക്കും ലഹരിയുടെ മയക്കം അവനെ പിടികൂടി.

ആ ബസ് കോഴിക്കോടിനുള്ളതായിരുന്നു. കഞ്ഞിക്കുഴിയെന്ന് അവൻ പറഞ്ഞത് കോഴിക്കോട് എന്നായിരിക്കണം കണ്ടക്ടർക്ക് ചെവിയിലെത്തിയത്. കോഴിക്കോടിനുള്ള ടിക്കറ്റും ബാക്കി ചില്ലറയും അഭിലാഷിനു നൽകി കണ്ടക്ടർ അടുത്ത യാത്രക്കാരന്റെ നേർക്ക് നീങ്ങി.

രാത്രി പത്തു മണിയായപ്പോഴേക്കും അഭിലാഷ് എന്ന കുട്ടി സ്കൂൾ ഹോസ്റ്റലിൽ എത്തിയിട്ടില്ലെന്ന് ഹോസ്റ്റൽ അധികൃതർക്ക് ബോധ്യപ്പെട്ടു.

അഭിലാഷ് എവിടെ...?

അവർ അന്വേഷണം ആരംഭിച്ചു.

സ്കൂൾ ഹോസ്റ്റലിൽ നിന്ന് ഒരു കുട്ടി മിസ് ആവുകയെന്നാൽ അത് സ്കൂളിന്റെ സൽപേരിനെ ബാധിക്കുമെന്നതു മാത്രമല്ല, കുട്ടിയുടെ മാതാപിതാക്കളോടു സമാധാനവും പറയേണ്ടേ?

മാതാപിതാക്കളാണെങ്കിൽ വിദേശത്തും. അമ്മ കുവൈറ്റിൽ.. അപ്പൻ മസ്ക്കറ്റിൽ

മാതാപിതാക്കൾ വിവരം അറിയുന്നതിനു മുമ്പേ അഭിലാഷിനെ കണ്ടു പിടിച്ചേ മതിയാകൂ.. സ്വന്തമായ അന്വേഷണങ്ങൾ ഫലം കാണുന്നില്ലെന്നായപ്പോൾ അവസാനമാർഗ്ഗം എന്ന നിലയിൽ സ്കൂൾ അധികൃതർ പോലീസിൽ വിവരമറിയിച്ചു. ഉടൻ തന്നെ പോലീസ് അന്വേഷണവും ആരംഭിച്ചു.

രണ്ടു ദിവസങ്ങൾ അന്വേഷിച്ചിട്ടും അഭിലാഷിനെക്കുറിച്ച് ഒരു വിവരവും കിട്ടിയില്ല. എങ്കിലും പോലീസ് അന്വേഷണത്തിന്റെ ഫലമായി അഭിലാഷിന്റെ ആർഭാട ഭക്ഷണശീലവും ലഹരി ഉപയോഗവും അധികൃതർക്ക് ബോധ്യപ്പെട്ടു.

നേരം പുലർന്നു കഴിഞ്ഞാണ് ബസ് കോഴിക്കോട്ടെത്തിയത്. അപ്പോഴും ഗാഢനിദ്രയിലായിരുന്ന അഭിലാഷിനെ കണ്ടക്ടർ തട്ടി എഴുന്നേൽപ്പിച്ച് പുറത്തിറക്കി വിട്ടു. ബസിൽ നിന്നിറങ്ങിയ അഭിലാഷ് ഞെട്ടിപ്പോയി. പേഴ്സും കഴുത്തിലുണ്ടായിരുന്ന സ്വർണ്ണമാലയും വാച്ചും നഷ്ടപ്പെട്ടിരിക്കുന്നു. എത്തിപ്പെട്ടിരിക്കുന്നതാകട്ടെ, യാതൊരു പരിചയവുമില്ലാത്ത സ്ഥലത്തും.

ബസ് സ്റ്റാൻഡിൽ തളർന്നിരുന്നുപോയ അഭിലാഷിന് വിശപ്പും ദാഹവുമായി. ദാഹം ശമിപ്പിക്കാൻ പൈപ്പുവെള്ളം സഹായിച്ചെങ്കിലും വിശപ്പടക്കാൻ യാതൊരു മാർഗ്ഗവുമില്ല. എത്തിപ്പെട്ടിരിക്കുന്നത് കോഴിക്കോട്ടാണെന്നു തിരിച്ചറിഞ്ഞെങ്കിലും അവിടെ നിന്നു കോട്ടയത്തെത്താനുള്ള മാർഗ്ഗം കണ്ടെത്താനാവാതെ അവൻ അവിടത്തന്നെ തളർന്നിരുന്നു.

സ്റ്റാൻഡിലുള്ള ഒരു കടക്കാരനുമുമ്പിൽ ചെന്ന് അഭിലാഷ് കോട്ടയത്ത് തിരിച്ചെത്താൻ വണ്ടിക്കൂലിക്കുള്ള പണം കടമായി ചോദിച്ചു. കടക്കാരൻ പണം കൊടുത്തില്ലെന്നുമാത്രമല്ല, തട്ടിപ്പുകാരൻ എന്നു പറഞ്ഞു അധിക്ഷേപിക്കുകയും ചെയ്തു. അഭിമാനം വ്രണപ്പെട്ട അവൻ പിന്നെ ആരോടും സഹായം ചോദിച്ചില്ല.

സന്ധ്യയായപ്പോഴേക്കും വിശപ്പും പരവേശവും അധികരിച്ച അവന് ഭ്രാന്തുപിടിച്ചതുപോലെയായി. സ്ഥിരമായി ലഹരിസ്വീകരിക്കുന്ന സമയമായതോടെ അതിന്റെ ലഭ്യതയ്ക്കായി പരിശ്രമിച്ചു അഭിലാഷ്. ഫലവത്തായില്ല. രാത്രിയായതോടെ വല്ലാത്ത വിഭ്രാന്തിയായി അവന്. തലയ്ക്ക് പിന്നിൽ ഒരഗ്നികുണ്ഠം എരിയുന്നതുപോലെയുള്ള അവസ്ഥ. സഹിക്കാൻ പറ്റുന്നില്ലെന്നായപ്പോൾ ചെളിവെള്ളം നിറഞ്ഞു കിടന്ന ഒരു കുഴിയിലേക്ക് തല ഇറക്കിവെച്ച് അവൻ മലർന്നു കിടന്നു. അവിടെ നിന്ന് അവനെ പിടിച്ചെഴുന്നേൽപ്പിക്കാൻ ശ്രമിച്ച പോലീസുകാരന്റെ

നേർക്ക് അവൻ അക്രമാസക്തനായി. ഗത്യന്തരമില്ലാതെ പോലീസുകാരൻ അവനെ സ്റ്റേഷനിലെത്തിച്ച് ലോക്കപ്പ് ചെയ്തു.

പോലീസിന്റെ അന്വേഷണങ്ങൾക്കെല്ലാം തെറ്റായ വിവരമാണ് അഭിലാഷ് നൽകിയത്. യഥാർത്ഥ പേരോ, സ്കൂളിന്റെ പേരോ ഒന്നും അവൻ വെളിപ്പെടുത്തിയില്ല. ഇവൻ പഠിച്ച കളളനാണെന്നു മുദ്രകുത്തിയ പോലീസ് ഏതോ വലിയ ക്രമിനിൽമാഫിയയുടെ കണ്ണിയാണ് അവനെന്നു വിശ്വസിച്ച് ചോദ്യം ചെയ്യൽ തുടങ്ങി. എത്ര ചോദ്യം ചെയ്തിട്ടും പോലീസിനു പ്രയോജനപ്രദമായ ഒരു വിവരവും അവനിൽ നിന്നും കിട്ടിയില്ല.

തന്നെയുമല്ല, അവൻ വല്ലാത്ത അക്രമാസക്തത പ്രകടിപ്പിച്ചും തുടങ്ങി. പതിനഞ്ചുവയസ്സു തികഞ്ഞിട്ടില്ലാത്ത ആ പയ്യൻ ലഹരിക്കടിമയാണെന്നും പോലീസിനു ബോദ്ധ്യപ്പെട്ടു.

ഒടുവിൽ അവനെ പോലീസ് ജുവനൈൽ ഹോമിലെത്തിച്ചു. ജൂവനൈൽ ഹോമിൽ ഞങ്ങൾ അവനോട് ഏറ്റവും സാന്ത്വനപൂർവ്വമായ സമീപനമാണു നടത്തിയത്. അപ്പോഴാണ് അവൻ ഞങ്ങളോട് അവന്റെ യഥാർത്ഥ കഥ വെളിപ്പെടുത്തിയത്.

വർഷങ്ങളായി അവൻ ലഹരിക്ക് അടിമയാണെന്നും അത് കിട്ടാതെ വന്നാൽ തലയ്ക്കു പിന്നിൽ അഗ്നിയെരിയുന്ന ചൂടാണെന്നും അപ്പോൾ തല തണുത്ത വെള്ളത്തിൽ മുക്കി തണുപ്പിച്ചില്ലെങ്കിൽ വല്ലാത്ത കലിയിളകുമെന്നും അവൻ പറഞ്ഞു.

എന്നും സന്ധ്യയാകുന്നതോടെ അവൻ ആ കലിയുടെ ലക്ഷണം കാട്ടിത്തുടങ്ങുമ്പോൾ വലിയൊരു ബക്കറ്റിൽ വെള്ളം നിറച്ച് ഞങ്ങളവന്റെ തല താഴ്ത്തിപ്പിടിക്കും. ഏറെ നേരം ആ അവസ്ഥയിൽ തുടരുമ്പോൾ അവന് ആശ്വാസമുണ്ടാകും.

ലഹരിക്കടിമയായ വിദ്യാർത്ഥിയെ വീണ്ടും സ്കൂളിൽ പ്രവേശിപ്പിക്കാനാവില്ലെന്നായതോടെ ജുവനൈൽ ഹോമിൽ നിന്ന് ഞങ്ങളവനെ മെഡിക്കൽ കോളേജിലെ ക്ലിനിക്കൽ സൈക്കോളജിസ്റ്റിന്റെ അടുത്തെത്തിച്ചു.

മകൻ ദുരവസ്ഥയിലായതോടെ പരസ്പരം ശത്രുതയിൽ കഴിഞ്ഞിരുന്ന അവന്റെ മാതാപിതാക്കൾ രമ്യതയിലായി. അമ്മ കുവൈറ്റിൽ നിന്നും അപ്പൻ മസ്ക്കറ്റിൽ നിന്നും തിരിച്ചെത്തി. ഭാഗ്യം. അപ്പോഴേക്കും മകൻ ബക്കറ്റിൽ നിന്നും മോചിതനായിക്കഴിഞ്ഞിരുന്നു.

തങ്ങൾ തമ്മിലുള്ള വാശിയാണ് മകന്റെ ജീവിതം തകർത്തതെന്ന തിരിച്ചറിവുണ്ടായ ആ മാതാപിതാക്കൾ പിന്നീട് മകന്റെ നല്ല ഭാവിക്കുവേണ്ടി ഒന്നിച്ചു ജീവിക്കുന്നുവെന്നാണ് ഒടുവിൽ എനിക്കറിയാൻ കഴിഞ്ഞത്.

12.അമ്മയെ കാണേണ്ടാത്ത മകൻ

ഒരു ഞായറാഴ്ച ദിവസം.

എനിക്ക് അന്ന് അവധിയാണെങ്കിലും ചില ഫയലുകൾ പരിശോധിക്കേണ്ടതുണ്ടായിരുന്നതിനാൽ ഞാൻ ഓഫീസിലെത്തി. ഓഫീസ് കാര്യങ്ങളിൽ എന്റെ സഹായിയായ വാർഡൻ എന്റെ അടുത്തേക്ക് വന്ന് എന്നോടു പറഞ്ഞു.

‘‘സന്തോഷ് എന്ന കുട്ടിയുടെ മാതാപിതാക്കൾ അവനെ കാണാൻ വന്നിട്ടുണ്ട്. അവരെ ഇങ്ങോട്ടു വിടട്ടേ...?’’

‘‘വിട്ടോളൂ...’’ ഞാൻ അനുവദിച്ചു.

വാർഡൻ പുറത്തേക്കു പോയി അൽപനിമിഷങ്ങൾക്കുള്ളിൽ സന്തോഷിന്റെ മാതാപിതാക്കൾ എന്റെ മുമ്പിലെത്തി. ആദ്യനോട്ടത്തിൽ തന്നെ നല്ല സാമ്പത്തികാവസ്ഥയിൽ കഴിയുന്ന ഒരു കുടുംബം ആണ് അവരെന്നെനിക്കു ബോധ്യപ്പെട്ടു.

ആരും രണ്ടാമതൊന്നുകൂടി നോക്കുന്ന തരത്തിൽ പ്രൗഢമായി അണിഞ്ഞൊരുങ്ങിയിരുന്നു ആ സ്ത്രീ. വളരെ വിലയുള്ള തരം പട്ടുസാരിയാണ് അവരുടുത്തിരിക്കുന്നതെന്ന് ഒറ്റനോട്ടത്തിൽത്തന്നെ മനസ്സിലാകും. കഴുത്തിൽ നല്ല കനമുള്ള താലിമാല. രണ്ടുകൈകളിലും സ്വർണ്ണവളകൾ. ഭർത്താവിന്റെ കഴുത്തിലും സ്വർണ്ണമാലയുടെ തിളക്കം ഷർട്ടിനിടയിലൂടെ കാണാം.

ആരാണു നിങ്ങളെന്ന ചോദ്യത്തിനു സന്തോഷ് എന്നു പേരുള്ള കുട്ടിയുടെ അച്ഛനും അമ്മയുമാണെന്ന് അവർ മറുപടി പറഞ്ഞു. സന്തോഷിനെ കാണാൻ വന്നിരിക്കുകയാണ്.

സന്തോഷ് എന്ന കുട്ടി പാലായ്ക്കടുത്തുള്ള ഒരു സ്ഥലത്തു നിന്ന് ജുവനൈൽ ഹോമിലെത്തിയവനാണ്. കഷ്ടിച്ച് പതിമൂന്നു വയസ് പ്രായമേ ഉള്ളൂ അവന്. ഏകദേശം ഒരു വർഷത്തിനടുത്തായി അവൻ എത്തിയിട്ട്. ഇക്കാലത്തിനിടയിൽ ഈ മാതാപിതാക്കൾ അവനെ കാണാൻ വരുന്നത് ആദ്യമാണ്.

‘നിങ്ങൾ വിദേശത്താണോ? ഒരു വർഷമായിട്ട് ഇപ്പോഴാണല്ലോ നിങ്ങളവനെ കാണാൻ വരുന്നത്?’

എന്റെ മനസിൽ തികട്ടിവന്ന സംശയം അങ്ങനെയൊരു ചോദ്യമായി. പെട്ടെന്ന് ആ സ്ത്രീയാണ് മറുപടി പറഞ്ഞത്.

'ഭയങ്കര തിരക്കുള്ള ബിസിനസാണു സാർ ഞങ്ങൾക്ക്. ഇലക്ട്രിക്കൽ ഷോപ്പാണ്. ആ തിരക്കിനിടയിൽ നിന്നും ഒന്നു തലയൂരാൻ സമയം കിട്ടണ്ടേ. ഇന്ന് ഒരു തരത്തിൽ സമയമുണ്ടാക്കി വരികയായിരുന്നു ഞങ്ങൾ.''

'നിങ്ങൾക്ക് എത്ര മക്കളാണ്?'' ഞാൻ വീണ്ടും ചോദിച്ചു.

'ഞങ്ങൾക്ക് ഇവൻ ഒരാളേ ഉള്ളൂ സാർ.''

'ഒരേയൊരു മകനായിട്ടും അവനെ ജുവനൈൽ ഹോമിലെത്തിച്ചിരിക്കുന്നത്...''

'ബിസിനസിന്റെ തിരക്കിൽ ഞങ്ങൾക്കവനെ വേണ്ടവിധം ശ്രദ്ധിക്കാനൊക്കാതെ വന്നു.' എന്റെ ചോദ്യങ്ങൾക്കെല്ലാം ആ സ്ത്രീയാണ് ഉടനുടൻ മറുപടി പറയുന്നത്.

'ശരി. നിങ്ങളിവിടെ ഇരിക്കൂ.. സന്തോഷിനെ വിളിപ്പിക്കാം.'

ഞാനവരെ അവിടെ ഇരുത്തി സന്തോഷ് എന്ന കുട്ടിയെ കൂട്ടിക്കൊണ്ടു വരാൻ വാർഡനെ അയച്ചു.

ഞാൻ വീണ്ടും ഫയലിലേക്കു ശ്രദ്ധ തിരിച്ചു.

അല്പനേരത്തിനുള്ളിൽ വാർഡൻ സന്തോഷ് എന്ന കുട്ടിയേയും കൂട്ടി അവിടെയെത്തി.

ഓഫീസിലേക്കു കയറിയ അവൻ അവിടെ ഇരിക്കുന്ന അച്ഛന്റെയും അമ്മയുടേയും മുഖത്തേക്ക് ഒന്നേ നോക്കിയുള്ളൂ. അടുത്ത ക്ഷണം അവൻ തിരിഞ്ഞ് ഒരോട്ടം വച്ചു കൊടുത്തു.

ഞാനും അവനെ കൂട്ടിക്കൊണ്ടുവന്ന വാർഡനും സ്തബ്ധരായി.

ഞാൻ ആ സ്തബ്ധതയിൽ നിന്നുണർന്നതും വാർഡനോടു പറഞ്ഞു.

'ചെല്ല്... അവനെ പിടിച്ചോണ്ടു വരൂ...''

എന്നെ അനുസരിച്ച് വാർഡൻ അവനെ പിടിക്കാൻ പോയി.

‘ഇതെന്താ അച്ഛനേയും അമ്മയേയും കാണാൻ നിൽക്കാതെ അവനോടിക്കളഞ്ഞത്?’

ഞാനവരോട് ചോദിച്ചു.

തെല്ലു ദേഷ്യത്തിലായിരുന്നു അമ്മയുടെ മറുപടി

‘ഇതു തന്നെയാ സാർ അവന്റെ സ്വഭാവം... ഞങ്ങളെ തെല്ലും വകവയ്ക്കുകേല... ശരിക്കും ഒരു കുരുത്തംകെട്ടവനാ അവൻ... അതുകൊണ്ടു തന്നെയാ അവനെ ഇവിടെക്കൊണ്ടുവന്ന് ആക്കിയതും. അവന്റെ സ്വഭാവത്തിന് ഒരു മാറ്റവും വന്നിട്ടില്ല...’’

അവന്റെ കുരുത്തക്കേട് മാറ്റാൻ കഴിയാത്ത ഞങ്ങളോടുള്ള കടുത്ത അമർഷവും ആ സ്ത്രീയുടെ വാക്കുകളിൽ നിഴലിച്ചിരുന്നു.

അവനെ പിടിച്ചുകൊണ്ടുവരാൻ പോയ വാർഡൻ കുറേ നേരം കഴിഞ്ഞാണ് തിരിച്ചെത്തിയത്. കൂടെ സന്തോഷ് ഉണ്ടായിരുന്നില്ല.

‘സാർ... അവനെ പിടിച്ചുകൊണ്ടുവരാൻ ആവുന്നത്ര ശ്രമിച്ചു. അവൻ വരുന്നില്ല. ഈ കോമ്പൗണ്ടുമുഴുവൻ അവനെന്നെ ഇട്ടോടിച്ചു.’

നന്നായി കിതക്കുന്നുണ്ടായിരുന്നു വാർഡൻ.

‘അച്ഛനേയും അമ്മയേയും കാണാൻ അവനു താൽപര്യമില്ലെങ്കിൽ ഞങ്ങളെന്തു ചെയ്യാനാ... പിടിച്ചുകെട്ടിക്കൊണ്ടു വന്ന് നിങ്ങളുടെ മുമ്പിൽ നിർത്താനൊന്നും പറ്റില്ല.’

ഞാൻ അവരെ നോക്കിപ്പറഞ്ഞു.

അപ്പോഴുമുണ്ടായി ഉടനേ ആ സ്ത്രീയുടെ മറുപടി

‘വേണ്ട... അവനു ഞങ്ങളെ കാണണ്ടേൽ ഞങ്ങൾക്കും അവനെ കാണണ്ടാ... ഗുണം പിടിക്കാത്ത സന്തതിയാ അവൻ... പുകഞ്ഞ കൊള്ളി പുറത്ത്... എങ്ങനെയെങ്കിലും തുലയട്ടെ...’

നൊന്തുപെറ്റ മകനെ അങ്ങനെ ശപിച്ച് ഓഫീസിൽ നിന്നും ആ സ്ത്രീ പുറത്തേക്ക് ഇറങ്ങി. ഭാര്യയ്ക്ക് പിറകേ നിശബ്ദനായി ഭർത്താവും.

അവർ പോയിക്കഴിഞ്ഞ് വാർഡൻ എന്നോടു പറഞ്ഞു.

‘സാർ... ഈ സന്തോഷിനെക്കാണാൻ എല്ലാ മാസവും അവന്റെ അച്ഛനെന്ന് പറഞ്ഞ് ഒരാൾ വരുന്നുണ്ട്. തിരുവനന്തപുരത്ത് കെ.എ

സ്.ഇ.ബി.യിൽ ജോലിയുള്ള ഒരാൾ. അയാളോട് ഏറ്റവും സ്നേഹ ത്തോടെയും അനുസരണയോടെയുമാണ് അവൻ പെരുമാറുന്നത്. അവനെ ഇവിടെ കൊണ്ടുവന്നാക്കിയതും അയാളാണെന്നാണ് എന്റെ ഓർമ്മ.''

വാർഡനിൽ നിന്ന് അങ്ങനെയൊരു വിവരം കിട്ടിയതോടെ അതിന്റെ സത്യാവസ്ഥ എന്താണെന്നറിയണമെന്ന് ഞാൻ തീരുമാനിച്ചു.

അടുത്ത ദിവസം ഞാൻ സന്തോഷിനെ ഓഫീസിലേക്കു വിളിപ്പിച്ചു.

'സന്തോഷേ... അച്ഛനുമമ്മയും കാണാൻ വന്നപ്പോൾ നീയെന്താ ഓടി ക്കളഞ്ഞത്?' ഞാനവനോടു ചോദിച്ചു.

എന്റെ ചോദ്യം കേട്ടതും അവന്റെ മുഖഭാവം ക്രൂരമായി.

'എനിക്കവരെ കാണണ്ട... അതുകൊണ്ടാ...''

പരുഷമായി അവന്റെ മറുപടി.

'യഥാർത്ഥത്തിൽ അതു നിന്റെ അച്ഛനുമമ്മയുമല്ലേ...?''

'സ്വന്തം മകനെ കഴുത്തുഞെരിച്ചു കൊല്ലാനൊരുങ്ങുന്നവൾ അ മ്മയാണോ സാറേ..' സന്തോഷിന്റെ തിരിച്ചുള്ള ചോദ്യം.

'സ്വന്തം അമ്മ മകനെ കഴുത്തു ഞെരിച്ചുകൊല്ലാനൊരുങ്ങിയെങ്കിൽ ആ മകൻ അത്രമേൽ ശല്യക്കാരനായതുകൊണ്ടാവും.''

'സാർ... ഞാനീ ഹോമിൽ വന്നിട്ട് കുറേ മാസങ്ങളായില്ലേ...? ഞാനൊ രു ശല്യക്കാരനാണെന്ന് ഇവിടെ ആരെങ്കിലും പറഞ്ഞ് സാറ് കേട്ടി ട്ടുണ്ടോ?''

ഞാനോർമ്മിക്കാൻ ശ്രമിച്ചു.

സന്തോഷിനെക്കുറിച്ച് ഒരു പരാതിയും ഇതുവരെ ആരും പറഞ്ഞു കേ ട്ടിട്ടില്ല. എങ്കിലും പെട്ടെന്നതംഗീകരിച്ചു കൊടുക്കാൻ ഞാൻ തയ്യാറാ യില്ല.

'വീട്ടിൽ ഭയങ്കര ശല്യക്കാരായ പല കുട്ടികളും ഇവിടെ വന്നു കഴി ഞ്ഞാൽ നല്ല മര്യാദരാമൻമാരായിരിക്കും.'

'ഞാൻ വീട്ടിലും മര്യാദരാമൻ തന്നെയായിരുന്നു സാറേ.''

'ഞാൻ വിശ്വസിക്കത്തില്ല... അങ്ങനെ മര്യാദരാമനായ ഒരു മകനെ കഴു ത്തുഞെരിച്ചുകൊല്ലണമെന്ന് ഒരമ്മയ്ക്കും തോന്നില്ല.''

സ്വന്തം സത്യസന്ധത സംശയത്തിന്റെ തുലാസിലായെന്ന തോന്നലു ണ്ടായതോടെ സന്തോഷ് അവന്റെ ജീവിതകഥ എന്നോടു വെളിപ്പെ ടുത്തി.

അവന്റെ അച്ഛന്റെ പേര് പ്രഭാകരൻ. ഐ.ടി.ഐ.യിൽ നിന്നും ഇലക്ട്രി ക്കൽ ഡിപ്ലോമ പാസ്സായ ആളാണ്. അമ്മയുടെ പേര് കനകദുർഗ്ഗ. കന കമ്മയെന്നാണ് എല്ലാവരും വിളിക്കുന്നത്.

ഇലക്ട്രിക്കൽ ഐ.ടി.ഐ. പാസ്സായി പല മേഖലകളിലും ജോലിക്കു ശ്രമിച്ചിട്ട് കിട്ടാതായപ്പോൾ സ്വന്തമായി ഒരു ഇലക്ട്രിക്കൽ കട ഇടാൻ തീരുമാനിച്ചു പ്രഭാകരൻ. അങ്ങനെയാണ് കനകമ്മയുടെ വീടിനടുത്ത് വാടകകെട്ടിടത്തിൽ ഇലക്ട്രിക്കൽ ഷോപ്പ് ആരംഭിച്ചത്. അവിടെ ഒരു വിധം കച്ചവടം പിടിച്ചതോടെ വകയിൽ ഒരു മുറപ്പെണ്ണായ കനക യെത്തന്നെ പ്രഭാകരൻ കല്യാണം കഴിച്ചു. നാലഞ്ചു വർഷത്തെ കാ ത്തിരിപ്പിനൊടുവിലാണ് അവർക്കു സന്തോഷ് ജനിക്കുന്നത്. സന്തോ ഷിന്റെ ജനനത്തോടെ പ്രഭാകരൻ സ്ഥിരതാമസം ഭാര്യവീട്ടിലാക്കി. ക നകയുടെ അച്ഛൻ കടയിൽ സഹായത്തിനുണ്ടായിരുന്നത് പ്രഭാകരന് വലിയ ആശ്വാസമായിരുന്നു. സന്തോഷിന് എട്ടുവയസ്സായപ്പോൾ കന കയുടെ അച്ഛൻ പെട്ടെന്നു മരണമടഞ്ഞു. അതോടെ കടയിൽ പ്രഭാക രന്റെ സഹായത്തിനായി കനക വരാൻ തുടങ്ങി. സന്തോഷിന്റെ കാര്യ ങ്ങൾ ശ്രദ്ധിക്കാൻ കനകയുടെ അമ്മയുണ്ടായിരുന്നതിനാൽ രാത്രി ഒമ്പതു മണിയോടെ കട അടച്ചുകഴിഞ്ഞാണ് പ്രഭാകരനും കനകയും വീട്ടിലെത്തിയിരുന്നത്.

അങ്ങനെ കുറേനാൾ ജീവിതം മുമ്പോട്ടു പോയിക്കഴിഞ്ഞപ്പോഴാണ് പ്രഭാകരന് കെ.എസ്.ഇ.ബി.യിൽ ജോലി ലഭിച്ചത്. നിയമനം തിരുവന ന്തപുരത്ത്. ദിനവും പോയി വരിക അസാദ്ധ്യമായതിനാൽ പ്രഭാകരൻ അവിടെ സ്ഥിരതാമസമാക്കാൻ തീരുമാനിച്ചു. രണ്ടാം ശനിയാഴ്ച മുട ക്കമില്ലാതെ വീട്ടിലേക്കു വരും.

കടയിൽ കച്ചവടം നല്ല രീതിയിൽത്തന്നെ മുമ്പോട്ടുപോകുന്നുണ്ടായി രുന്നു. കനകയെ കടയിൽ സഹായിക്കാൻ ഒരാളെ നിയമിക്കേണ്ടി വന്നു. സർക്കാരുദ്യോഗസ്ഥനായ പ്രഭാകരന്റെ പേരിൽ കടയുടെ ലൈ സൻസ് തുടരാനാവാത്തതിനാൽ സഹായിയായി വന്നയാളുടെ പേരി ലേക്ക് ലൈസൻസ് മാറ്റി. എല്ലാ രണ്ടാം ശനിയാഴ്ചകളിലും പ്രഭാക രൻ കടയിലെത്തി കനകയ്ക്കും സഹായിക്കും വേണ്ട നിർദ്ദേശങ്ങൾ കൊടുത്തു. കട ഒന്നിനൊന്നു വിപുലപ്പെട്ടു വന്നു.

ഒരു സന്ധ്യയ്ക്കു വീടിനടുത്തുള്ള പുഴയിൽ കുളിക്കാൻ പോയ കനക യുടെ അമ്മ പുഴയിൽ മുങ്ങി മരിച്ചു. അതോടെ സ്കൂളിലല്ലാത്ത സമ യത്തെല്ലാം സന്തോഷും കടയിൽ അമ്മയ്ക്കു കൂട്ടിനെത്തി. രാത്രി അ വരൊന്നിച്ചു വീട്ടിലേക്കു മടങ്ങും.

വീണ്ടും മാസങ്ങൾ കടന്നുപോയി. മുത്തശ്ശിയുടെ മരണത്തിനുശേ ഷവും ആ മുറിയിൽത്തന്നെയായിരുന്നു സന്തോഷിന്റെ കിടപ്പ്.

ഒരു ദിവസം രാത്രി ഉറങ്ങാൻ കിടന്ന സന്തോഷ് ഉറക്കത്തിൽ ദേഹ ത്തെന്തോ വീണതറിഞ്ഞ് ഞെട്ടിയുണർന്നു. ഒരു എലി ദേഹത്തു വീ ണതായിരുന്നു. ഉണർന്ന് ലൈറ്റിട്ടപ്പോഴേയ്ക്കും അതോടിപ്പോയി. ലൈ റ്റണച്ചു വീണ്ടും ഉറങ്ങാൻ കിടന്ന സന്തോഷിന് പെട്ടെന്നുറക്കം വ ന്നില്ല. അവനങ്ങനെ ഉറങ്ങാതെ കിടന്നു. അപ്പോൾ അടുത്ത മുറിയിൽ നിന്നും എന്തൊക്കെയോ ശബ്ദങ്ങൾ കേൾക്കാൻ തുടങ്ങി. എലിയുടെ തട്ടലും മുട്ടലുമാണതെന്ന് ആദ്യം കരുതിയെങ്കിലും അതിനിടയിൽ മ നുഷ്യശബ്ദങ്ങളും ഇടകലരുന്നുണ്ടെന്നു തോന്നിയതോടെ സന്തോഷ് എഴുന്നേറ്റ് ആ മുറിയുടെ മുമ്പിലെത്തി. വെറുതേ ചാരിയിട്ടിരുന്ന വാ തിൽ തുറന്ന് ഉള്ളിലേക്ക് നോക്കിയപ്പോൾ അവൻ ഞെട്ടിപ്പോയി. മുറി ക്കുള്ളിലെ കട്ടിലിൽ വസ്ത്രരഹിതയായ അമ്മയും കടയിലെ സഹാ യിയും.

അവനറിയാതെ അമ്മേ എന്നു നിലവിളിച്ചുപോയി. ഞെട്ടിയെഴുന്നേറ്റ കനക സഹായിയെ തള്ളിമാറ്റി മകന്റെ മുമ്പിലേക്കോടിവന്നു.

‘‘ഒളിച്ചുനിന്ന് എല്ലാം കാണുകയായിരുന്നല്ലേടാ...?’’

മകന്റെ കരണത്ത് ആഞ്ഞടിച്ചുകൊണ്ടായിരുന്നു കനകയുടെ ചോദ്യം. പന്ത്രണ്ടു വയസു പ്രായമുള്ള മകന് എല്ലാം മനസ്സിലായി എന്ന് തിരി ച്ചറിഞ്ഞ കനക രണ്ടു കൈകൾകൊണ്ടും അവന്റെ കഴുത്തിൽ കുത്തി പ്പിടിച്ച് ആക്രോശിച്ചു.

‘നീ എന്താടാ കണ്ടത്?’

‘ഞാനെല്ലാം കണ്ടു..’ സന്തോഷിന്റെ മറുപടി

‘നീ കണ്ടത് ആരോടെങ്കിലും പറയുമോടാ..?’

‘നാളെ അച്ഛൻ വരുമ്പോൾ ഞാൻ പറയും.’’

‘ഓഹാ... നീ ജീവിച്ചിരുന്നാലല്ലേ പറയൂ..’’

കനക കൂടുതൽ ശക്തിയിൽ സന്തോഷിന്റെ കഴുത്തു ഞെരിച്ചു. ശ്വാസം മുട്ടി ചത്തുപോകുമെന്നു തോന്നി അവന്.

'സഹായി' ഓടിവന്ന് കനകയുടെ കൈകൾ പിടിച്ചകറ്റിയതുകൊണ്ട് അവന് ജീവൻ തിരിച്ചുകിട്ടി.

അപ്പോഴും കനക അവനെ ഭീഷണിപ്പെടുത്തി.

''ഇക്കാര്യം അച്ഛനോടോ വേറെയാരോടെങ്കിലുമോ പറഞ്ഞാൽ നിന്നെ ഞാൻ കഴുത്തുഞെരിച്ചു കൊന്ന് ആറ്റിൽ കൊണ്ടിടും...''

ആരോടും പറയില്ലെന്ന് മകനെക്കൊണ്ട് സത്യം ചെയ്യിച്ചാണ് കനക അടങ്ങിയത്.

സ്വയരക്ഷയ്ക്ക് അപ്പോഴങ്ങനെ സത്യം ചെയ്തെങ്കിലും പിറ്റേന്നു രാവിലെ അച്ഛൻ വന്നതും സന്തോഷ് തലേ രാത്രിയിൽ നടന്നതു മുഴുവൻ വിസ്തരിച്ചു കേൾപ്പിച്ചു.

കോപാക്രാന്തനായ പ്രഭാകരൻ കനകയെ തലങ്ങും വിലങ്ങും മർദ്ദിച്ചു. കനകയും വിട്ടുകൊടുത്തില്ല.ആകാവുന്ന വിധത്തിൽ തിരിച്ച് അങ്ങോട്ടും പ്രതിരോധിച്ചു. ഒടുവിൽ ഇങ്ങനെ വിളിച്ചു പറയുകയും ചെയ്തു.

'എടാ പട്ടീ... ഇതെന്റെ വീടാ.. ഇവിടെ ഞാനെനിക്കു തോന്നുന്നപോലെ ജീവിക്കും. നീയും നിന്റെ മോനും ഈ നിമിഷം ഇവിടെ നിന്നിറങ്ങിക്കോണം.''

അന്നു തന്നെ പ്രഭാകരൻ ആ വീട്ടിൽ നിന്നിറങ്ങി. മകൻ സന്തോഷിനെ ജുവനൈൽ ഹോമിൽ കൊണ്ടാക്കുകയും ചെയ്തു.

എല്ലാ മാസവും അയാൾ മുടങ്ങാതെ ജുവനൈൽ ഹോമിൽ വന്നു കാണുകയും അവനു വേണ്ടുന്ന പണം നൽകുകയും ചെയ്തു.

തന്നെ കാണാൻ വന്ന അമ്മയേയും അമ്മയുടെ പുത്തൻ ഭർത്താവിനേയും കാണാൻ നിൽക്കാതെ സന്തോഷ് ഓടിയകന്നതിന്റെ കാരണം വ്യക്തമായതോടെ ഞാൻ മൂക്കത്ത് വിരൽ വെച്ചു.

അമ്പമ്പോ.. ഈ ഭൂമി മലയാളത്തിൽ ഇങ്ങനെയും സ്തീകളോ?

13.സകലർക്കും ഫലപ്രാപ്തി നൽകുന്ന 'ഹൈഡോസ് മരുന്ന്'

കോഴിക്കോട് വെള്ളിമാടുകുന്നിലുള്ള ജുവനൈൽ ഹോമിൽ സൂപ്ര ണ്ടിനുള്ള ഓഫീസ് അല്പം ഉയരമുള്ള സ്ഥലത്താണ്. ഓഫീസിലെ ജനാല വഴി നേരേ പുറത്തേക്കു നോക്കിയാൽ മെയിൻ ഗെയ്റ്റും അ തുവഴി വരികയും പോകുകയും ചെയ്യുന്ന ആളുകളേയും നേരിട്ടു കാ ണാം.

ഞാൻ സൂപ്രണ്ടായിരിക്കുന്ന കാലത്ത് ആ പ്രവേശന വഴി അത്ര സുഗ മമല്ലായിരുന്നു. മഴവെള്ളപ്പാച്ചിലിൽ ചാലുകീറിയും കുണ്ടും കുഴിയും നിറഞ്ഞും കിടന്നിരുന്ന മൺപാത. ആടിക്കുലുങ്ങിയും ഇളകിത്തുള്ളി യുമേ വാഹനങ്ങൾ ആ വഴി വന്നിരുന്നുള്ളൂ. ഏറെ കരുതലോടെയല്ല ഇരുചക്രവാഹനങ്ങൾ ആ വഴിയിലൂടെ യാത്ര ചെയ്യുന്നതെങ്കിൽ പല പ്പോഴും മറിഞ്ഞ് അപകടങ്ങൾ ഉണ്ടാകാറുണ്ട്. ഹൈ-ടെക് എന്ന പദം അക്കാലയളവിൽ പ്രചുരപ്രചാരം നേടിയിട്ടില്ലാതിരുന്നതിനാൽ പൊട്ടി പ്പൊളിഞ്ഞ ആ പാത, സ്ഥാപനത്തിന് തികച്ചും അനുയോജ്യമാണെന്ന നിലപാടായിരുന്നു സർക്കാരിന്.

ഒരു ദിവസം ഉച്ചതിരിഞ്ഞ നേരം ചില തൊഴിലാളി നേതാക്കൾ എന്നെ കാണാൻ വന്നു. ഹോമിനോടനുബന്ധിച്ചുള്ള മെസ്സിലെ ചില ക്രമക്കേ ടുകൾക്ക് ഞാൻ മെസ് ജീവനക്കാരിൽ ചിലരെ ശകാരിക്കുകയും താ ക്കീതുചെയ്യുകയും ചെയ്തിരുന്നു. ജീവനക്കാർ അക്കാര്യം ഉടൻ ത ന്നെ യൂണിയൻ നേതാക്കളെ അറിയിച്ചു. തൊഴിലാളികളുടെ മേലേ 'കുതിരകയറുന്ന' അധികാരിയെ സംഘടനാബലംകൊണ്ട് നിലയ്ക്കു നിർത്തണമെന്ന കർത്തവ്യബോധത്തിന്റെ അടിസ്ഥാന പ്രമാണത്തിലാ ണ് അവരെത്തിയത്.

മെസ്സിലേക്കു കൊണ്ടുവരുന്ന ഭക്ഷ്യവസ്തുക്കളുടെ - അരി മുതൽ പ ച്ചക്കറി- പപ്പടം വരെയുള്ള നിലവാരക്കുറവ് ശ്രദ്ധയിൽപ്പെട്ടതിനെത്തു ടർന്നായിരുന്നു എന്റെ നടപടി. തരംതാണ ഭക്ഷണവസ്തുക്കൾ ഉപ യോഗിച്ച് അന്തേവാസികൾക്കുള്ള ഭക്ഷണം തയ്യാറാക്കുമ്പോൾ ഭീമമാ യ തുക അധികലാഭമായി മെസ് കോൺട്രാക്ടർക്ക് കീശയിൽ വീഴും. അതിന്റെ ഓഹരി ജീവനക്കാർക്കും ലഭിക്കും. ആ അഴിമതിക്കു നേരേ കണ്ണടയ്ക്കുകയാണെങ്കിൽ മദ്യമായും പണമായും മറ്റു സേവനങ്ങ ളായും സൂപ്രണ്ടിനും കിട്ടും പാരിതോഷികങ്ങൾ. അത്തരത്തിലുള്ള പാരിതോഷികങ്ങളോട് യാതൊരുവിധ പ്രതിപത്തിയും എനിക്കില്ലാതി രുന്നതിനാൽ ക്രമക്കേടുകൾക്കു നേരേ കണ്ണടയ്ക്കുകയെന്ന സാധാര ണ 'ഉദ്യോഗസ്ഥനീതി' പുലർത്തുവാൻ ഞാൻ തയ്യാറല്ലായിരുന്നു.

വന്നെത്തിയ യൂണിയൻ നേതാക്കളുമായി ദീർഘനേരം വാദപ്രതിവാദം നടത്തി ഞാനെന്റെ നിലപാടിൽ ഉറച്ചുനിന്നു. ഈ നിലതുടർന്നാൽ ഏറെക്കാലം ഈ കസേരയിലെന്നല്ല ഈ ഭൂമിയിൽത്തന്നെ താനുണ്ടാവില്ലെന്ന ഭീഷണി മുഴക്കി ഒടുവിൽ യൂണിയൻ നേതാക്കൾ സ്ഥലമൊഴിഞ്ഞു. ഓഫീസിൽ തുടർന്നു ജോലി ചെയ്യാനുള്ള മാനസികാവസ്ഥ നഷ്ടപ്പെട്ട ഞാൻ താമസസ്ഥലത്തേക്കു മടങ്ങി മനസ് സ്വസ്ഥമാക്കാൻ തീരുമാനിച്ചു.

ഓഫീസിൽ നിന്നിറങ്ങാൻ തയ്യാറെടുക്കുമ്പോഴാണ് എന്റെ കണ്ണുകൾ താഴെ പ്രവേശന വഴിയിലൂടെ കയറി വരുന്ന സ്കൂട്ടറിൽ ഉടക്കിയത്. മധ്യവയസ്ക്കരായ ഒരു പുരുഷനും സ്ത്രീയുമാണ് സ്കൂട്ടറിൽ വന്നുകൊണ്ടിരിക്കുന്നത്. അവർ ഭാര്യാഭർത്താക്കന്മാരാണെന്നു തന്നെ ഞാൻ വിശ്വസിച്ചു. എങ്കിലും മനസ്സിന്റെ ഉൾത്തടത്തിലെങ്ങുനിന്നോ ഒരു ഉദ്ബോധനം ഉണ്ടാകുന്നതും ഞാനറിഞ്ഞു.

അവർ ഭാര്യാഭർത്താക്കന്മാരല്ല...! അങ്ങനെ ഒരു ഉദ്ബോധനം ഉണ്ടാകാനുള്ള കാരണം മധ്യവയസ്ക്കരായ - തലമുടിയും താടിയും നരച്ച പുരുഷനും സ്ഥൂലഗാത്രിയായ സ്ത്രീയും - അവർ കാമുകീകാമുകന്മാരെപ്പോലെയോ അടുത്തിടെ വിവാഹിതരായ യുവമിഥുനങ്ങളെപ്പോലെയോ തമ്മിൽ ഒട്ടിച്ചേർന്നിരുന്നായിരുന്നു സ്കൂട്ടറിൽ വന്നുകൊണ്ടിരുന്നത്. പുരുഷന്റെ ചുമലിൽ താടിയമർത്തിയും രണ്ടു കൈകൾകൊണ്ടും അയാളുടെ വയറിൽ കെട്ടിപ്പുണർന്നുമാണ് ആ സ്ത്രീ ഇരുന്നിരുന്നത്. അവർ ഭാര്യാഭർത്താക്കന്മാരാണെങ്കിൽ മധ്യവയസുകഴിഞ്ഞ ഈ പ്രായത്തിൽ യുവമിഥുനങ്ങളെപ്പോലെ കെട്ടിപ്പുണർന്നിരുന്ന് സ്കൂട്ടറിൽ യാത്ര ചെയ്യുകയെന്നത് തികച്ചും അസ്വഭാവികമാണ്. നൂറ്റുക്കു നൂറ് ആത്മാർത്ഥതയും സ്നേഹവുമുള്ള ഭാര്യാഭർത്താക്കന്മാരാണെങ്കിലും അത്തരത്തിൽ കെട്ടിപ്പുണർന്നിരുന്ന് ഒരു പൊതുസ്ഥാപനത്തിലേക്കു കയറിവരുമോ?

സൂപ്രണ്ടിന്റെ ഓഫീസിനു നേർക്കാണ് സ്കൂട്ടറിന്റെ വരവ് എന്ന് തിരിച്ചറിഞ്ഞതും അവർ എന്നെ കാണാനായി വരുന്നവരാണെന്ന് ഞാനുറപ്പിച്ചു. താമസസ്ഥലത്തേക്കു മടങ്ങാനൊരുങ്ങിയ ഞാൻ വീണ്ടും എന്റെ കസേരയിൽ തിരിച്ചുവന്ന് അമർന്നു.

എന്റെ ഊഹം തെറ്റിയില്ല. അവർ എന്നെ കാണാൻ തന്നെയാണ് വന്നത്.

ഓഫീസിലേക്കു കയറിവന്ന അവരോട് ഞാൻ ഇരിക്കാൻ പറയുന്നതിനു മുമ്പു തന്നെ പുരുഷൻ എന്റെ എതിരിലുള്ള കസേരകളിലൊന്നിൽ

ഇരുന്നുകഴിഞ്ഞു. സ്ത്രീ അയാൾക്കു പിറകിൽ പരുങ്ങി നിൽക്കുന്നതു കണ്ടപ്പോൾ ഞാനവരോട് പറഞ്ഞു.

'ഇരിക്കൂ..'

'വേണ്ട സാർ.. ഞാനിവിടെ നിന്നോളാം.'

വിനയമായിരുന്നില്ല ആ സ്ത്രീയുടെ ശബ്ദത്തിലെന്നു എനിക്കു തോന്നി. എന്നോടുള്ള എന്തോ അമർഷമാണ് അവരുടെ വാക്കുകളിൽ നിഴലിക്കുന്നതെന്ന സംശയം എന്നിലുണ്ടായി.

ഇതിന് മുമ്പ് കണ്ടിട്ടുപോലുമില്ലാത്ത ഒരു സ്ത്രീ. ഇവർക്കെന്താണ് എന്നോടുള്ള അമർഷം?

ഞാൻ വീണ്ടും അവരോടു പറഞ്ഞു.

''ഈ കസേരകൾ എന്റെ കുടുംബത്തുനിന്നും കൊണ്ടുവന്നിട്ടിരിക്കുന്നതല്ല... ഇതൊരു ഗവണ്മെന്റ് ഓഫീസാണ്. ഈ ഓഫീസിലേക്ക് വരുന്നവർക്ക് ഇരിക്കാനായിത്തന്നെയാണ് ഇതൊക്കെ ഇവിടെ ഇട്ടിരിക്കുന്നത്.''

അപ്പോഴും ആ സ്ത്രീ ഇരിക്കാൻ മടിച്ചു.

പെട്ടെന്ന് പുരുഷൻ ആക്രോശിച്ചു.

''ഇരിക്കെടീ.''

ഭാര്യയോട് അങ്ങനെ ആക്രോശിച്ചതും എന്റെ നേർക്ക് തിരിഞ്ഞ് അയാൾ തുടർന്നു.

''കൈയരികിലിരുന്നാൽ ഞാനിവളെ ഞെക്കിക്കൊല്ലുമെന്നാ ഇവൾടെ പേടി.''

അയാളൊരു തമാശ പറഞ്ഞതായാണ് എനിക്കു തോന്നിയത്. പൊട്ടിച്ചിരിച്ചുപോയി ഞാൻ.

അപ്പോൾ സ്ത്രീ പറഞ്ഞു.

''സാർ ചിരിക്കണ്ട... ഇയാളുടെ മനസ്സിലിരിപ്പു തന്നെയാ ഇയാൾ പറഞ്ഞത്. തരം കിട്ടിയാൽ ഇയാൾ അങ്ങനെ തന്നെ ചെയ്യും. ഞാനെപ്പോഴും കരുതലോടെ തന്നെയാ ഇയാളുടെ അടുത്തു നിൽക്കുന്നത്...''

തമാശയാണ് ആ സ്ത്രീ പറയുന്നതെന്നു കരുതാൻ എനിക്ക് കഴിഞ്ഞില്ല. കാരണം അങ്ങനെ പറയുമ്പോൾ ആ സ്ത്രീയുടെ മുഖത്ത് നിഴലിച്ചിരുന്ന ഭാവം രൗദ്രമായിരുന്നു. കണ്ണുകളിൽ രോഷവും.

സ്കൂട്ടറിൽ യുവമിഥുനങ്ങളെപ്പോലെ കെട്ടിപ്പുണർന്നു കയറിവരുന്ന അവരുടെ ചിത്രമാണ് അപ്പോഴും എന്റെ മനസ്സിൽ തിളങ്ങിനിന്നിരുന്നത്.

'സ്കൂട്ടറിൽ ഇദ്ദേഹത്തെ കെട്ടിപ്പിടിച്ചിരുന്നാണല്ലോ നിങ്ങൾ ഇങ്ങോട്ടു വന്നത്. ഒരു മനസ്സും രണ്ടുടലുമെന്നതുപോലെ...''

അപ്പോഴും പെട്ടെന്ന് സ്ത്രീയിൽ നിന്നു മറുപടിയുണ്ടായി.

'അത് മനസ്സും ഉടലും ഒന്നായതുകൊണ്ടല്ല സാറേ.. അങ്ങനെ ഇയാളെ മുറുക്കെപ്പിടിച്ചിരുന്നില്ലെങ്കിൽ വല്ല ഗട്ടറിലും ചാടിച്ച് ഇയാൾ സ്കൂട്ടർ മറിച്ചിടും. ഞാൻ തെറിച്ചുവീണു തറയിൽ തലയടിച്ചു ചാകും. എന്നെ അങ്ങനെ ഇല്ലാതാക്കാൻ തന്നെയാ ഇയാളുടെ തീരുമാനം. എനിക്ക തൊറപ്പാ.. അതുകൊണ്ടാ സ്കൂട്ടറിലിരിക്കുമ്പോൾ ഞാനിയാളെ കെട്ടിവരിഞ്ഞിരിക്കുന്നത്. മറിഞ്ഞു വീഴുകയാണെങ്കിൽ ഇയാളും കൂടെ വീഴണം. ഞാനൊറ്റയ്ക്കു പോകുകേല സാറേ... ഇയാളേം കൊണ്ടേ പോകൂ..''

പറഞ്ഞുതീരും മുമ്പേ ആ സ്ത്രീ കസേരയിലിരുന്നു.

വല്ലാത്തൊരു ടിസ്റ്റിലാണല്ലോ സംഗതി വന്നെത്തിയിരിക്കുന്നതെന്ന അമ്പരപ്പിൽ തെല്ലുനേരം സ്തബ്ധനായ ഞാൻ ക്രമേണ സമചിത്തത വീണ്ടെടുത്തു.

'ശരി...മധ്യവയസ്സ് താണ്ടിയ നിങ്ങൾ ഈ ജുവനൈൽ ഹോമിലേക്കു വന്നതിന്റെ കാര്യം പറയൂ.'

ഞാൻ രണ്ടുപേരേയും മാറി മാറിനോക്കി.

പുരുഷൻ സ്ത്രീയോടു നിർദ്ദേശിച്ചു.

'നീ തന്നെ പറഞ്ഞോ...'

'ങാ... ഞാൻ പറഞ്ഞോളാം.'

സ്ത്രീ എന്റെ നേർക്കു മുഖം തിരിച്ച് പറഞ്ഞുതുടങ്ങി.

‘ഞങ്ങൾക്കൊരു സന്തതിയൊണ്ടു സാറേ.. കല്യാണം കഴിഞ്ഞ് അഞ്ചു വർഷങ്ങൾക്കു ശേഷം ജനിച്ചതാ... ഇപ്പോൾ വയസ് പന്ത്രണ്ടാകാറായി. അവനെക്കൊണ്ടു വല്ലാത്ത പൊറുതിമുട്ടലാ...’’

അങ്ങനെ തുടക്കമിട്ട സ്ത്രീ മകനെക്കൊണ്ടുള്ള പൊറുതിമുട്ടലുകൾ ഒന്നൊന്നായി എണ്ണിപ്പറഞ്ഞുതുടങ്ങി.

‘‘രാവിലെ കാപ്പികുടിയുടെ സമയമാകുമ്പോഴേ അവൻ എഴുന്നേൽക്കൂ... എഴുന്നേൽക്കുക... പല്ലുതേച്ചെന്നു വരുത്തുക... കാപ്പികുടി കഴിക്കുക... ഉടുത്തിരിക്കുന്ന തുണിയോടെ വീട്ടിൽ നിന്നു പുറത്തുചാടുക... രാത്രി ഇരുട്ടിക്കഴിയുമ്പോൾ മടങ്ങിയെത്തുക. അങ്ങനെയാണ് അവന്റെ ദിനചര്യ... അവൻ എവിടെപ്പോകുന്നു... എന്തിനു പോകുന്നു എന്നൊന്നും ഞങ്ങൾക്കറിയില്ല... വെറുതേ അങ്ങിറങ്ങിപ്പോവുകയായിരുന്നെങ്കിൽ പോകട്ടെന്നു വയ്ക്കാമായിരുന്നു. അവന്റെ പോക്കങ്ങനെയല്ല... വീട്ടിലെ ചെറിയ ചെറിയ വിലപിടിപ്പുള്ള സാധനങ്ങൾ മോഷ്ടിച്ചു കൊണ്ടാണ് അവന്റെ പോക്ക്... അതുകഴിഞ്ഞ് വീട്ടിൽ സൂക്ഷിച്ചിരിക്കുന്ന സ്വർണ്ണപ്പണ്ടങ്ങളായി അവന്റെ മോഷണ വസ്തുക്കൾ... സത്യം പറയുകയാ എന്റെ കെട്ടുതാലി വരെ അവൻ മോഷ്ടിച്ചുകൊണ്ടുപോയി..’’

‘കെട്ടുതാലി അവൻ മോഷ്ടിച്ചുകൊണ്ടുപോയതല്ല സാറേ...‘

പുരുഷൻ ശബ്ദിച്ചു. ‘വഴക്ക് പിടിച്ച് എന്നോടുള്ള ദേഷ്യത്തിന് ഇവൾ കെട്ടുതാലിപൊട്ടിച്ചു വലിച്ചെറിഞ്ഞു. അതവന്റെ കൈയിൽ കിട്ടി. അവനതുംകൊണ്ട് ഓടി. വിറ്റുകിട്ടിയ രൂപകൊണ്ട് ഒന്നൊന്നരമാസം എവിടെയൊക്കെയോ കറങ്ങിത്തിരിഞ്ഞു ജീവിച്ചു. തീർന്നപ്പോൾ വീണ്ടും വീട്ടിലേക്കു കയറിവന്നു. അവനോടു ചെയ്യേണ്ടതെന്താണെന്നു വച്ചാൽ വെട്ടിക്കൊന്നു കുഴിച്ചുമൂടണം. പോലീസിനേം കോടതിയേം പേടിച്ചു മാത്രമാ അങ്ങനെ ചെയ്യാതിരിക്കുന്നത്.’’

‘അവനെ ഇവിടെയാക്കിയാൽ നന്നാക്കിയെടുക്കാമെന്നാ നാട്ടുകാരൊക്കെപ്പറയുന്നത്. സാറുമായി അക്കാര്യമൊന്നു സംസാരിക്കാനാ ഞങ്ങളിപ്പോൾ വന്നത്. ഞങ്ങളവനെ പിടിച്ചുകെട്ടി ഇങ്ങോട്ടു കൊണ്ടുവരട്ടേ സാർ.’’

ചോദ്യം സ്ത്രീയുടേതായിരുന്നു.

ഉപദ്രവകാരികളായി വീട്ടിൽ ജിവിക്കുന്ന കുട്ടികളെ മുഴുവൻ നന്നാക്കിയെടുക്കാൻ ജുവനൈൽ ഹോമിലെത്തിച്ചാൽ ഇപ്പോഴുള്ള കെട്ടിടംപോലെ നൂറുകെട്ടിടങ്ങൾ വേറേ പണിയേണ്ടിവരും.

നികുതിയായി ഒരു വർഷം ഗവണ്മെന്റിനു കിട്ടുന്ന തുക മുഴുവനും തികയില്ല അവരെ തീറ്റിപ്പോറ്റാനും സംരക്ഷിക്കാനും. അതുതന്നെയുമല്ല, അങ്ങനെ കുട്ടികളെ സ്വന്തഇച്ഛയ്ക്കനുസരിച്ച് ജുവനൈൽ ഹോമിൽ ചേർക്കാനുള്ള അധികാരം ജുവനൈൽ ഹോം സൂപ്രണ്ടിന് അനുവദിച്ചിട്ടുമില്ല.

അക്കാര്യമൊക്കെ വിശദീകരിച്ചു കഴിഞ്ഞ് ഞാനവരോടു പറഞ്ഞു.

'നിങ്ങളുടെ മകനെ നന്നാക്കിയെടുക്കാൻ ഒരു മരുന്നുണ്ട്. അത് പ്രയോഗിക്കാൻ നിങ്ങൾ തയ്യാറാവണം.''

'എന്തു മരുന്നാണു സാർ... വില കൂടുതലുള്ള മരുന്നാണോ?'

ചോദ്യം സ്ത്രീയുടേതായിരുന്നു.

'വിലക്കൂടുതലുള്ള മരുന്നൊന്നുമല്ല... പക്ഷേ, ആ മരുന്ന് നിങ്ങളുടെ മകനിൽ പ്രയോഗിക്കാനുള്ള മനസ്സ് നിങ്ങൾക്കുണ്ടാകണം. രണ്ടു പേർക്കും ഒരുപോലെ.'

'അവന്റെ ജീവനപകടമുണ്ടാകുന്ന തരത്തിലുള്ള മരുന്നു വല്ലതുമാണോ സാർ... ഓർമ്മക്കുറവിനു മരുന്നു കഴിച്ച് മുഴുഭ്രാന്തനായിപ്പോയ ഒരുവൻ ഞങ്ങളുടെ നാട്ടിലുണ്ടു സാർ.'

'അങ്ങനെ പേടിക്കണ്ട യാതൊരു കാര്യവുമില്ല. കാരണം, എന്റെ മരുന്ന് ടാബ്‌ലറ്റോ, സിറപ്പോ ഒന്നുമല്ല.''

'പിന്നെ?'

'ഞാനതു പറയണമെങ്കിൽ നിങ്ങളുടെ മകനുമേൽ ആ മരുന്നു പ്രയോഗിക്കാൻ നിങ്ങൾ രണ്ടുപേരും തയ്യാറാണെന്ന് എഴുതി ഒപ്പിട്ടുതരണം. വേറേവേറെയല്ല... ഒരൊറ്റ വെള്ളക്കടലാസിൽ.'

എന്റെ നിർദ്ദേശം കേട്ട് അവർ പരസ്പരം നോക്കിയതല്ലാതെ വെള്ളക്കടലാസിൽ ഒപ്പിട്ടുതരാമെന്ന് സമ്മതിച്ചില്ല.

'എന്താ നിങ്ങളതിനു തയ്യാറല്ലെങ്കിൽ ഇനി ഇവിടെ ഇരിക്കണമെന്നില്ല. മകനെ ജുവനൈൽ ഹോമിൽ ചേർത്തേ പറ്റൂ എങ്കിൽ അതിന്റേതായ ചില നടപടിക്രമങ്ങളൊക്കെയുണ്ട്. പോലീസിന്റെ എഫ്.ഐ.ആർ. അതിൽ പ്രധാനമാണ്. നിങ്ങൾ ആ വഴിക്ക് നീങ്ങ്.'

പോലീസിന്റെ എഫ്.ഐ.ആർ. എന്നു കേട്ടതും അവരുടെ രണ്ടുപേരുടേയും മുഖത്ത് മങ്ങൽ വീണു.

സംശയനിവാരണത്തിനായി പുരുഷനാണു ചോദിച്ചത്.

'പോലീസിന്റെ എഫ്.ഐ.ആർ. എന്നു പറഞ്ഞാൽ?'

'മകൻ മോഷണശീലമുള്ളവനാണെന്നും ഇതിനകം പല മോഷണക്കേസുകളും ഇവന്റെ പേരിലുണ്ടെന്നുമുള്ള പോലീസിന്റെ റിപ്പോർട്ട്... ജുവനൈൽ ജഡ്ജി അക്കാര്യം അംഗീകരിച്ച് വാറണ്ട് പുറപ്പെടുവിച്ചെങ്കിൽ മാത്രമേ 18 വയസ്സിനു താഴെയുള്ള ഒരാണിനെയോ പെണ്ണിനെയോ ജുവനൈൽ ഹോമിൽ പ്രവേശിപ്പിക്കാൻ അനുവദിക്കൂ.'

ഞാൻ വിശദീകരിച്ചതോടെ കാര്യങ്ങൾ വിചാരിച്ചത്ര ലളിതമല്ലെന്ന് അവർക്ക് ബോധ്യമായിട്ടുണ്ടാവണം.

'ശരി. ഞങ്ങൾക്ക് സാറിന്റെ മരുന്നു മതി. എന്താ എഴുതിത്തരേണ്ടതെന്നു വെച്ചാൽ എഴുതിത്തരാം.'

ഒടുവിൽ അവരെന്റെ നിർദ്ദേശത്തിനു വഴങ്ങി.

'ഞാനെന്റെ മരുന്ന് പറഞ്ഞു തുടങ്ങിയാൽ പറഞ്ഞുതീരും വരെ നിങ്ങൾ രണ്ടുപേരും യാതൊരു മറുപടിയും ഇങ്ങോട്ടു പറയരുത്. ഞാൻ പറഞ്ഞുതീർന്നാലും നിങ്ങൾ മറുപടി പറയരുത്.'

അവരത് സമ്മതിച്ചു.

ഞാൻ എന്റെ മരുന്ന് അവർക്ക് പറഞ്ഞുകൊടുത്തു.

അതിപ്രകാരമായിരുന്നു.

'ഇന്ന് വീട്ടിലെത്തിയാൽ നാളെ മുതൽ രാവിലെ അഞ്ചുമണിയാകുമ്പോൾ നിങ്ങൾ രണ്ടുപേരും ഉണരണം. പ്രാഥമിക കൃത്യങ്ങൾ നിർവ്വഹിച്ചശേഷം രണ്ടുപേരും ചേർന്ന് മകൻ കിടന്നുറങ്ങുന്ന മുറിയിൽ ചെല്ലണം. 'മോനേ എഴുന്നേൽക്ക്' എന്ന് രണ്ടു പേരും ചേർന്ന് സ്നേഹസ്വരത്തിൽ പറഞ്ഞ് അവനെ ഉറക്കത്തിൽ നിന്നുണർത്തി എഴുന്നേൽപ്പിക്കണം. അവൻ എഴുന്നേൽക്കാൻ മടിച്ചാൽ സ്നേഹപൂർവ്വമായി വീണ്ടും വീണ്ടും വിളിച്ച് അവനെ എഴുന്നേൽപ്പിക്കണം. യാതൊരു കാരണവശാലും അവനു മുമ്പിൽ ദേഷ്യത്തിന്റെ കണികപോലും പ്രകടിപ്പിക്കരുത്. അവനെഴുന്നേറ്റു കഴിഞ്ഞാൽ അവന്റെ കിടക്കയിൽ അവന് ഇടതുംവലതുമായി നിങ്ങൾ ഇരിക്കണം.എന്നിട്ട് അവനോടു പറ

യണം, 'മോനേ... ഈശ്വരകൃപ നമുക്കു മൂന്നുപേർക്കും തീരെ കുറവാണ്. അച്ഛനും അമ്മയും പരസ്പരം കലഹിക്കുന്നതും മറ്റുള്ള മനുഷ്യർ ആക്ഷേപിക്കുന്ന തരത്തിൽ മോൻ മോശം പ്രവൃത്തികൾ ചെയ്യുന്നതും അതുകൊണ്ടാണ്. നമുക്ക് ഈശ്വരകൃപ വീണ്ടെടുക്കണം. കലഹം എന്നത് ഈശ്വരകൃപ നഷ്ടപ്പെടുത്തുന്ന സംഗതിയാണെന്ന് ഞങ്ങൾക്കു ബോധ്യപ്പെട്ടു. അതുകൊണ്ട് ഇന്നുമുതൽ ഞങ്ങൾ തമ്മിൽ കലഹിക്കുകയും ദേഷ്യപ്പെടുകയും അന്യോന്യം കുറ്റപ്പെടുത്തുകയും ചെയ്യുന്ന പ്രവൃത്തി ഞങ്ങൾ ഉപേക്ഷിക്കുമെന്ന് സത്യം ചെയ്തിരിക്കുകയാണ്. മറ്റുള്ള മനുഷ്യർക്ക് ശല്യക്കാരനായി ജീവിക്കുന്നതിനേക്കാൾ മറ്റുള്ളവർക്ക് ഉപകാരപ്പെടുന്നവനായി ഞങ്ങളുടെ മോൻ മാറണമെന്ന് ഞങ്ങൾ ഈശ്വരനോട് പ്രാർത്ഥിക്കാൻ തുടങ്ങുകയാണ്. ആ പ്രാർത്ഥനയിൽ മോനും സഹകരിക്കണം. സഹകരിക്കാൻ മനസ്സില്ലാതെ അവൻ വീണ്ടും ഉറങ്ങാൻ കിടന്നേക്കാം. കിടന്നോട്ടെ... അവന്റെ അരികിലിരുന്ന് നിങ്ങൾ രണ്ടുപേരും ചേർന്ന് ഞാൻ പറയുന്നതുപോലെ പ്രാർത്ഥിക്കണം. പ്രാർത്ഥന കഴിഞ്ഞ് മകൻ ഉറങ്ങിക്കഴിഞ്ഞിട്ടുണ്ടെങ്കിലും നിങ്ങൾ രണ്ടുപേരും അവന്റെ കവിളിലും നെറ്റിയിലും ഓരോ ഉമ്മ നൽകണം.''

പറഞ്ഞു കഴിഞ്ഞ് ഞാൻ ഒരു വെള്ളക്കടലാസ് എടുത്ത് അവർക്ക് മുമ്പിലേക്കു വച്ചു. പേനയും കൊടുത്തു.

''ഞാൻ പറയുന്ന പ്രാർത്ഥന എഴുതുക.''

''ഇതാണോ മരുന്ന്'' എന്ന് ദേഷ്യപ്പെട്ട് അവർ എഴുന്നേറ്റുപോയി. ''ഇതൊന്നും നടക്കുന്ന കാര്യമല്ല സാറേ.'' എന്ന് അവർ എന്റെ മുഖത്തു നോക്കി പറയുകയും ചെയ്തു.

അപ്പോഴേക്കും എന്റെ ഡ്യൂട്ടി സമയം കഴിഞ്ഞിരുന്നു. നേരത്തെ റൂമിൽ പോകണമെന്ന് ആഗ്രഹിച്ച എനിക്ക് പതിവു സമയത്തേ റൂമിലെത്താൻ കഴിഞ്ഞുള്ളൂ.

ദേഷ്യപ്പെട്ടിറങ്ങിപ്പോയ ആ ദമ്പതികളുടെ ഓർമ്മ ഒരു നീറ്റലായി ദിവസങ്ങളോളം എന്റെ മനസ്സിൽ കിടന്നു. പിന്നെ മെല്ലെ മെല്ലെ ഞാനവരെ മറന്നു. ആൺകുട്ടികളും പെൺകുട്ടികളുമായി അഞ്ഞൂറിനടുത്തു വരുന്ന വലിയൊരു കുടുംബത്തിന്റെ നാഥനായി നിലകൊള്ളുന്ന എനിക്ക് ഒന്നോ രണ്ടോ ആളുകളെക്കുറിച്ചു മാത്രം ചിന്തിച്ചുകൊണ്ടിരിക്കാനാവില്ലല്ലോ.

ഏഴോ എട്ടോ മാസങ്ങൾ ആ സംഭവത്തിനു ശേഷം കടന്നുപോയിട്ടു ണ്ടാവണമെന്നാണ് എന്റെ ഓർമ്മ. അന്നും ഒരുച്ച തിരിഞ്ഞനേരം. ഒരു വാർഡൻ വന്ന് എന്നെ അറിയിച്ചു.

'സാറിനെ കാണണമെന്ന് ആവശ്യപ്പെട്ട് ഒരു ഫാമിലി വന്നിട്ടുണ്ട്.'

അവരെ അകത്തേക്ക് കയറ്റിവിടാൻ ഞാൻ അനുവാദം കൊടുത്തു. അ വർ അകത്തേക്കു കയറി വന്നു.

ഒരച്ഛനും അമ്മയും മകനും.

എനിക്കവരെ പെട്ടെന്ന് ഓർമ്മകിട്ടിയില്ല.

അച്ഛനെന്നു തോന്നിക്കുന്ന ആളാണ് സംസാരത്തിനു തുടക്കമിട്ടത്.

'സാറിന് ഞങ്ങളെ ഓർമ്മയുണ്ടോ?'

'അത്രയ്ക്കങ്ങോട്ട് ഓർമ്മ കിട്ടുന്നില്ലല്ലോ.' ഞാൻ പറഞ്ഞു.

'അഞ്ചെട്ടുമാസങ്ങൾക്ക് മുമ്പ് ഞങ്ങളിവിടെ വന്നിരുന്നു. ഇത് ഞങ്ങളു ടെ മകൻ. ഇവനെ ഇവിടെ ചേർക്കാനാകുമോ എന്നറിയാനാണ് ഞ ങ്ങൾ വന്നത്. അന്ന് സാർ അതിനനുവദിക്കാതെ ഞങ്ങൾക്ക് മരുന്നു നൽകി വിടുകയായിരുന്നു.'

എനിക്കപ്പോൾ അഞ്ചെട്ടുമാസം മുമ്പുണ്ടായ സംഭവം ഓർമ്മ വന്നു.

ഞാനെന്തെങ്കിലും അങ്ങോട്ടു പറയുന്നതിനു മുമ്പേ ആ സ്ത്രീ പ റഞ്ഞു.

'സാറിന്റെ മരുന്ന് ഫലിച്ചു. ആ സന്തോഷം അറിയിക്കാനും നന്ദി പറ യാനും വന്നതാ ഞങ്ങൾ.'

അപ്പോൾ പുരുഷൻ തുടർന്നു.

'ഞങ്ങളിപ്പോൾ പരസ്പരം കലഹിക്കുന്ന അച്ഛനും അമ്മയുമല്ല സാർ.. ഞങ്ങളുടെ ആ കലഹമാണ് മകനെ വഴിതെറ്റിച്ചതെന്ന് സാർ ഞങ്ങൾ ക്ക് ബോധ്യപ്പെടുത്തിത്തന്നു. അതോടെ കലഹം നിർത്തി മകന്റെ സൽസ്വഭാവത്തിനായി അവനേയും കൂടെ ഇരുത്തി ഞങ്ങൾ പ്രാർത്ഥ ന തുടങ്ങി. ഞങ്ങളുടെ മകൻ മറ്റുള്ള മനുഷ്യർക്ക് ഉപകാരപ്പെടുന്നവ നായി ജീവിക്കുന്നതു കാണാനുള്ള സൗഭാഗ്യം ഞങ്ങൾക്കു നൽകണ മെന്നായിരുന്നു പ്രാർത്ഥന. ഞങ്ങളുടെ ഈ മകനിപ്പോൾ സൽസ്വഭാ വിയാണ് സാർ.. പഠനത്തിലും ഇവനിപ്പോൾ വളരെ മെച്ചപ്പെട്ടു. ഞങ്ങ

ളിപ്പോൾ നിറഞ്ഞ സന്തോഷത്തിൽ കഴിയുന്ന ഈശ്വരകൃപയുള്ള കുടുംബമാണ് സാർ... സാർ അന്നു ഞങ്ങൾക്കു നൽകിയത് സകലർക്കും ഫലപ്രാപ്തി നൽകുന്ന ഹൈഡ്രോസ് മരുന്നാ.'

ആ മകനെ കെട്ടിപ്പിടിച്ച് നിന്ന് ഞാനവനോട് ചോദിച്ചു.

'അച്ഛൻ പറയുന്നതൊക്കെ സത്യമാണോ മോനേ..?'

'സത്യമാ സാറേ.. മുഴുവനും സത്യം.'

അങ്ങേയറ്റം സന്തുഷ്ടമായ പുഞ്ചിരിയോടെയുള്ള അവന്റെ മറുപടി.

ഔദ്യോഗിക ജീവിതത്തിൽ എനിക്ക് കോരിത്തരിപ്പുണ്ടാക്കിയ സംഭവമായിരുന്നു അത്.

14.വീട്ടുകാർക്ക് വേണ്ടാതായ സുന്ദരി

പ്രായം 14 വയസ്സ്. പേര് സ്വപ്ന. അവളെ കാണുന്ന ആരും വിശ്വസിക്കില്ല അവൾ ഒരു പതിന്നാലു വയസുകാരി ആണെന്ന്. ഇരുപത്തഞ്ചു വയസ്സുള്ളവളാണെന്നേ ആർക്കും തോന്നൂ...

തൃശൂർ പോലീസ് പതിനെട്ട് വയസ്സ് തികയാത്ത പെൺകുട്ടിയെന്ന നിലയിൽ അവളെ ജുവനൈൽ ഹോമിലേക്കു കൊണ്ടുവരുമ്പോൾ ഞങ്ങൾ എല്ലാവർക്കും അവിശ്വസനീയതായിരുന്നു. ജുവനൈൽ മജിസ്ട്രേറ്റിന്റെ വാറണ്ടിൽ അവൾക്ക് പ്രായം 14 വയസ് എന്ന് വ്യക്തമായി രേഖപ്പെടുത്തിയിരിക്കുന്നതിനാൽ മാത്രമാണ് ഞങ്ങൾ അവിശ്വസനീയതയ്ക്ക് അന്ത്യം കുറിച്ചത്.

തൃശൂർ നഗരത്തിൽ രണ്ടാഴ്ചകളിലേറെയായി അലഞ്ഞുതിരിഞ്ഞു നടക്കുകയായിരുന്നു അവൾ. രാത്രി റെയിൽവേ സ്റ്റേഷനിൽ ഉറക്കം. സംശയാസ്പദമായ സാഹചര്യത്തിൽ കണ്ടെത്തിയ യുവതിയെ വനിതാ പോലീസ് കസ്റ്റഡിയിലെടുത്ത് ചോദ്യം ചെയ്തു. സത്യസന്ധമായിത്തന്നെ സ്വന്തം പേരും വിലാസവും അവൾ പോലീസിനോട് വെളിപ്പെടുത്തി. ആ മേൽവിലാസത്തിൽ അവളുടെ വീട്ടിലെത്തിയ പോലീസിനോട് 'കുടുംബത്തിനു കൊള്ളാത്തവളെ ഞങ്ങൾക്കുവേണ്ട' എന്നായിരുന്നു വീട്ടുകാരുടെ പ്രതികരണം. എങ്ങനെയാണ് അവൾ കുടുംബത്തിനു വേണ്ടാത്തവളായതെന്ന് വീട്ടുകാർ വെളിപ്പെടുത്തിയില്ല.

അനാഥാവസ്ഥയിലായ പതിന്നാലുകാരിയെ ജുവനൈൽ ഹോമിലെത്തിക്കുകയെന്ന പ്രതിവിധിയേ പോലീസിനു സ്വീകരിക്കാനാവുമായിരുന്നുള്ളൂ.

അനാശാസ്യ നടപടിയെത്തുടർന്നു കസ്റ്റഡിയിലെടുത്ത പെൺകുട്ടി എന്ന നിലയിലാണ് പോലീസ് എഫ്.ഐ.ആർ. തയ്യാറാക്കി ജുവനൈൽ മജിസ്ട്രേറ്റിനു മുമ്പിൽ അവളെ എത്തിച്ചത്. പെൺകുട്ടികൾക്കു താമസസൗകര്യമുള്ളത് കോഴിക്കോട് വെള്ളിമാടുകുന്നിലുള്ള ജുവനൈൽ ഹോമിലായിരുന്നതുകൊണ്ട് വാറണ്ടുപ്രകാരം പോലീസ് അവളെ അവിടെ എത്തിക്കുകയായിരുന്നു.

അവൾ അവിടെ എത്തിപ്പെട്ട് രണ്ടാഴ്ച കഴിഞ്ഞിട്ടുണ്ടാവും. ഒരു ലേഡി വാർഡൻ ഓഫീസിലെത്തി എന്നോടു പറഞ്ഞു.

''സ്വപ്നയെന്ന പതിന്നാലുകാരി പെൺകുട്ടിയുടെ കാര്യത്തിൽ എനിക്കൊരു സംശയമുണ്ട്...''

എന്താണ് സംശയമെന്ന് ഞാനവരോട് ആരാഞ്ഞു.

‘‘അവൾ ഗർഭിണിയാണെന്നാണ് എന്റെ സംശയം.’’

നാലു ദിവസങ്ങൾക്കു മുമ്പ് മറ്റൊരു ലേഡി വാർഡൻ എന്നെ അറിയിച്ച കാര്യം എനിക്ക് ഓർമ്മയിൽ വന്നു.

സ്വപ്നയ്ക്ക് മാസമുറ ആയെന്നും സാനിട്ടറി പാഡ് വങ്ങി നൽകണമെന്ന് അവൾ ആവശ്യപ്പെട്ടെന്നുമായിരുന്നു ആ വാർഡൻ അറിയിച്ച കാര്യം. അതനുസരിച്ച് അതിനു വേണ്ടുന്ന ഏർപ്പാടുകൾ ഞാൻ ചെയ്യുകയും ചെയ്തിരുന്നു.

മറുപടിയായി ഞാൻ ആ വിവരം വാർഡനോട് പറഞ്ഞു. അതിനുള്ള മറുപടിയായി ആ വാർഡൻ പറഞ്ഞതിങ്ങനെയാണ്.

‘‘സാർ... രണ്ടോ മൂന്നോ മാസം ഗർഭമുള്ള ഒരു സ്ത്രീയുടെ സകല ലക്ഷണവും അവൾ പ്രകടിപ്പിക്കുന്നുണ്ട്. മിക്കപ്പോഴും ഓക്കാനവും ഛർദ്ദിയുമുണ്ട് അവൾക്ക്. എന്റെ സംശയം ശരിയാണെങ്കിൽ ഏഴോ എട്ടോ മാസം കഴിയുമ്പോൾ അവൾ പ്രസവിക്കും. ജുവനൈൽ ഹോമിൽ പെൺകുട്ടികളുടെ പ്രസവം നടന്നാൽ അത് നേരിടാനുള്ള വകുപ്പുകളൊന്നും നമുക്കില്ല സാർ..’’

ഞാൻ വല്ലാത്ത ഒരവസ്ഥയിലായി. സത്യസ്ഥിതി അറിയാൻ ഞാൻ സ്വപ്നയെ ഓഫീസിലേക്കു വിളിപ്പിച്ചു. രണ്ടു ലേഡി വാർഡൻമാരുടെ അകമ്പടിയിൽ അവൾ ഓഫീസിലെത്തി.

‘‘നീ ഗർഭിണിയാണോടീ?’’

വളച്ചുകെട്ടൊന്നുമില്ലാതെ ഞാൻ നേരിട്ടന്വേഷിച്ചു.

‘‘എനിക്കു ഗർഭമൊന്നുമില്ല.’’

തികച്ചും സൗമ്യമായ സ്വരത്തിലായിരുന്നു സ്വപ്നയുടെ മറുപടി. തുടർച്ചയായി ഇത്രയും കൂടി അവൾ പറഞ്ഞു.

‘‘ഞാനിപ്പോൾ പീരീയഡിലാണ് സാർ.’’

കൂടുതലായി അവളെ വിചാരണ ചെയ്യാനാവാതെ ഞാൻ പിന്മാറി. അവളോടു തിരികെ പൊയ്ക്കൊള്ളാനും പറഞ്ഞു.

അവൾ വന്നതുപോലെ തിരികെ പോവുകയും ചെയ്തു.

അവൾ പോയിക്കഴിഞ്ഞതും മുമ്പു വന്ന ലേഡിവാർഡൻ വിണ്ടും എന്റെ മുമ്പിലെത്തി.

''എനിക്കു സംശയമൊന്നുമില്ല സാർ.. അവൾ ഗർഭിണി തന്നെയാണ്. മെഡിക്കൽ കോളേജിൽ കൊണ്ടുപോയി ഒരു ചെക്കപ്പ് നടത്തിയാൽ അതുറപ്പാകും.''

''അവൾ ഗർഭിണിയാണെന്നുറപ്പായാൽ നമുക്കെന്തു ചെയ്യാൻ പറ്റും?'' ഞാൻ വാർഡനു നേരേ നെറ്റി ചുളിച്ചു.

''ആദ്യം നമുക്കവളെ മെഡിക്കൽ കോളേജിലേക്കു കൊണ്ടുപോകാം.''

വാർഡന്റെ തീരുമാനം ശരിവെച്ച് സ്വപ്നയെ മെഡിക്കൽ കോളേജിൽ കൊണ്ടുപോയി പരിശോധിപ്പിക്കാൻ നിശ്ചയിച്ചു.

പരിശോധന നടന്നു. അവൾ മൂന്നുമാസം ഗർഭിണിയാണെന്ന കാര്യം ഉറപ്പായി.

ഇനി എന്തു ചെയ്യും.

സ്വപ്നയോടു തന്നെ ഞങ്ങൾ ആരാഞ്ഞു.

''എനിക്കു പ്രസവിക്കേണ്ട സാർ.. എനിക്കീ കുഞ്ഞിനേയും വേണ്ട... ഒരു ദുഷ്ടനെന്നെ ചതിച്ചതാ..''

സ്പ്പന ആ ചതിയുടെ കഥ ഞങ്ങളോടു വിശദീകരിച്ചു.

സ്കൂളിലെ വോളീബോൾ ടീമിലെ ഏറ്റവും ബെസ്റ്റ് പ്ലയറായിരുന്നു അവൾ. സ്കൂൾ കായികോത്സവത്തിൽ അവളടങ്ങുന്ന ടീം സ്റ്റേറ്റ് ചാമ്പ്യൻഷിപ്പ് കരസ്ഥമാക്കിയതോടെ ദേശീയ സ്കൂൾ മത്സരത്തിൽ പങ്കെടുക്കാനുള്ള സെലക്ഷൻ കിട്ടി അവർക്ക്. ഹരിയാനയിലായിരുന്നു മത്സരം. ഒരു കോച്ചിന്റെ നേതൃത്വത്തിൽ സ്വപ്നയുൾപ്പെടുന്ന ടീം ഹരിയാനയിലെത്തി. നാലുദിവസത്തെ യാത്ര വേണ്ടി വന്നു അവർക്ക് അവിടെ എത്താൻ. അവിടെ എത്തിയതും സ്വപ്നയ്ക്ക് പനി പിടിപെട്ടു. അവിടെ ഗവണ്മെന്റ് ആശുപത്രിയിൽ അവളെ അഡ്മിറ്റ് ചെയ്തു. നാലുദിവസമെങ്കിലും ആശുപത്രിയിൽ കഴിയാതെ സ്വപ്നയ്ക്ക് പനി മാറുകയില്ലെന്നായിരുന്നു ഡോക്ടറുടെ അറിയിപ്പ്. അവളുടെ പരിചരണത്തിന് കൂടെ നിൽക്കാൻ മറ്റാരുമില്ലാതിരുന്നതിനാൽ കോച്ച് തന്നെ അതിനു തയ്യാറായി. ഫീമെയിൽ വാർഡിൽ രാത്രികാലങ്ങളിൽ പുരുഷന്മാർക്കു പ്രവേശനമില്ലാതിരുന്നതിനാൽ ഇന്റർസ്റ്റേറ്റ് സ്കൂൾ മത്സരത്തിൽ പങ്കെടുക്കാൻ വന്നിരിക്കുന്ന കാൻഡിഡേറ്റ് എന്ന പ്രത്യേക പ

രിഗണനയിൽ അവൾക്ക് പേ വാർഡിൽ ഒരു മുറി അനുവദിക്കപ്പെട്ടു. നാലുദിവസവും രാത്രിയിൽ സ്വപ്നയ്ക്ക് കൂട്ടായി ആ മുറിയിൽത്തന്നെ കോച്ചും കഴിഞ്ഞു. പനി ഭേദമായി അഞ്ചാം നാൾ ആശുപത്രി വിടുന്നതിനു മുമ്പുതന്നെ സ്വപ്നയുടെ ഗർഭാശയത്തിൽ ഒരു ജീവന്റെ വിത്ത് വിതച്ചാണ് ഇന്റർസ്റ്റേറ്റ് സ്കൂൾ മത്സരത്തിൽ പങ്കെടുത്ത ടീമുമായി കോച്ച് മടങ്ങിയെത്തിയത്.

മാസമുറ എല്ലാ മാസവും കൃത്യമായി വന്നുകൊണ്ടിരുന്ന സ്വപ്നയ്ക്ക് അത്തവണ മാസമുറ തെറ്റി. അയൽപക്കത്തെ അടുത്ത കൂട്ടുകാരികളോട് അവൾ ആ വിവരം രഹസ്യമായി അറിയിച്ചു. മറ്റാരും അറിയരുതെന്ന നിർദ്ദേശം കൂട്ടുകാരിക്കു കൊടുത്തിരുന്നെങ്കിലും അവൾ അക്കാര്യം സ്വപ്നയുടെ മാതാവിനോടു വെളിപ്പെടുത്തി. തന്റെ വയറ്റിൽ വളർന്നു തുടങ്ങുന്ന ജീവന്റെ ഉത്തരവാദി കോച്ചാണെന്ന് തീർച്ചയുണ്ടായിരുന്ന സ്വപ്ന അക്കാര്യം വീട്ടുകാരോടു വെളിപ്പെടുത്തി.

വീട്ടുകാർ സ്വപ്നയേയും കൂട്ടി കോച്ചിനെ സമീപിച്ചു. എന്നാൽ മനസാവാചാ കർമ്മണാ സ്വപ്നയുടെ ഗർഭത്തിന് തനിക്ക് യാതൊരു പങ്കുമില്ലെന്ന് ഭാര്യയും കുട്ടികളുമുള്ള അയാൾ തീർത്തു പറഞ്ഞു. തന്നെയുമല്ല, ഹരിയാനയിലെത്തിയ സ്വപ്ന, ഉത്തരേന്ത്യക്കാരായ ചില ആൺകുട്ടികളുമായി കുഴഞ്ഞാടി നടക്കുന്നത് കണ്ടിട്ടുണ്ടെന്നുംകൂടി അയാൾ വിസ്തരിച്ചു പറഞ്ഞു. അങ്ങനെ കുഴഞ്ഞാടി നടന്നിരുന്നുവെന്നുള്ളത് സത്യമായിരുന്നെങ്കിലും അവരിലാരുമായി ലൈംഗികബന്ധത്തിലേർപ്പെട്ടിട്ടില്ലെന്നു സ്വപ്ന തറപ്പിച്ചു പറഞ്ഞു. ആര് അംഗീകരിക്കാൻ...?

പ്രശ്നം നാട്ടിലാകെ പാട്ടാകുന്നതിനു മുമ്പ് രഹസ്യമായി ഗർഭം ഒഴിവാക്കാമെന്ന വീട്ടുകാരുടെ നിർദ്ദേശത്തിന് സ്വപ്ന വഴങ്ങിയില്ല. ഗർഭഛിദ്രം നടത്തിയാൽ തന്റെ ജീവന് അപകടമാകുമെന്ന ഭയമായിരുന്നു അവൾക്ക്. വിവാഹിതയാകുന്നതിന് മുമ്പ് പെണ്ണ് ഗർഭിണിയായെന്ന സത്യം നാട്ടുകാരറിഞ്ഞാൽ സ്വപ്നയുടെ കൂടപ്പിറപ്പുകളുടെ ഭാവിക്കും അതു ദോഷമാകുമെന്ന ഭയം കലശലായ വീട്ടുകാർ ഒടുവിൽ സ്വപ്നയെ വീട്ടിൽനിന്നടിച്ചിറക്കി.

'ചെല്ല്... വയറ്റിലുണ്ടാക്കിയവനാരാണെന്നു വെച്ചാൽ പോയി അവന്റെ കൂടെ പൊറുക്ക്... ഇങ്ങനെയൊരുത്തി ഞങ്ങൾക്ക് മകളായി ജനിച്ചിട്ടില്ലെന്ന് ഞങ്ങൾ കരുതിക്കോളാം.'

സ്വപ്നയുടെ മാതാപിതാക്കളുടെ പ്രതികരണം അങ്ങനെയായിരുന്നു. സ്വപ്നയെകൂടാതെ മൂന്ന് പെണ്ണും രണ്ട് ആണുമായി വേറെ അഞ്ചുമ

ക്കൾ കൂടി ഉണ്ടായിരുന്ന അവർക്ക് പുകഞ്ഞകൊള്ളി പുറത്ത് എന്നു കരുതാൻ ഒട്ടും വിഷമമുണ്ടായിരുന്നില്ല.

വീട്ടിൽ നിന്നിറങ്ങി അലഞ്ഞുതിരിഞ്ഞു നടന്ന രണ്ടാഴ്ചകളിൽ അവൾക്ക് വീണ്ടും പല പുരുഷന്മാരുമായി ബന്ധപ്പെടേണ്ടിവന്നു. അങ്ങനെ നിരന്തരമായ ബന്ധപ്പെടലിലൂടെ ആദ്യഗർഭം അലസിപ്പോകുമെന്നു അവൾ വിശ്വസിച്ചു. ആ വിശ്വാസത്താൽ ഏറെ പ്രാകൃതമായ രീതിയിൽ അവൾ ചില പുരുഷന്മാരുമായി ബന്ധപ്പെട്ടു.

പോലീസ് ജുവനൈൽ ഹോമിലെത്തിക്കുമ്പോഴും ആ വിശ്വാസമായിരുന്നു സ്വപ്നയുടെ മനസ്സിൽ. അതുകൊണ്ടാണ് ഗർഭിണിയാണെന്ന സത്യം അവസാനം വരെ മൂടി വയ്ക്കാൻ അവൾ തത്രപ്പെട്ടത്. പച്ച പപ്പായയും പൈനാപ്പിളും ദിനം കടിച്ചു തിന്നാൽ ഗർഭം താനേ അലസിപ്പോകുമെന്ന ഒരറിവും ആ പതിന്നാലു വയസുകാരിക്കുണ്ടായിരുന്നു.

മെഡിക്കൽ കോളേജിലെത്തിച്ച് പരിശോധന നടത്തി ഗർഭം സ്ഥിരീകരിക്കപ്പെട്ട വിവരം എല്ലാവരും അറിഞ്ഞതോടെ ഇനി പപ്പായയും പൈനാപ്പിളും തിന്ന് ഗർഭം താനേ അലസുന്നതുവരെ കാത്തിരിക്കാനാവില്ലെന്നായതോടെ ഗർഭഛിദ്രത്തിന് സ്വപ്ന സമ്മതം മൂളി.

അവിഹിത ഗർഭം ഇല്ലാതായ വിവരം സ്വപ്നയുടെ മാതാപിതാക്കളെ അറിയിച്ചെങ്കിലും നിങ്ങൾ തന്നെ അവളെ പോറ്റിക്കോണ്ടാൽ മതിയെന്നായിരുന്നു ജുവനൈൽ ഹോമിൽ അവർ അറിയിച്ച മറുപടി.

ഏഴെട്ടുമാസങ്ങൾ കൂടിയേ സ്വപ്ന ജുവനൈൽ ഹോമിൽ കഴിഞ്ഞുള്ളൂ. ഒരു ദിവസം അവിടെ നിന്ന് അവൾ ഒളിച്ചോടി. 'സ്വതന്ത്രാകാശത്ത് ഒരു പക്ഷിയെപ്പോലെ പറക്കാനാണ് ഞാൻ ആഗ്രഹിക്കുന്നതെന്നും തള്ളിയിറക്കിവിട്ട വീട്ടുകാരോട് പ്രതികാരം ചെയ്യാൻ പണവും പ്രതാപവും നേടി ഒരിക്കൽ തിരിച്ചെത്തുമെന്നും അതുവരെ ആരും അവളെ അന്വേഷിക്കേണ്ടെന്നും ഒരു കുറിപ്പ് അവൾ എഴുതി വെച്ചിരുന്നു.

ആ കുറിപ്പിൻ പ്രകാരം പണവും പ്രതാപവും നേടി അവൾ തിരിച്ചുവന്ന് വീട്ടുകാരോട് പ്രതികാരം ചെയ്തോ എന്നുള്ള സംശയത്തിന് കാലമിത്രയായിട്ടും എനിക്ക് നിവാരണമുണ്ടായിട്ടില്ല.

15.മാതാപിതാക്കൾക്കൊപ്പം ബ്ലൂ ഫിലിം ആസ്വദിച്ച മകൻ

ഇവന്റെ പേര് ലാൽ

മാതാപിതാക്കളുടെ ഏകമകൻ. അടുത്തടുത്ത സ്ഥാപനങ്ങളിലായിരുന്നു അവർക്ക് ജോലി. രാവിലെ മകനെ സ്കൂളിൽ അയച്ചുകഴിഞ്ഞാണ് അവർ രണ്ടുപേരും ചേർന്ന് ജോലിക്ക് പുറപ്പെടുക. വൈകുന്നേരം അവരുടെ തിരിച്ചുവരവും ഒന്നിച്ചു തന്നെ.

സ്കൂൾ വിട്ട് വൈകുന്നേരം വീട്ടിലെത്തുന്ന മകൻ മാതാപിതാക്കൾ വരുന്നതുവരെ തൊട്ടടുത്ത വീട്ടിലാണ് സമയം ചെലവഴിക്കുക. അവിടെ ലാലിന് ഒരു കളിക്കൂട്ടുകാരിയുണ്ട്. ഓമന. ഓമനയ്ക്ക് അച്ഛനില്ല. ഉള്ളത് അമ്മയും രണ്ട് സഹോദരന്മാരും. സഹോദരന്മാർ രണ്ടുപേരും ഓമനെയേക്കാൾ അഞ്ചുവയസ്സുവീതം ഇളയതാണ്. ലാലിനേക്കാൾ രണ്ടുവയസ്സിന് ഇളയതാണ് ഓമന.

ജോലി കഴിഞ്ഞ് മാതാപിതാക്കൾ മടങ്ങിയെത്തുന്നതുവരെ അവർ നാലുപേരും രണ്ടു വീടുകളുടേയും മുറ്റങ്ങളിലായി പല പല കളികളിലേർപ്പെട്ട് സമയം കളയും. അന്നത്തെ കുട്ടികളുടെ പ്രധാന കളികൾ കക്കും, സാറ്റും, കള്ളനും പോലീസും, ഒക്കെയാണ്. ഇന്നത്തെ കുട്ടികൾക്ക് ആ കളികളെക്കുറിച്ച് അറിവുണ്ടോ എന്നുപോലും സംശയമാണ്.

കക്ക് കളിക്ക് ആവശ്യം 8 അടി നീളവും 4 അടി വീതിയുമുള്ള ഒരു കളിത്തട്ടാണ്. ആ കളിത്തട്ടിൽ നാലും നാലും എട്ടെന്ന കണക്കിൽ രണ്ടുവശങ്ങളിലായി കളങ്ങൾ കാലുകൊണ്ടുവരയ്ക്കും. നാലുകളങ്ങൾ മുമ്പോട്ടുകയറിയാൽ തിരിച്ചു നാലുകളങ്ങൾ പിറകോട്ടിറങ്ങണം. കളത്തിന് വെളിയിൽ നിന്ന് കക്ക് എന്നു പറയുന്ന ചെറിയൊരു കുപ്പിക്ഷണമോ കല്ലിന്റെ ചീളോ ഓരോരോ കളത്തിലായി എറിഞ്ഞിടും. പിന്നെ ഒറ്റക്കാലിൽ ഞൊണ്ടി ആ കക്കിനു മീതേ കാൽകുത്തി അത് പൂർണ്ണമായി മറയ്ക്കണം. മറഞ്ഞു എന്ന് എതിർകളിക്കാരൻ സമ്മതിച്ചാൽ അത് കൈയിലെടുത്തു കൈവെള്ളയിലും കണ്ണിലും നെറ്റിയിലും ഒക്കെ വെച്ച് കളങ്ങളുടെ വരിയിൽ ചവിട്ടാതെ ഒറ്റക്കാലിൽത്തന്നെ കളത്തിന് വെളിയിലിറങ്ങണം. കക്ക് താഴെവീണുപോയാൽ ആ കളിക്കാരൻ തോറ്റു. ഈ കളിക്ക് ഇത്ര പേരേ ആകാവൂ എന്ന് നിബന്ധനയൊന്നുമില്ല. ഒരാൾക്കു ശേഷം മറ്റൊരാൾ എന്ന മുറയിൽ എത്ര പേർക്കുവേണമെങ്കിലും പങ്കെടുക്കാം.

സാറ്റ് കളിക്ക് കളം വരയ്ക്കില്ല. പ്രത്യേകിച്ച് കളിക്കളവുമില്ല. വീടിന്റെ മുറ്റത്തോ പറമ്പിലോ പെരുവഴിയിലോ ഒക്കെയാവും കളി. ഒരു 'പോസ്റ്റ്' വേണമെന്നേയുള്ളു. അതിൽ മുഖമമർത്തി കണ്ണടച്ചുനിന്ന് ഒന്ന്...രണ്ട്... മൂന്ന്... എന്നിങ്ങനെ പത്തുമുതൽ ഇരുപത്തഞ്ചോ അമ്പതോ വരെ എണ്ണാവുന്ന ഒരു മരമോ ചുവരോ ആകാം പോസ്റ്റ്. ആ പോസ്റ്റിൽ മുഖമമർത്തി കണ്ണടച്ചു നിന്ന് ഒരാൾ എണ്ണാൻ തുടങ്ങുമ്പോൾ മറ്റുള്ള കളിപ്പങ്കാളികൾ എവിടെങ്കിലുമൊക്കെ പോയി ഒളിച്ചിരിക്കണം. എണ്ണം അവസാനിച്ചു കഴിഞ്ഞാൽ പോസ്റ്റിൽ നിൽക്കുന്ന ആളിന് കണ്ണ് തുറന്ന് കളിക്കാരെ തിരയാം. അങ്ങനെ തിരയുന്നതിനിടയിൽ അയാളുടെ കണ്ണുവെട്ടിച്ച് അയാൾക്ക് മുമ്പേ ഓടിവന്ന് പോസ്റ്റിൽ കൈ തൊട്ട് സാറ്റ് എന്ന് പറയണം. ഈ കളിക്കിടയിൽ പെരുവഴിക്കു കുറുകേ ഓടി സാറ്റ് വയ്ക്കാൻ വന്ന ചില കുട്ടികൾ വാഹനങ്ങൾക്ക് മുമ്പിൽ പെട്ട് അപകടങ്ങൾക്കിരയായ സംഭവങ്ങളുണ്ട്. മരത്തിനു മുകളിൽ കയറി ഒളിച്ച് അവിടെ നിന്നും ചാടി കൈയും കാലും ഒടിഞ്ഞ ചരിത്രങ്ങളും ഉണ്ട്. കക്ക് കളിയേക്കാൾ കായികാദ്ധ്വാനം കൂടുതലുള്ള കളിയാണ് സാറ്റ്കളി. കള്ളനും പോലീസും കളിയും ഏതാണ്ടതുപോലെ തന്നെ.

ജോലി കഴിഞ്ഞ് മാതാപിതാക്കൾ മടങ്ങിയെത്തിയാലുടൻ കളി നിർത്തി ലാലും വീട്ടിലെത്തും. പഠനകാര്യത്തിലും സമർത്ഥൻ തന്നെയായിരുന്നു ലാൽ. ക്ലാസുകളിലെല്ലാം ഒന്നാമൻ എന്ന പറയുന്നതിലും തെറ്റില്ല.

കളി നിർത്തി വീട്ടിലെത്തിയാൽ അൽപനേരം റ്റി.വി. കാഴ്ചയും അത്താഴമൂണും കഴിഞ്ഞേ അവൻ ഹോം വർക്ക് ചെയ്യാനും പാഠങ്ങൾ പഠിക്കാനുമിരിക്കൂ.. രാത്രി ഏറെ ഇരുട്ടുന്നതുവരെ കുത്തിയിരുന്നു പഠിക്കുന്ന ശീലം അവനില്ല. 9 മണി എന്നൊരു സമയമാകുമ്പോൾ പഠനം നിർത്തി അവൻ ഉറക്കത്തിന് കട്ടിലിൽ കയറിക്കിടന്നിരിക്കും. വീട്ടിൽ അവന് സ്വന്തമായി ഒരു മുറി ഉണ്ട്. ആ മുറിയുടെ വാതിൽ അടച്ചു കുറ്റിയിട്ടേ അവൻ ഉറങ്ങാൻ കിടക്കൂ. മകൻ തനിച്ചു കിടക്കുന്ന മുറിയുടെ വാതിൽ കുറ്റിയിടുന്നത് മാതാപിതാക്കൾ എതിർത്തിരുന്നെങ്കിലും ആ എതിർപ്പിനെ നിശ്ശേഷം അവഗണിക്കുകയായിരുന്നു ലാലിന്റെ ശീലം. സഹികെട്ട മാതാപിതാക്കൾ 'അടിക്കുന്ന വഴിയേ പോയില്ലെങ്കിൽ പോകുന്ന വഴിയേ അടിക്കുക' എന്ന നയത്തിലെത്തി ഒടുവിൽ.

പതിവുപോലെ ഒമ്പതു മണിക്ക് ഉറക്കത്തിനു കിടന്ന ലാൽ എന്തോ കാരണത്താൽ ഉറക്കമുണർന്നു. സമയം നോക്കുമ്പോൾ 11 മണി. അച്ഛനും അമ്മയും ഉറങ്ങിയിട്ടില്ല. ഡ്രോയിംഗ് ഹാളിലെ സോഫയിലിരുന്ന് റ്റി.വി. കാണുകയാണ്. ഈ വൈകിയ രാത്രിയിൽ അവരെന്തു പരി

പാടിയാണ് കാണുന്നതെന്നറിയാൻ ലാലിന് താൽപര്യം തോന്നി. കതകിന്റെ വിടവിലൂടെ അവൻ ഒളിഞ്ഞുനോക്കി. അവൻ സംശയിച്ചതുപോലെ തന്നെ അച്ഛനും അമ്മയും വീഡിയോ ആണ് കാണുന്നത്. വസ്ത്രമെന്നത് ശരീരത്ത് ഒട്ടുംതന്നെ ഇല്ലാത്ത സ്ത്രീപുരുഷന്മാരുടെ രതികേളികളാണ് റ്റി.വി. സ്ക്രീനിൽ. നഗ്നഗാത്രരായി രതികേളിയാടുന്നവരിൽ യുവാവ് ആരാണെന്ന് അവന് മനസ്സിലായില്ല. എന്നാൽ യുവതി ആരാണെന്ന് അവന് വ്യക്തമായി മനസ്സിലായി. ആയിടെ ഇറങ്ങിയ ഒട്ടേറെ മലയാളം തമിഴ് സിനിമികളിൽ നായികയായി തിളങ്ങി നിൽക്കുന്നൊരു താരമാണ് ആ സുന്ദരയുവതി. സിനിമാ അഭിനയത്തിനു പുറമേ ആ സുന്ദരിക്ക് ഇങ്ങനെയും അഭിനയമുണ്ടെന്ന് അറിഞ്ഞ ലാലിന് അത് വലിയൊരു ത്രില്ലായി.

ശബ്ദമുണ്ടാക്കാതെ വാതിൽ മെല്ലെ തുറന്ന് മുട്ടിലിഴഞ്ഞ് അവൻ അച്ഛനും അമ്മയും ഇരിക്കുന്ന സോഫയുടെ പിന്നിലെത്തി. അവിടെ മുട്ടുകുത്തി നിന്ന് അവരറിയാതെ അവരോടൊപ്പം അവനും റ്റി.വി. സ്ക്രീനിലെ രതിരംഗങ്ങൾ കണ്ട് വികാരവിജ്രുംഭിതനായി. മുട്ടിൻമേൽ നിന്ന് സോഫയുടെ വിടവിലൂടെ ആ കാഴ്ച കാണുന്നത് ശാരിരിക ക്ലേശമായതിനാൽ ലാൽ ഒരു കാര്യം ചെയ്തു. അവൻ സോഫയുടെ അടിയിലേക്കു കയറി ഒരു വശം ചെരിഞ്ഞു കിടന്നു. ആ കിടപ്പിൽ അവന് ടി.വി. സ്ക്രീൻ പൂർണ്ണമായും വ്യക്തമായിരുന്നു. അങ്ങനെ കിടന്ന് കാഴ്ച ആസ്വദിച്ചുകൊണ്ടിരിക്കെ പെട്ടെന്ന് വി.സി.പി. പണി മുടക്കി. സുന്ദരകാഴ്ചകൾക്ക് പകരം ഇപ്പോൾ ടി.വി. സ്ക്രീനിൽ കാണുന്നത് മിന്നിത്തിളങ്ങുന്ന വെള്ളിപ്പൊട്ടുകൾ മാത്രം.

അച്ഛൻ സോഫയിൽ നിന്നെഴുന്നേറ്റ് ആ വെള്ളിപ്പൊട്ടുകൾ മായ്ച്ച് വീണ്ടും സുന്ദരചിത്രങ്ങൾ വരുത്തുവാൻ ശ്രമമാരംഭിച്ചു. വി.സി.പി.യുടെ ഹെഡ് ക്ലീൻ ചെയ്തും കാസെറ്റിന്റെ കെയ്സ് ലൂസ് ആക്കിയുമെക്കെയായിരുന്നു പരിശ്രമം. ഒരു മണിക്കൂറിലധികം സമയം പരിശ്രമിച്ചതിന്റെ ഫലമായി വീണ്ടും കാഴ്ച സുന്ദരമായിത്തുടങ്ങി. ലാലിനു സന്തോഷമായി. അവൻ ആ സുന്ദരരംഗങ്ങളാസ്വദിച്ച് സോഫയ്ക്കടിയിൽ അങ്ങനെ കിടന്നു.

നേരം പുലർന്നു.

പതിവായി 5 മണിക്ക് കാപ്പികുടിക്കാൻ കിച്ചണിൽ അമ്മയുടെ അടുത്തെത്തുന്ന മകൻ ആറരമണിയായിട്ടും വരാത്തതറിഞ്ഞതിനെ തുടർന്ന് അവനെ തിരഞ്ഞ് അമ്മ അവന്റെ മുറിയിലെത്തി. മുറിയിൽ അവനെ കാണാതായപ്പോൾ ബാത്റൂമിലായിരിക്കുമെന്ന് കരുതി. എന്നാൽ പുറത്തുനിന്നും കുറ്റിയിട്ടിരിക്കുന്ന ബാത്റൂമിന്റെ കതക് കണ്ടപ്പോൾ മകൻ അതിനുള്ളിൽ ഇല്ലെന്ന് അമ്മയ്ക്ക് മനസ്സിലായി.

മകൻ പിന്നെ എവിടെപ്പോയി?

വീടും പരിസരവും മുഴുവൻ ആ അമ്മ ഓടിനടന്ന് മകനെ തിരഞ്ഞു. കണ്ടെത്താനാവാഞ്ഞപ്പോൾ ഭർത്താവിനെ വിളിച്ചു കാര്യം പറഞ്ഞു. രാത്രിയിൽ മകൻ ഏങ്ങോട്ടെങ്കിലും ഒളിച്ചോടിയിരിക്കുമെന്ന സംശയത്തിൽ അയാൾ അപ്പോൾത്തന്നെ പോലീസിൽ വിളിച്ച് മകനെ കാണാനില്ലെന്നറിയിച്ചു.

ഒട്ടും താമസിക്കാതെ മകനെക്കുറിച്ചുള്ള കൂടുതൽ വിവരങ്ങളറിയാനും അവന്റ ഫോട്ടോ കാണാനുമായി പോലീസ് വീട്ടിലെത്തി. വീടാസകലം പോലീസ് ദൃഷ്ടിയിൽ പരിശോധിച്ചപ്പോൾ അവർ കാണാതായ മകനെ വീടിനുള്ളിൽ നിന്നും കണ്ടെത്തി. ഡ്രോയിംഗ് ഹാളിലെ സോഫയ്ക്കടിയിൽ ചുരുണ്ടുകൂടിക്കിടന്നുറങ്ങുന്നു.

സോഫയ്ക്കടിയിൽ വന്നു കിടന്നതിന്റെ കാരണം അവൻ പോലീസിനോടു വെളിപ്പെടുത്തിയില്ല. കാരണം വെളിപ്പെടുത്തിയാൽ പോലീസിനു മുമ്പിൽ അച്ഛനും അമ്മയും അവർക്ക് മുമ്പിൽ താനും കുറ്റവാളികളായി മാറുമെന്ന് അവന് ബോധ്യമുണ്ടായിരുന്നു.

രാത്രിയിൽ ഏതോ സ്വപ്നം കണ്ടായിരിക്കണം അവൻ സോഫയുടെ അടിയിൽ എത്തിയതെന്ന ഊഹത്തിൽ പോലീസ് മറ്റു നടപടികൾക്കൊന്നും നിൽക്കാതെ മടങ്ങിപ്പോയി.

എങ്ങനെയാടാ സോഫയുടെ അടയിൽ വന്നു കേറിയതെന്ന് ആരൊക്കെ ചോദിച്ചിട്ടും ലാൽ സത്യം പറഞ്ഞില്ല.

അന്ന് ക്ലാസിലിരിക്കുമ്പോഴും ലാലിന്റെ ചിന്തയിൽ തലേ രാത്രിയിൽ ആസ്വദിച്ച സുന്ദരകാഴ്ചകളുടെ അലയൊലികളായിരുന്നു. സാധാരണ ആൺകുട്ടികൾ അങ്ങനെയുള്ള കാര്യങ്ങൾ കുട്ടുകാരോട് പങ്കുവെയ്ക്കുക സാധാരണമാണ്. എന്നാൽ ലാൽ സ്കൂളിൽ കൂട്ടുകാരോടാരോടും അക്കാര്യം സൂചിപ്പിക്കുക പോലും ചെയ്തില്ല.

എന്നാൽ വൈകുന്നേരം സ്കൂളിൽ നിന്നു മടങ്ങിയെത്തിയതും അവൻ ഓമനയോടറിയിച്ചു.

''എടീ... വലിയൊരു രഹസ്യമാ... നീ വേറാരോടും പറയുകേലെന്നുണ്ടെങ്കിൽ നിന്നോടു ഞാനതു പറയാം.''

ആരോടും പറയില്ലെന്ന് ഓമന അവന്റെ കൈയിലടിച്ച് സത്യം ചെയ്തതോടെ ലാൽ രഹസ്യം വെളിപ്പെടുത്തി.

‘‘രാത്രിയിൽ അച്ഛനും അമ്മയും ബ്ലൂ ഫിലിം കാണുകയായിരുന്നു. അവർ കണ്ടതു മുഴുവൻ സോഫയുടെ അടിയിൽ ഒളിച്ചുകിടന്ന് ഞാനും കണ്ടു. എടീ.. അതിലെ നായിക ആരായിരുന്നെന്നോ.. നമ്മുടെ ഫേമസ് നടി..’’

ലാൽ നടിയുടെ പേര് പറഞ്ഞതോടെ ഓമന അമ്പരന്നു. ആദ്യം അവൾക്ക് വിശ്വാസം വന്നില്ല.

ആ നടി അങ്ങനെ ബ്ലൂഫിലിമിൽ അഭിനയിച്ചുവെന്ന് അവൾക്ക് ചിന്തിക്കാൻപോലും സാധിക്കുമായിരുന്നില്ല. ആ രംഗങ്ങൾ വിശദമായി അറിയണമെന്ന മോഹം അവൾക്കുണ്ടായി.

അപ്പോഴാണ് ലാലിന്റെ അറിയിപ്പ്

‘‘അതിപ്പം പറഞ്ഞുകേൾപ്പിക്കാനൊന്നും പറ്റില്ല. നിനക്ക് സമ്മതമാണേൽ ആ നടീം നടനും ചേർന്ന് കാട്ടിക്കൂട്ടിയതൊക്കെ നമുക്കു രണ്ടു പേർക്കും ചേർന്ന് കാണിക്കാം.’’

ദേഷ്യത്തോടെ ഓമന അവനെ തള്ളിമാറ്റിയിട്ട് ഓടിപ്പോയെങ്കിലും ഏതാനും ദിവസങ്ങൾ കഴിഞ്ഞപ്പോൾ ലാലെന്ന പതിനാറുവയസ്സുള്ള പത്താം ക്ലാസുകാരന്റെ താൽപര്യങ്ങൾക്ക് വഴങ്ങാൻ ഓമനയെന്ന പതിന്നാലുവയസുള്ള എട്ടാം ക്ലാസുകാരി തയ്യാറായി.

സാറ്റ് കളിക്കുന്നതിനിടയിലും കള്ളനും പോലീസും കളിക്കുന്നതിനിടയിലും മരങ്ങളുടെ മറവിടങ്ങളിലും വീടുകളുടെ ഒളിയിടങ്ങളിലും വെച്ച് പലതവണ അവർ ടിവിയിൽ കണ്ട ഫേമസ് നടിയും നടനുമായി.

അക്കൊല്ലത്തെ എസ്.എസ്.എൽ.സി. പരീക്ഷ തുടങ്ങുന്നതിന് ഒരാഴ്ച മുമ്പ് ഓമനയെന്ന പതിന്നാലുവയസ്സുകാരിയെ കാണാതായി.

തലേ രാത്രിയിൽ അമ്മയോടൊപ്പം ഉറങ്ങാൻ കിടന്നവളാണ്. നേരം പുലർന്നു നോക്കുമ്പോൾ ഓമനയെ കാണാനില്ല. വസ്ത്രങ്ങൾ സകലതും അവളോടൊപ്പം അപ്രത്യക്ഷമായിരിക്കുന്നുവെന്ന സത്യം മാതാവറിഞ്ഞു.

അവൾ വീട്ടിൽ നിന്നും ഒളിച്ചോടിയിരിക്കുകയാണെന്നു വിശ്വസിക്കാൻ ആ അമ്മയ്ക്ക് ഏറെയൊന്നും തെളിവുകൾ വേണ്ടായിരുന്നു. പക്ഷേ, അവൾ ആരോടൊപ്പമാണ് ഒളിച്ചോടിയതെന്ന് അവർക്ക് അറിയാൻ കഴിഞ്ഞില്ല.

ലാലിന്റെ പേരിൽ നേരിയ സംശയം പോലും ആ അമ്മയ്ക്ക് ഉണ്ടായിരുന്നില്ല. കാരണം കാണാതായ ഓമനയെ അന്വേഷിക്കാൻ ആ അമ്മയ്ക്കൊപ്പം അങ്ങോട്ടും ഇങ്ങോട്ടും ഓടിയതു മുഴുവൻ ലാലായിരുന്നു.

പോലീസിൽ വിവരമറിയിക്കാൻ നാട്ടുകാരിൽ ചിലർ ആ അമ്മയെ ഉപദേശിച്ചെങ്കിലും വല്ലവന്റേം പുറകേ ഓടിപ്പോയ അവളെ കണ്ടുപിടിച്ച് ഇങ്ങോട്ടു കൊണ്ടുവന്നിട്ട് ഞാനെന്നാ കാണിക്കാനാ... എന്നായിരുന്നു ആ അമ്മയുടെ പ്രതികരണം.

പെറ്റ തള്ളയ്ക്കുവേണ്ടെങ്കിൽപ്പിന്നെ നാട്ടുകാർക്കാണോ വേണ്ടത്? എന്ന മട്ടിൽ നാട്ടുകാരും പിന്തിരിഞ്ഞു.

എന്നാൽ അന്ന് സന്ധ്യയായതോടെ നാടിനെ നടുക്കിയ ആ വാർത്ത പരന്നു.

അവിടെ അടുത്ത് ഒരു കലുങ്കിനിടയിൽ ഒരു പെണ്ണ് മരിച്ചു കിടക്കുന്നു.

കേട്ടവർ കേട്ടവർ അങ്ങോട്ടോടി. പെണ്ണിന്റെ അമ്മയോടൊപ്പമാണ് ലാലിന്റെ അച്ഛനും അമ്മയും അങ്ങോട്ടോടിയത്. അവർക്കൊപ്പം ലാൽ ഓടിയില്ല. അവൻ വീട്ടിലെ സ്വന്തം മുറിക്കുള്ളിൽ കതകടച്ച് അവിടെ ഇരുന്നു.

പോലീസ് നടപടിയും പോസ്റ്റുമോർട്ടവുമുണ്ടായി.

പോസ്റ്റുമോർട്ടത്തിൽ മരിച്ച പെൺകുട്ടി കഴുത്തുഞെരിച്ചു കൊല്ലപ്പെട്ടതാണെന്നും രണ്ടുമാസം ഗർഭിണിയാണെന്നും റിപ്പോർട്ടു വന്നു.

കള്ളനും പോലീസും കളിക്കുന്നതിനിടയിൽ ചേച്ചിയേയും അടുത്ത വീട്ടിലെ ലാൽ ചേട്ടനേയും ഏറെനേരം കാണാതാകുന്നതായി ഒമ്പതു വയസ്സുള്ള ഓമനയുടെ സഹോദരൻ പോലീസിനോടു പറഞ്ഞു.

അതിന്റെ രഹസ്യമറിയാൻ പോലീസ് ലാലിനെ ചോദ്യം ചെയ്തു.

''എനിക്ക് ഓമനയെ അറിയത്തേയില്ല'' എന്നായിരുന്നു അവന്റെ ആദ്യത്തെ പ്രതികരണം.

അപ്പഴേ പോലീസിന്റെ കൈ അവന്റെ കരണത്തു വീണു. ആ പെടകിട്ടിയതോടെ ഉള്ള സത്യം അവൻ തുറന്നു പറഞ്ഞു.

ഓമനയുമായി അവൻ നിരന്തരം ലൈംഗീകബന്ധം പുലർത്തിയിരുന്നെന്നും ഒടുവിൽ അവൾ ഗർഭിണിയാണെന്നറിഞ്ഞപ്പോൾ ഒളിച്ചോടി

ദൂരെയെവിടെയെങ്കിലും പോയി ജിവിക്കാം എന്ന് പ്രലോഭിപ്പിച്ച് രാത്രി വീട്ടിൽ നിന്നിറക്കിക്കൊണ്ടുപോയി ആ കലുങ്കിനടുത്തുവെച്ച് കഴുത്തു ഞെരിച്ചു കൊല്ലുകയായിരുന്നുവെന്നുമുള്ള സത്യം അവൻ വെളിപ്പെടുത്തി.കൊലപാതകിക്ക് പതിനെട്ടു വയസ്സു തികഞ്ഞിട്ടില്ലാത്തതിനാൽ ജയിലിൽ അയയ്ക്കാതെ അവനെ പോലീസ് ജുവനൈൽ ഹോമിലെത്തിച്ചത് അങ്ങനെയാണ്.

16."താനാദ്യം നന്നാക്... എന്നിട്ട് ഞാൻ നന്നാകാം."

മാതാപിതാക്കൾ താന്തോന്നികളായി ജീവിച്ചാൽ മക്കളെങ്ങനെ നല്ലവരാകും? മാതാപിതാക്കളുടെ വഴിയല്ലേ അവരും പിന്തുടരുക? ഇത് അങ്ങനെയുള്ള ഒരു കുടുംബത്തിന്റെ കഥ.

അച്ഛനും അമ്മയും രണ്ടുമക്കളും അടങ്ങുന്ന കുടുംബം. മക്കളിൽ മൂത്തത് പെണ്ണ്. ഇളയത് ആണ്. അവർ തമ്മിലുള്ള പ്രായവ്യത്യാസം എട്ടുവയസ്സ്. പതിനേഴ് വയസ്സ് തികയുന്നതിന് ഒരു മാസം മുമ്പ് പെണ്ണ് ഒളിച്ചോടി. ഒളിച്ചോടിയത് അച്ഛന്റെ ഒരു സുഹൃത്തിന്റെ മകനോടൊപ്പം. ആ മകന് അപ്പോൾ വയസ്സ് മുപ്പത്തിരണ്ട്. വിവാഹിതനും ആറും നാലും വയസ്സുള്ള രണ്ട് ആൺകുട്ടികളുടെ പിതാവുമാണ് ആ മകൻ. ആ ആൺകുട്ടികളുടെ അമ്മയായ ആ മകന്റെ ഭാര്യയ്ക്ക് മുപ്പത് വയസ്സ്. ആരോഗ്യവും സൗന്ദര്യവും വേണ്ടുവോളമുള്ള യുവതി. അവളെ ഉപേക്ഷിച്ച് പതിനേഴു വയസുകാരിയോടൊപ്പം ഭർത്താവ് ഒളിച്ചോടിയതിന് ഒരു ന്യായീകരണവും കണ്ടെത്താനായായില്ല ആ ഭാര്യയ്ക്ക്. എന്നാൽ പതിനേഴുകാരിയുടെ അച്ഛന് ന്യായീകരണമുണ്ടായിരുന്നു.

'പെണ്ണിന് തൊലിവെളുപ്പും മുലമുഴുപ്പും ഉണ്ടായതുകൊണ്ട് മാത്രം കാര്യമുണ്ടോ... കെട്ടിയവന് വേണ്ടുന്നതൊക്കെ കൊടുക്കാനുള്ള മിടുക്കു വേണം.''

സ്വന്തം മകളെ കുറ്റം പറയാൻ ആ അച്ഛൻ തയ്യാറായില്ല. കുറ്റം പറഞ്ഞത് രായ്ക്ക് രാമാനം സ്വന്തം മകളെ അടിച്ചെടുത്ത് ഒളിച്ചോടിപ്പോയവന്റെ ഭാര്യയെ.

നാൽപ്പത്തഞ്ചു വയസ് ഉണ്ട് ആ അച്ഛന്. അച്ഛന്റെ ഭാര്യയ്ക്ക് നാൽപതും.

ഒളിച്ചോടിയ മകളെ എങ്ങനെയെങ്കിലും കണ്ടുപിടിച്ച് തിരിച്ചുവിളിച്ചു കൊണ്ടുവരണമെന്നു നിർബന്ധിച്ച ഭാര്യയോട് അയാളുടെ ചോദ്യം ഇങ്ങനെയായിരുന്നു.

'എന്തിനാടീ അവളെ പിടിച്ചോണ്ടു വരുന്നത്? ചൂരും ചുറുചുറുക്കുമുള്ള ഒരാണിന്റെ കൂടെയാ അവളുപോയിരിക്കുന്നത്.. അവള് ജീവിച്ചോളും സുഖിച്ചുതന്നെ. എന്താ നിനക്കു സംശയം വല്ലതുമുണ്ടോ?'

മകൾ സുഖിച്ചുജീവിച്ചോളുമെന്നതിൽ ആ അമ്മയ്ക്കും സംശയമൊന്നുമില്ല. മരുമകന്റെ പഴയ ഭാര്യയെ നോക്കി ആ അമ്മ ഇങ്ങനെ പറഞ്ഞു.

'പോയവൻ പോയ വഴിയേ പോകട്ടെടീ... നീ ഇപ്പോഴും ചോരേം നീരുമുള്ള പെണ്ണല്ലേ... അന്തിക്കൂട്ടിന് നിനക്കൊരുത്തനെ കിട്ടാൻ വിഷമമൊന്നുമില്ല.'

ആ കുടുംബ സംസ്ക്കാരം അത്തരത്തിലായിരുന്നു.

മകൾ ഒളിച്ചോടിപ്പോയതിൽ ആ അച്ഛനും അമ്മയ്ക്കും ലേശം പോലും കുണ്ഠിതമുള്ളതായി ആർക്കും തോന്നിയില്ല.

സാമാന്യം നല്ല നിലയിൽ ജീവിച്ചുപോകാനുള്ള കുടുംബസ്വത്തുള്ളവരാണ് ആ ദമ്പതികൾ. ഒരു വെട്ടിന് നാല്പതിനും അമ്പതിനുമിടയിൽ റബ്ബർ ഷീറ്റ് കിട്ടാനുണ്ട്. 'മണ്ഡരി'മൂക്കുന്നതിന് മുമ്പ് ഒരിടീലിന് എഴുന്നൂറ് എഴുന്നൂറ്റമ്പത് തേങ്ങ കിട്ടും. കുറച്ചു കൊക്കോയും കുരുമുളകും വേറെയും.

മാസത്തിൽ രണ്ടും മൂന്നും തവണ എങ്ങോട്ടെന്നു പറയാതെ ഭർത്താവ് വീട്ടിൽ നിന്നിറങ്ങും. മൂന്നും നാലും ദിവസം കഴിഞ്ഞിട്ടാകും തിരിച്ചു വരവ്. ഭാര്യയ്ക്ക് അക്കാര്യത്തിൽ ഒരു പരാതിയുമില്ല. 'ഗോഡ്ഫാദറി'ലെ സ്വാമിനാഥനെപ്പോലെ വേറെ ഭാര്യയുടേയും മക്കളുടേയും അടുത്തേക്കല്ല ഭർത്താവു പോകുന്നതെന്ന് ഭാര്യയ്ക്ക് തീർച്ചയുണ്ട്. കാരണം തിരിച്ചു വരുന്ന ഭർത്താവിന്റെ കീശയിലും പെട്ടിയിലും പലപ്പോഴും പല പട്ടണങ്ങളിലെ ലോഡ്ജുകളുടെ വാടകരസീതാണ് ആ സ്ത്രീ കണ്ടെത്തിയിട്ടുള്ളത്.

തുടക്കത്തിലൊരിക്കൽ ഒരു ചോദ്യം ചെയ്യലുണ്ടായപ്പോൾ ഭർത്താവ് ഭാര്യയോടു പറഞ്ഞ മറുപടി ഇങ്ങനെയായിരുന്നു.

'ഞാനെന്റെ ഇഷ്ടത്തിനു ജീവിക്കുന്നു. നിനക്കും നിന്റെ ഇഷ്ടത്തിനു ജീവിക്കാം. ഇഷ്ടമുള്ളിടത്തു പോകാം. ഇഷ്ടമുള്ളപ്പോൾ വരാം. എനിക്കൊരു വിരോധവുമില്ല.'

നൂറു ശതമാനവും ആത്മാർത്ഥമായി തന്നെയാണ് ഭർത്താവ് പറയുന്നതെന്ന് തിരിച്ചറിഞ്ഞ ഭാര്യയും ഇഷ്ടമുള്ളിടത്തുപോകാനും ഇഷ്ടമുള്ളപ്പോൾ വരാനും തുടങ്ങി.

അതിനിടയിൽ ചിലപ്പോഴൊക്കെ അച്ഛന്റെ പരിചയക്കാരായി ചില സ്ത്രീകളും അമ്മയുടെ പരിചയക്കാരായി ചില യുവാക്കളും വീട്ടി

ലെത്തി. അച്ഛന്റെ പരിചയക്കാരായ സ്ത്രീകൾ ആരാണെന്ന് അമ്മയോ അമ്മയുടെ പരിചയക്കാരായ യുവാക്കൾ ആരാണെന്ന് അച്ഛനോ അന്വേഷിക്കാറില്ലായിരുന്നു. നമുക്ക് വളരെ വേണ്ടപ്പെട്ടവരാണെന്ന ഒരു പരിചയപ്പെടുത്തൽ മാത്രം മകന് കിട്ടി.

ദിവസങ്ങൾ അങ്ങനെ കടന്നുപൊയ്ക്കൊണ്ടിരിക്കെ അമ്മയ്ക്ക് അച്ഛന്റെ ഒരു ഫോൺ കോൾ വന്നു.

'പോലീസ് കസ്റ്റഡിയിലാ... വകുപ്പ് അനാശാസ്യമാ... ജാമ്യമെടുക്കാൻ ഒരു നല്ല അഡ്വക്കേറ്റിനേയും കൂട്ടി നീയിങ്ങോട്ടു വാ..'

അഡ്വക്കേറ്റിനെ തേടി അലയേണ്ട ആവശ്യമൊന്നും ഭാര്യയ്ക്ക് വന്നില്ല. അടുത്തു പരിചയമുള്ള അഡ്വക്കേറ്റുമാർ പലരുമുണ്ട് ഭാര്യയുടെ അറിവിൽ. അവരിലൊരാളുമായി അപ്പോൾത്തന്നെ ഭാര്യ പാഞ്ഞെത്തി. ഭർത്താവിനെ ജാമ്യത്തിലിറക്കി.

ഉത്തമയായ ഭാര്യ!

പക്ഷേ വീട്ടിലേക്കു കയറി വന്ന അച്ഛനുമുമ്പിൽ മകൻ വെളിച്ചപ്പാടായി ഉറഞ്ഞു തുള്ളി.

''മേലിൽ താനീ വീട്ടിലേക്കു കയറരുത്. ഇറങ്ങിപ്പൊയ്ക്കോ... എവിടാന്നുവെച്ചാൽ...''

പതിനാറു വയസ്സ് പൂർത്തിയായിട്ടില്ലാത്ത മകന്റെ കൽപന കേട്ടപ്പോൾ അച്ഛന് ചിരിവന്നുപോയി.

''എന്നോടങ്ങനെ കൽപിക്കാൻ നിനക്കെന്താടാ അവകാശം?''

''എനിക്കവകാശമുണ്ട്. താനീ നാടുനീളെ കൊണ്ടുനടന്നു തേവിടിച്ചിപ്പെണ്ണുങ്ങൾക്കും പോലീസിനും വക്കീലിനും വീതിക്കുന്നത് എന്റേംകൂടി കുടുംബസ്വത്താ. ഇനിയീ കുടുംബസ്വത്ത് ഇങ്ങനെ നശിപ്പിക്കാൻ ഞാൻ സമ്മതിക്കുകേല.''

''അയ്യോ.. അങ്ങനെ പറയല്ലേ മോനേ... നീ സമ്മതിക്കണം.. നീ സമ്മതിച്ചില്ലേൽ അച്ഛനാകെ വിഷമിച്ചുപോകും.''

അച്ഛന്റെ വാക്കുകളിലെ പരിഹാസം മകൻ തിരിച്ചറിഞ്ഞു. അവൻ പൊട്ടിത്തെറിച്ചു.

‘‘ഇനീം വല്ല റെയ്ഡിലും പോലീസ് തന്നെ പിടിച്ചെന്നറിഞ്ഞാൽ അവിടെ വന്ന് തന്നെ ഞാൻ വെട്ടിക്കൊല്ലും. അനാശാസ്യക്കാരനായ അച്ഛന്റെ മകനായി ജീവിക്കുന്നതിനേക്കാൾ കൊലപ്പുള്ളിയായി സെൻട്രൽ ജയിലിൽ കഴിയുന്നതാ എനിക്കഭിമാനം.’’

മകന് എതിർപ്പായതിനാൽ കുറേനാൾ വീട്ടിൽത്തന്നെ മര്യാദക്കാരനായി ജീവിച്ചേക്കാമെന്നൊരു തോന്നൽ അച്ഛനുണ്ടായി. അത് തന്നെയുമല്ല, കേസ് തീർന്ന് വിധിയുണ്ടാകുന്നതുവരെ നല്ല പിള്ള ചമഞ്ഞേ പറ്റൂ.

ആട്ടമറിഞ്ഞ കാല് അടങ്ങിയിരിക്കില്ലെന്നല്ലേ പ്രമാണം ! മാസത്തിൽ രണ്ടും മൂന്നും തവണയുള്ള പര്യടനം വേണ്ടെന്നു വെച്ചതോടെ അയാളുടെ പിന്നെയുള്ള പരാക്രമം വീട്ടിൽ പണിക്കുവരുന്ന സ്ത്രീകളോടായി. മകൻ കണ്ടുനിൽക്കേ പറമ്പിൽ പണി ചെയ്തുകൊണ്ടിരുന്ന സ്ത്രീ ഉണക്കമടലെടുത്ത് അയാളെ ചപ്രംചിപ്രം തല്ലി. മകൻ മാത്രമല്ല, ചുറ്റുവട്ടത്തുണ്ടായിരുന്നവരും ആ കാഴ്ച കണ്ടു. അവിടെ ഒച്ചപ്പാടും ബഹളവുമുണ്ടായി. അതിനിടയിൽ ആരോ ഒരാൾ മകന്റെ മുമ്പിൽ വന്നു നിന്നാക്രോശിച്ചു.

‘പോത്തുപോലെ നീ വളർന്നു നിന്നിട്ടെന്തു കാര്യം? മഹാചെറ്റയായ തന്തയെ നിലയ്ക്കു നിർത്താൻ ചങ്കൂറ്റം വേണം നിനക്ക്... അതില്ലെന്നുണ്ടേൽ ആ ചെറ്റയുടെ മകനാണെന്നു പറഞ്ഞു ജീവിക്കുന്നതിനേക്കാൾ വല്ല മരക്കൊമ്പിലും കേറി കെട്ടിത്തൂങ്ങിച്ചാകുന്നതാടാ നിനക്കഭിമാനം.’’

മകൻ മരക്കൊമ്പിൽ കെട്ടിത്തൂങ്ങിച്ചാകാനല്ല തീരുമാനിച്ചത്. അവൻ നേരേ ചാരായക്കടയിലേക്ക് ചെന്നുകയറി.

ചാരായം മോന്തി

ഇതുവരെ ഇല്ലാതിരുന്ന ഒരു തന്റേടം തനിക്കുണ്ടായതുപോലെ തോന്നിയ അവൻ നേരേ വീട്ടിലെത്തി.

ടാപ്പിംഗ് കത്തിയെടുത്ത് നേരേ അച്ഛന്റെ മുമ്പിലേക്ക് ചാടി.

‘എടാ നായേ... നീയിനി ഈ ഭൂമിക്കുമോളിൽ വേണ്ടെടാ..‘

ആക്രോശിച്ചുകൊണ്ടു അവൻ ടാപ്പിംഗ് കത്തി അച്ഛന്റെ നെഞ്ചിനു നേർക്കു വീശി.

ഒരൊറ്റ കുത്തിന് അച്ഛനെന്ന നരാധമൻ ഇല്ലാതാകണമെന്നതായിരുന്നു അവനാഗ്രഹിച്ചത്. എന്നാൽ സമയോചിതമായി അച്ഛൻ പ്രതിരോധിച്ചതിനാൽ വലതുകൈത്തണ്ടയിൽ ചെറിയൊരു മുറിവുണ്ടാക്കാനേ മകനു കഴിഞ്ഞുള്ളൂ.

അവന്റെ കൈയിൽ നിന്ന് ടാപ്പിംഗ് കത്തി പിടിച്ചു വാങ്ങി അയാൾ ദൂരേക്കെറിയുകയും ചെയ്തു.

കലിയടങ്ങാതെ വന്ന മകൻ വീടിനുള്ളിലേക്കു കയറി കോടാലിയെടുത്ത് കണ്ണിൽ കണ്ടതെല്ലാം വെട്ടിപ്പൊളിച്ചു.

മേശ... ഡൈനിംഗ് ടേബിൾ... അലമാര...കട്ടിൽ...

മകന്റെ കലിയിൽ ഭയന്നുവിറച്ച അച്ഛനും അമ്മയും വീട്ടിൽ നിന്നും ഇറങ്ങി ഓടി എവിടെയോ ഒളിച്ചു. അന്നു രാത്രി അവർ ആ വീട്ടിൽ അന്തിയുറങ്ങിയില്ല.

ആ രാത്രി എവിടെയോ കഴിച്ചുകൂട്ടി. അടുത്ത പ്രഭാതത്തിൽ വീട്ടിലേക്കു കയറി വന്ന അച്ഛനും അമ്മയും മകന്റെ കാൽക്കൽ വീണു. ഇനി മേലിൽ ഒരു തെറ്റും ചെയ്യില്ലെന്ന് അച്ഛൻ മകനോട് സത്യം ചെയ്തു. തൽക്കാലം മകനൊന്നു തണുത്തു.

മകനു മുമ്പിലുള്ള അച്ഛന്റേയും അമ്മയുടേയും അടിയറവ് ആ രാത്രിയിൽ അവർ ആസൂത്രണം ചെയ്ത ഒരു പദ്ധതിയായിരുന്നു.

മകനെ ഇനി വീട്ടിൽ വച്ചുവാഴിക്കരുതെന്നതായിരുന്നു അവരുടെ പദ്ധതി. എന്താണു നടപടി?

അവർ ആലോചിച്ചു കണ്ടെത്തിയ പോം വഴി, മകനെ ജുവനൈൽ ഹോമിലെത്തിക്കുക എന്നതായിരുന്നു.

പതിനെട്ടു തികഞ്ഞിട്ടില്ലാത്ത മകൻ തികഞ്ഞ മദ്യപാനിയാണെന്നും മദ്യപിച്ച് ഉന്മത്തനായി അച്ഛനേയും അമ്മയേയും കൊല്ലാനായി ശ്രമിച്ചെന്നും അതിന് കഴിയാതെ വന്നപ്പോൾ വീട്ടിലെ ഫർണ്ണിച്ചർ മുഴുവൻ തല്ലിത്തകർത്തെന്നും ഏതു നിമിഷവും അവൻ കൊലയാളിയായി മാറാമെന്നും ഒരു കുറ്റപത്രം അവർ തയ്യാറാക്കി.

ആ കുറ്റപത്രവുമായി അവനെ എങ്ങനെയെങ്കിലും ജുവനൈൽഹോമിൽ എത്തിക്കാൻ ആ അച്ഛനും അമ്മയും തീരുമാനിച്ചുറപ്പിച്ചു.

അവനെ ജുവനൈൽ ഹോമിൽ ചേർക്കുന്നതുവരെ അവന് പ്രകോപന മുണ്ടാകുന്ന തരത്തിൽ ഒരു പ്രവൃത്തിയും തങ്ങളുടെ ഭാഗത്തു നിന്നു ണ്ടാകാതിരിക്കണമെന്നും അവർ തീരുമാനിച്ചു. കുറേ ദിവസങ്ങൾ അ വർ നല്ല പിള്ളകളായി ജീവിതം തുടർന്നു. എന്നാൽ ജീവിതാന്ത്യം വ രെ ആ രീതി തുടരാൻ അവർ തയ്യാറല്ലായിരുന്നു. അച്ഛന് അച്ഛന്റെ രീ തിക്കും അമ്മയ്ക്ക് അമ്മയുടെ രീതിക്കും ജീവിതം തുടരണമെന്നായി രുന്ന താൽപര്യം.

മാതാപിതാക്കളുടെ താൽപര്യ പ്രകാരം ദുർഗുണങ്ങളുള്ള കുട്ടികളെ ജുവനൈൽ ഹോമിൽ ചേർക്കാൻ അന്ന് ജുവനൈൽ ജഡ്ജിയുടെ വി ചാരണയ്ക്ക് ശേഷമുള്ള ‘വാറണ്ട്‘ വേണമായിരുന്നു. ആഴ്ചയിൽ ഒരു ദിവസമാണ് ജുവനൈൽ ജഡ്ജി ജുവനൈൽ കേസുകളുടെ വിചാര ണയ്ക്ക് ജുവനൈൽ ഹോമിലെത്തുക. അവിടെ പ്രത്യേക കോടതി യുണ്ട്.

ചീഫ് ജുഡീഷ്യൽ മജിസ്ട്രേട്ടായിരുന്ന കോട്ടയം സ്വദേശിയായ ശ്രീ. സി.വി. ജോൺ സാറായിരുന്നു അന്ന് ജുവനൈൽ ജഡ്ജി.

അച്ഛനെ വധിക്കാൻ കച്ചകെട്ടി നടക്കുന്ന മകനെ ജുവനൈൽ ഹോ മിൽ ചേർക്കാനുള്ള വിചാരണയ്ക്കായി മറ്റെവിടേക്കെന്നോ പറഞ്ഞാ ണ് ആ അച്ഛനും അമ്മയും തിരുവഞ്ചൂർ ജുവനൈൽ ഹോമിലെത്തി ക്കുന്നത്.

എന്റെ റിട്ടയർമെന്റ് തീയതിക്ക് ഒരു വർഷം മുമ്പാണ് ഈ കേസ് സി.വി. ജോൺസാറിന്റെ കോടതിയിലെത്തുന്നത്.

വിചാരണ സമയത്ത് യാദൃശ്ചികമായി ഞാനും കോടതിയിലെത്തി. ദുർഗുണപരിഹാരപാഠശാലയിൽ ചേർക്കപ്പെടേണ്ടുന്നതിനായി കൊ ണ്ടുവന്നിരിക്കുന്ന കുറ്റപത്രം വിശകലനം ചെയ്തു ജോൺസാർ മക നോടു ചോദിച്ചു.

‘‘ഇതിൽ പറഞ്ഞിരിക്കുന്ന കാര്യങ്ങളെല്ലാം സത്യമാണോടാ?’’

‘‘അതിലെന്താ പറഞ്ഞിരിക്കുന്നത്?’’

അവൻ തികച്ചും സൗമ്യനായാണ് ചോദിച്ചത്?

‘‘നീ ഒരു നശീകരണവാസനയുള്ളവനാണെന്നും നിന്നെ എങ്ങനെയെ ങ്കിലും നന്നാക്കിയെടുക്കാൻ ഇവിടെ ചേർക്കണമെന്നും.’’

അതുകേട്ടതും അവന്റെ മുഖത്തെ സൗമ്യത മാഞ്ഞു. മുമ്പിൽ നിൽക്കുന്ന അച്ഛന്റെ നേർക്കു തീക്ഷ്ണമായി നോക്കി വിരൽ ചൂണ്ടിക്കൊണ്ട് അവൻ ഉച്ചത്തിൽ പറഞ്ഞു.

'ഇയാൾ നന്നായാൽ ഞാനും നന്നാകാം. നിങ്ങൾ ഇയാളെ ആദ്യം നന്നാക്ക്.'

അവൻ ദൃഷ്ടി ജഡ്ജിയുടെ നേർക്ക് തിരിച്ച് തുടർന്നു.

'സാർ.. എനിക്ക് കുറേ സത്യങ്ങൾ പറയാനുണ്ട്. സാർ അതുമുഴുവനും കേൾക്കണം. എന്നിട്ട് സാർ തീരുമാനിക്ക്... ആരെയാണു നന്നാക്കേണ്ടതെന്ന്.'

ജഡ്ജിയുടെ മുമ്പിൽ അന്ന് ആ മകൻ പറഞ്ഞ കാര്യങ്ങളത്രയുമാണ് ഞാൻ മേൽ വിവരിച്ചത്.

അവൻ പറഞ്ഞതത്രയും സശ്രദ്ധം കേട്ട ജഡ്ജി അച്ഛനോടും അമ്മയോടുമായി ചോദിച്ചു.

'മകൻ പറഞ്ഞതൊക്കെ സത്യമാണോ?'

മറുപടിയില്ലായിരുന്നു അവർക്ക്.

'നിങ്ങൾക്ക് ഭാര്യയ്ക്കും ഭർത്താവിനും താന്തോന്നികളായി ജീവിക്കണം. അതിന് മകനെ ജുവനൈൽ ഹോമിൽ ചേർക്കണം. അല്ലേ... ഞാനിതിന് വാറണ്ടെഴുതില്ല.'

ജഡ്ജിയുടെ തീരുമാനം.

'സാർ.. പെട്ടെന്ന് മകൻ വിളിച്ചു. എന്നിട്ട് പറഞ്ഞു.

'അച്ഛന്റേയും അമ്മയുടേയും കൂടെ വീട്ടിലേക്ക് മടങ്ങാൻ എനിക്കൊട്ടും താൽപര്യമില്ല. ഞാനീ ജുവനൈൽ ഹോമിൽ കഴിഞ്ഞോളാം. എനിക്കതാ അഭിമാനം.'

17.ഗ്രൗണ്ടിൽ ബോധം കെട്ടുകിടന്ന ആൺകുട്ടി

ഇരുനൂറ്റമ്പതോളം ആൺകുട്ടികൾ ! അത്രയും തന്നെ പെൺകുട്ടികളും!

കോഴിക്കോട് ജുവനൈൽ ഹോമിൽ ഞാൻ സൂപ്രണ്ടായിരിക്കുന്ന കാലത്ത് അവിടെ അത്രത്തോളമുണ്ടായിരുന്നു അന്തേവാസികൾ. അഞ്ഞൂറിനടുത്തുവരുന്ന, ഏറിയ പങ്കും കുട്ടിക്കുറ്റവാളികളായിരുന്ന അത്രയും അന്തേവാസികളുടെ സംരക്ഷണത്തിനും പരിപാലനത്തിനുമായി അന്നുണ്ടായിരുന്നത് മുപ്പത്തഞ്ചോളം വാർഡന്മാർ. വാർഡന്മാരിൽ ഏറിയ പങ്കും സ്ത്രീകളായിരുന്നു. അന്ന് ജയിൽ വകുപ്പിന്റെ കീഴിൽ നിയമനവും പരിശീലനവും നേടിയ വാർഡന്മാരിൽ പലരും സാധാരണക്കാർക്ക് സങ്കൽപ്പിക്കാവുന്നതിലേറെ ക്രൂരന്മാരും ധാർഷ്ട്യക്കാരും ധനാർത്തിക്കാരുമായിരുന്നു. അന്തേവാസികളുടെ മേൽവിവിധങ്ങളായ ലൈംഗീകാക്രമണങ്ങളും ലൈംഗീകാസ്വാദന ശിക്ഷാരീതികളും അവരിൽ ചിലർക്കെങ്കിലും വിനോദമായിരുന്നു.

ജുവനൈൽ ഹോമുകളിൽ നിന്ന് മോചിതരാക്കപ്പെട്ട പെൺകുട്ടികളെ തിരികെ വീടുകളിൽ സ്വീകരിക്കാൻ മാതാപിതാക്കളോ ബന്ധുക്കളോ തയ്യാറാകാതിരുന്ന കേസുകളും ഒട്ടനവധി. ചെന്നൈയിലും ബോംബെയിലും അന്ന് വിപുലമായ തോതിൽ നടത്തപ്പെട്ടിരുന്ന 'ബ്രോത്തൽ സെന്റർ'കളിൽ കണ്ടെത്താൻ കഴിഞ്ഞ മലയാളി പെൺകുട്ടികളിൽ പലരും കേരളത്തിൽ ജൂവനൈൽ ഹോം വാസം കഴിഞ്ഞവരായിരുന്നുവെന്ന് തെളിഞ്ഞിട്ടുണ്ട്. ജുവനൈൽ ഹോം വാസത്തിനിടയിൽ ആ പെൺകുട്ടികൾ പലരും രാസകേളീ വിദൂഷികളായി മാറിക്കഴിഞ്ഞിരുന്നുവെന്നുള്ളത് മറ്റൊരത്ഭുതം. അതിനവരെ സഹായിച്ചിരുന്നതും പ്രേരിപ്പിച്ചിരുന്നതും ജുവനൈൽഹോം വാർഡന്മാരിൽ ചിലരായിരുന്നു.

ആറുമണികഴിഞ്ഞാൽ പുരുഷ വാർഡന്മാർക്ക് യാതൊരു കാരണത്തിൻ പേരിലും പെൺകുട്ടികളുടെ ഹോമിലോ പരിസരത്തോ പ്രവേശനം പാടില്ലെന്ന് കർശന നിബന്ധനയുണ്ട്.

ഇരുനൂറ്റമ്പത് ആൺകുട്ടികളും ഇരുനൂറ്റമ്പത് പെൺകുട്ടികളും അന്തേവാസികളായുണ്ടായിരുന്ന കോഴിക്കോട്ടെ ജൂവനൈൽ ഹോമിൽ ആൺകുട്ടികൾക്കും പെൺകുട്ടികൾക്കുമുള്ള ഹോമുകൾക്കിടയിൽ ഒരു മതിലോ ഒരു മരവേലിയോ പോലുമുണ്ടായിരുന്നില്ല അന്ന്. ഇരുപത്തെട്ട് ഏക്കറിൽ മരക്കൂട്ടങ്ങളുടെയും മൺതിട്ടകളുടേയും വൻ കെട്ടിടങ്ങളുടേയും നിറയെ മറവുകളുള്ള ആ കോമ്പൗണ്ടിൽ ഏതൊരക്രമവാസനയ്ക്കും പ്രോത്സാഹജനകമായ അന്തരീക്ഷവും ഭൂമിശാസ്ത്രവു

മായിരുന്നു. ആ സത്യം അറിഞ്ഞും വിശദമായി പഠിച്ചുമായിരിക്കണം ഒരിക്കൽ ഏറെ പ്രതാപിയെന്നു തോന്നിക്കുന്ന ഒരാൾ എന്നെ സമീപിച്ചത്. ഒരു വലിയ തുക എനിക്ക് സമ്മാനമായി ഓഫർ ചെയ്ത് അയാൾ ആവശ്യപ്പെട്ട കാര്യം കേട്ടപ്പോൾ ഞാൻ വല്ലാതെ ഞെട്ടി. ജുവനൈൽ ഹോമിലെ പെൺകുട്ടികളിൽ ആരെങ്കിലും അവിഹിത ഗർഭം പേറി പ്രസവിച്ചാൽ ആ കുട്ടിയെ വളരെ രഹസ്യമായി അയാൾക്കു നൽകണമെന്നതായിരുന്നു ആവശ്യം.

ഇങ്ങനെ ആവശ്യപ്പെട്ടതിന്റെ അടിസ്ഥാനം എന്താണെന്ന് ആരാഞ്ഞ എനിക്കു കിട്ടിയ മറുപടി ഇങ്ങനെയായിരുന്നു.

‘‘പത്തിരുനൂറ്റമ്പതു പെൺകുട്ടികളില്ലേ സാറേ ഇവിടെ? അതിൽ നൂറു പേരെങ്കിലും ഗർഭധാരണശേഷിയുള്ള പ്രായത്തിലുള്ളവരല്ലേ.. അത്രയും തന്നെ സന്താനോൽപാദനശേഷിയുള്ള ആൺകുട്ടികളും ഇവിടെ കാണില്ലേ.. ഒരേയൊരു മകളുള്ളതു കണ്ണിലെണ്ണയൊഴിച്ച് നോക്കിയിരുന്നു വളർത്തിയിട്ടും അച്ഛനമ്മമാരുടെ കണ്ണുവെട്ടിച്ച് കണ്ടവന്റെ കൂടെക്കിടന്ന് ഗർഭമുണ്ടാക്കുന്ന കാലമാ ഇത്. വാഴച്ചപ്പിന്റെ മറവുമതി, മനസുണ്ടേൽ ഒരു പെണ്ണിന് ഗർഭമുണ്ടാക്കാനെന്നു പണ്ടുള്ളോരു പറഞ്ഞു കേട്ടിട്ടുണ്ട്. അത് സത്യമാ സാറേ. അവരു പറഞ്ഞിട്ടുള്ളതുവെച്ചു നോക്കുമ്പോൾ ഇതിനകത്തു വർഷത്തിലൊരുത്തിയെങ്കിലും ഗർഭം പേറി പ്രസവിക്കുന്നുണ്ടാകണം. നിങ്ങളതിനെ ആർക്കെക്കിലും കൊടുക്കുകയായിരിക്കുമല്ലോ. അങ്ങനെ ഒരെണ്ണത്തിനെ എനിക്കു തരണമെന്നാ ഞാൻ പറഞ്ഞത്...’’

ആ മനുഷ്യന്റെ കരണത്തൊന്നു പൊട്ടിക്കണമെന്ന് തോന്നിയെങ്കിലും ഞാൻ നിയന്ത്രിച്ചു. അയാളെ കുറ്റം പറഞ്ഞിട്ടു കാര്യമില്ല. അന്നത്തെ ജുവനൈൽ ഹോമിന്റെ മേൽനോട്ട സാഹചര്യവും ചുറ്റുപാടും കണ്ടാൽ ആരും അങ്ങനെ ചിന്തിച്ചുപോകും. സൂപ്രണ്ടായ എന്നെ നേരിൽ കാണാതെ വാർഡന്മാരിലാരെയെങ്കിലുമായിരുന്നു അയാൾ കണ്ട് ആ വലിയ സമ്മാനത്തുക ഓഫർ ചെയ്തിരുന്നതെങ്കിൽ തീർച്ചയായും പത്തുമാസം തികയുന്നതിനുള്ളിൽ അയാൾക്കൊരു കുഞ്ഞിനെ കിട്ടുമായിരുന്നു. പണത്തിനുവേണ്ടി എന്തു നീചത്തരവും പ്രവർത്തിക്കാൻ മടിയില്ലാത്ത പലരും ‘ഏടത്തി’ മാരെന്നു വിളിക്കപ്പെടുന്ന വാർഡൻമാരുടെ കൂട്ടത്തിലുണ്ടായിരുന്നു അന്ന്. ട്രേഡ് യൂണിയനിൽ അംഗത്വമുള്ള അവർ കാട്ടിക്കൂട്ടുന്ന തോന്ന്യാസങ്ങൾക്കു തടയിടാൻ സൂപ്രണ്ടുമാർക്ക് കെൽപുണ്ടാകുമായിരുന്നില്ല. അങ്ങനെ എന്തെങ്കിലുമൊരു നടപടിക്ക് സൂപ്രണ്ടോ മറ്റ് മേലധികാരികളോ മുതിർന്നാൽ ഗുണ്ടായിസത്തിലൂടെത്തന്നെ അവരെ ഒതുക്കാൻ യൂണിയനുകൾക്കു മടിയുണ്ടായിരുന്നില്ല. അന്നത്തെ ചങ്കുറപ്പിന്റേയും ദൈവവിശ്വാസത്തിന്റേയും പിൻബലം മാത്രം കൈമുതലാക്കിയാണ് ആ വിധം ജീവന

ക്കാരേയും അവരുടെ സംഘടനയേയും നേരിട്ട് സൂപ്രണ്ടായി ഞാനെന്റെ കർത്തവ്യങ്ങൾ നിർവ്വഹിച്ചത്.

അതിനുദാഹരണമായി ഞാനൊരു സംഭവം കുറിക്കാം.

കോഴിക്കോട് ജുവനൈൽ ഹോമിലെ സ്റ്റാഫിന് ടോയ്‌ലറ്റ് സൗകര്യം ഉണ്ടാക്കിയിരുന്നത് ഓഫീസ് ബ്ലോക്കിൽ നിന്നും വളരെയകലെ പ്ലേ ഗ്രൗണ്ടിനും അപ്പുറത്തായിരുന്നു. ഒരു ദിവസം ഉച്ചകഴിഞ്ഞ് മൂന്നര മണിയോടെ മൂത്രശങ്ക തീർക്കാൻ ഞാൻ അങ്ങോട്ടു പോകുകയായിരുന്നു.

യാതൊരു തണലുമില്ലാതെ വെയിൽ കത്തി നിൽക്കുന്ന ഗ്രൗണ്ടിന്റെ ഒരു ഭാഗത്ത് ഒരു കുട്ടി വീണു കിടക്കുന്നു. ശിക്ഷയുടെ ഭാഗമായി ഏതെങ്കിലും വാർഡൻ അവനെ അങ്ങനെ വെയിലിൽ കിടത്തിയിരിക്കുകയാണെന്നാണ് ഞാനാദ്യം കരുതിയത്. എന്തായാലും അവന്റെ അടുത്തുചെന്ന് കാര്യമെന്താണെന്ന് അന്വേഷിക്കാമെന്ന തോന്നൽ എനിക്കുണ്ടായി. അവൻ വല്ലാതെ വിറയ്ക്കുന്നുണ്ടെന്ന് അടുത്ത് ചെന്നപ്പോൾ എനിക്ക് മനസ്സിലായി. ഞാനടുത്തെത്തിയിട്ടും അവനിൽ യാതൊരു പ്രതികരണവുമില്ല. വിറച്ചുകൊണ്ട് അങ്ങനെ തന്നെ കിടക്കുകയാണ് അവൻ. തൊട്ടുനോക്കിയപ്പോൾ കൈപൊള്ളുന്ന ചൂട്. അവന് നല്ല പനിയാണെന്ന് എനിക്ക് ബോദ്ധ്യമായി. അന്ന് ഹോമിൽ അഞ്ചു ഡിവിഷനുകളായി തിരിച്ചാണ് കുട്ടികളെ പരിപാലിച്ചിരുന്നത്. ഓരോ ഡിവിഷനും ഓരോ നിറമാണ് പേരായി നൽകിയിരിക്കുന്നത്. ഗ്രീൻ ഹോം... ബ്ലൂ ഹോം... യെല്ലോ ഹോം... അങ്ങനെ അവൻ ഏതു ഹോമാണെന്നു യൂണിഫോം മൂലം തിരിച്ചറിഞ്ഞ ഞാൻ ആ ഹോമിന്റെ കെയർടേക്കറായ വാർഡനെ വിളിച്ചു വരുത്തി. അയാളുടെ സഹായത്തോടെ ഞാനാ കുട്ടിയെ ഗ്രൗണ്ടിൽ നിന്നും ഹോമിന്റെ വരാന്തയിലെത്തിച്ചു. ആ കുട്ടിക്ക് കടുത്ത പനിയായതുകൊണ്ട് എത്രയും പെട്ടെന്ന് ഹോസ്പിറ്റലിലെത്തിക്കണമെന്ന ചിന്ത എനിക്കുണ്ടായി. അന്ന് ജുവനൈൽ ഹോമിന് സ്വന്തമായി വാഹനമില്ല. ഓട്ടോറിക്ഷയോ ടാക്സിയോ വിളിച്ചുവേണം അവനെ ആശുപത്രിയിലെത്തിക്കാൻ. അവന്റെ ഹോമിന്റെ ചുമതലക്കാരനായ വാർഡനോട് വേഗം ഒരു വണ്ടി വിളിച്ച് അവനെ മെഡിക്കൽ കോളേജിലെത്തിക്കാൻ നിർദ്ദേശിച്ചു. വാർഡൻ വാഹനവുമായി വരുന്ന നേരത്തിന് ഞാനെന്റെ മൂത്രശങ്ക തീർക്കാൻ ടോയ്‌ലറ്റിലേക്ക് പോയി. തിരിച്ച് ആ കുട്ടിയുടെ അടുത്തേക്ക് വരുമ്പോൾ ആ വാർഡൻ അവിടെത്തന്നെ ചുറ്റിപ്പറ്റി നിൽക്കുന്നു. വാഹനം വിളിക്കാൻ പോകാത്തതെന്താണെന്ന എന്റെ ചോദ്യത്തിന് അയാൾ പറഞ്ഞ മറുപടി 'അല്പം കഴിഞ്ഞോട്ടെ സാറേ' എന്നായിരുന്നു.

‘അതെന്താ... വണ്ടി വിളിക്കാൻ പോകാൻ നല്ല സമയം നോക്കണോ?‘ ദേഷ്യം വന്നു എനിക്ക്.

കൈത്തണ്ടയിലെ വാച്ചുയർത്തി എന്റെ നേർക്കു കാട്ടിക്കൊണ്ട് അയാളെന്നോടൊരു ചോദ്യം.‘ ഇപ്പോൾ സമയമെത്രയായി.?‘

ഞാൻ നോക്കി. അയാളുടെ വാച്ചിൽ സമയം നാലുമണിയായിരിക്കുന്നു. എന്റെ വാച്ചിലും ആ സമയം തന്നെ.

ഞാനയാളോടു മറുപടി പറഞ്ഞു. ‘ഇപ്പോൾ സമയം 4 മണി.‘

‘ആണല്ലോ.. എന്റെ ഡ്യൂട്ടി സമയം നാലര മണി വരെയാണ്. നാലരമണിക്ക് അടുത്ത ഡ്യൂട്ടിക്കാരൻ വരും. അയാൾ വന്ന് വണ്ടി വിളിച്ച് ഇവനെ ആശുപത്രിയിൽ കൊണ്ടുപോകട്ടെ. ഞാനിപ്പോൾ ഇവനെയും കൊണ്ട് പോയാൽ നാലര മണിക്ക് ആശുപത്രിയിൽ കാണിച്ചിട്ട് എനിക്കു വീട്ടിൽ പോകാൻ പറ്റില്ല.‘

അയാൾ തിരിഞ്ഞു നടന്നു കഴിഞ്ഞു. കലശലായ ദേഷ്യത്തോടെ ഞാനയാളെ തിരിച്ചു വിളിച്ചു.

‘എടോ... തന്റെ കുട്ടിയാണ് ഇങ്ങനെ പനിച്ചു വിറച്ചു കിടക്കുന്നതെങ്കിൽ താനിങ്ങനെ സമയകൃത്യത പറയുമോ?

‘ഇവനെന്റെ മകനല്ലല്ലോ?‘

അയാൾ വീണ്ടും തിരിഞ്ഞു നടന്നു. ദേഷ്യത്തോടെ ഞാനലറി.

‘താൻ വകുപ്പൊന്നും പറയണ്ട... വേഗം പോയി വണ്ടിവിളിച്ചുകൊണ്ടു വാ..‘

‘പറ്റില്ല സാറേ... നാലരമണിക്ക് ഒരു മിനിറ്റുപോലും കൂടുതൽ ജോലി ചെയ്യാൻ ഞാൻ ബാദ്ധ്യസ്ഥനല്ല. നാലരമണിവരെ എനിക്ക് ഇവിടെ വേറേ ജോലിയുണ്ട്.‘

ധിക്കാരത്തോടെ അയാൾ അവിടെ നിന്നു നടന്നു കഴിഞ്ഞു.

മറ്റൊരു ഹോമിന്റെ വാർഡനെ വിളിച്ചുവരുത്തി വാഹനം ഏർപ്പാടാക്കി ഞാൻ ആ കുട്ടിയെ ആശുപത്രിയിലെത്തിച്ചു. പുറപ്പെടും മുമ്പേ കലശലായ പനി ബാധിച്ച ഒരു കുട്ടിയെ ജുവനൈൽ ഹോമിൽ നിന്ന് അങ്ങോട്ടു കൊണ്ടുവരുന്നുണ്ടെന്ന് വിളിച്ചു പറയുകയും ചെയ്തു. അത

നുസരിച്ച് അവിടുത്തെ ഡ്യൂട്ടി ഡോക്ടർ അടിയന്തരപരിചരണം നൽകാൻ തയ്യാറായി അവിടെ കാത്തുനിന്നു.

എത്തിച്ച ഉടൻ തന്നെ കുട്ടിയെ സ്കാനിംഗിനു വിധേയനാക്കി. കുട്ടിക്ക് അപ്പൻഡിക്സ് വല്ലാതെ വീർത്തു കഴിഞ്ഞുവെന്നും അതുടനേ പൊട്ടുമെന്നും അങ്ങനെ പൊട്ടിക്കഴിഞ്ഞാൽ കുട്ടിയുടെ നില അതീവ ഗുരുതരമാകുമെന്നും അതിനു മുമ്പ് സർജറി ചെയ്യേണ്ടതുണ്ടെന്നും ഡോക്ടർ അറിയിച്ചു.

സർജറിക്കു സമ്മതിച്ചു ഒപ്പിട്ടു കൊടുക്കേണ്ട ഉത്തരവാദിത്വം എനിക്കാണ്. ഞാൻ ഒപ്പിട്ടു കൊടുത്തു. കുട്ടിയെ തീയറ്ററിലേക്കു കയറ്റാൻ തുടങ്ങുമ്പോഴാണ് ഒരു നേഴ്സിന്റെ അറിയിപ്പ്.

കുട്ടിയുടെ ബ്ലഡ് ഗ്രൂപ്പ് ഒ പോസീറ്റാവാണ്. ആശുപത്രി ബ്ലഡ് ബാങ്കിൽ ആ ഗ്രൂപ്പ് സ്റ്റോക്കില്ല.

അതൊരു പ്രതിസന്ധിയായി എനിക്കു തോന്നിയില്ല. കാരണം എന്റെ ഗ്രൂപ്പും ഒ പോസിറ്റീവാണ്. ആരോഗ്യവാനായ എനിക്ക് ആ കുട്ടിയുടെ സർജറിക്ക് ആവശ്യമായത്ര ബ്ലഡ് നൽകുന്നതിൽ യാതൊരു പ്രശ്നവുമില്ല.

ഞാനക്കാര്യം നേഴ്സിനെ അറിയിച്ചതും അവരെന്നോടു ചോദിച്ചു.

'സാറിന് വയസ്സെത്രയുണ്ട്?'

'അമ്പത്തിരണ്ട്.'

''സോറി സാർ... അമ്പതു വയസ്സിനുമേൽ പ്രായമുള്ളവരുടെ ബ്ലഡ് എടുക്കാൻ നിയമമില്ല.. സെയിം ഗ്രൂപ്പുള്ള ആരെയെങ്കിലും ഉടനേ എത്തിക്കണം. അമ്പതുവയസ്സിൽ താഴെയുള്ളവരായിരിക്കണം.'' നഴ്സ് നിർദ്ദേശിച്ചു. ഞാൻ ധർമ്മ സങ്കടത്തിലായി.

ജുവനൈൽ ഹോമിൽ പ്രസ്തുത ബ്ലഡ് ഗ്രൂപ്പുള്ള കുട്ടികൾ ഏറെപ്പേരുണ്ട്. അടിയന്തിരമായി അവരിൽ ആരെയെങ്കിലും എത്തിച്ച് പ്രശ്നം പരിഹരിക്കാം. അപ്പോഴുമുണ്ടായി നിയമപ്രതിസന്ധി.

പതിനെട്ടുവയസ്സ് പൂർത്തിയാകാത്തവരിൽ നിന്നും ബ്ലഡ് എടുക്കാൻ നിയമമില്ല.

ഞാൻ പതറിപ്പോയ നിമിഷമായിരുന്നു അത്.

ദൈവമേ.. ആ കുട്ടിയുടെ ജീവൻ ആപത്തുണ്ടാകാതെ കാക്കണേ. അങ്ങനെ പ്രാർത്ഥിക്കാനേ എനിക്കപ്പോൾ ആകുമായിരുന്നുള്ളൂ. അപ്പോഴാണ് ഒരാൾ വന്നറിയിച്ചത്.

മെഡിക്കൽ കോളേജ് ആശുപത്രി പരിസരത്ത് പ്രതിഫലം വാങ്ങി രക്തദാനം നടത്തുന്ന ഒട്ടേറെപ്പേരുണ്ടെന്ന്. അവരിലൊരാളെ ഉടനെത്തിക്കാം.

ജുവനൈൽ ഹോം അന്തേവാസികളുടെ ചികിത്സയ്ക്കായി പ്രത്യേക ഫണ്ടൊന്നും അന്ന് അനുവദിച്ചിരുന്നില്ല. ഗവണ്മെന്റ് ആശുപത്രിയിലെ സൗജന്യ ചികിത്സ മാത്രമേ അവർക്കനുവദിച്ചിരുന്നുള്ളൂ. ഇപ്പോൾ കുട്ടിക്ക് വില കൊടുത്തു രക്തം വാങ്ങുകയാണെങ്കിൽ ആ തുക എന്റെ കൈയിൽ നിന്നു തന്നെ കൊടുക്കണം.

ഒരു കുട്ടിയുടെ ജീവനല്ലേ... അയാൾ ചോദിച്ച തുക കൊടുക്കാൻ ഞാൻ തയ്യാറായി.

രക്തദാനത്തിനായി വന്നയാൾ ബഡ്ഡിൽ കിടന്നു.

അയാളുടെ കൈയിലേക്ക് നീഡിൽ കയറ്റുന്നതിന് മുമ്പേ ആ നേഴ്സ് ഓടിവന്ന് എന്നെ അറിയിച്ചു.

'സാർ... ബ്ലഡ് ബാങ്കിൽ ഒ പോസിറ്റീവ് ബ്ലഡ് ഇപ്പോൾ എത്തിയിട്ടുണ്ട്.' വേഗം പോയി അത് കളക്ട് ചെയ്തുകൊണ്ടുവരൂ.'

ഞാൻ ബ്ലഡ് ബാങ്കിലേക്കോടി. ബ്ലഡ് കളക്ട് ചെയ്ത് ഓപ്പറേഷൻ തീയറ്ററിലെത്തിച്ചു.

രാത്രി 12 മണിയോടെ കുട്ടിയുടെ ഓപ്പറേഷൻ നടന്നു. അവന്റെ ജീവന്റെ കാര്യത്തിൽ ഇനി ആശങ്കപ്പെടേണ്ടതില്ലെന്ന് ഡോക്ടർ അറിയിച്ചതോടെ എനിക്ക് സമാധാനമായി.

വെളുപ്പിന് മൂന്നുമണിയായപ്പോൾ ഞാൻ ആശുപത്രിയിൽ നിന്നു മടങ്ങി. നേരേ ഓഫീസിലേക്കാണ് ഞാൻ വന്നത്. സൂപ്രണ്ടിന്റെ ഓർഡർ അനുസരിക്കാതെ കൃത്യം നാലരയ്ക്ക് ഡ്യൂട്ടി തീർത്ത് വീട്ടിലേക്കു മടങ്ങിയ വാർഡന് സസ്പെൻഷനുള്ള ഓർഡർ ഞാൻ തന്നെ ടൈപ്പ് ചെയ്ത് തയ്യാറാക്കി വച്ച് റൂമിലേക്ക് മടങ്ങി.

പിറ്റേന്നു രാവിലെ എട്ടര മണിക്ക് അയാൾ ഡ്യൂട്ടിക്ക് വരുമ്പോൾ സസ്പെൻഷൻ ഓർഡർ നൽകാൻ പത്തുമണിക്ക് ഓഫീസിലെത്തേണ്ട

ഞാൻ എട്ടരയായപ്പോൾ തന്നെ ഓഫിസിലെത്തി അയാളേയും കാത്ത് കുത്തിയിരുന്നു.

തലേ രാത്രിയിലെ ഉറക്കച്ചടവും വാർഡനോടുള്ള ദേഷ്യവും മൂലം എന്റെ കണ്ണുകളിൽ രക്തഭാവമായിരുന്നു.

എന്നാൽ എട്ടരമണിക്ക് ഡ്യൂട്ടിക്കു കയറേണ്ട ആ വാർഡൻ ഒമ്പതരയായപ്പോഴാണ് എത്തുന്നത്.

'എന്താ ഇയാൾ ഇത്ര താമസിച്ചത്?' എന്ന ചോദ്യത്തിന് 'ഞാൻ യൂണിയൻ ഓഫീസിൽ പോയിരിക്കുകയായിരുന്നു' എന്ന മറുപടി കിട്ടി.

'എന്തിനാ യൂണിയൻ ഓഫീസിൽ പോയത്?'

'ഡ്യൂട്ടി ടൈം കഴിഞ്ഞും എന്നെ ഡ്യൂട്ടി തുടരാൻ നിർബന്ധിച്ച സൂപ്രണ്ടിന്റെ നടപടിക്കെതിരെ പരാതിപ്പെടാൻ.'

'എന്നിട്ടു പരാതിപ്പെട്ടോ?'

'പരാതിപ്പെട്ടു. സൂപ്രണ്ടിന്റെ നിയമലംഘനത്തെക്കുറിച്ചന്വേഷിക്കാൻ യൂണിയന്റെ ആൾക്കാർ ഒരു മണിക്കൂറിനകം ഇങ്ങോട്ടു വരും.' ധാർഷ്ട്യത്തോടെ അയാൾ പ്രതികരിച്ചു.

'ശരി... അവര് വരട്ടെ.. അതിനു മുമ്പ് ഇയാൾ ഈ സസ്പെൻഷൻ ഓർഡറിലൊന്ന് ഒപ്പിട്ടു കൈപ്പറ്റിയാട്ടെ.'

'സസ്പെൻഷനോ... ഞാനെങ്ങും ഒപ്പിടുകേല.. ഞാൻ ഡ്യൂട്ടിക്കു കേറാൻ പോകുകയാ..'

'സസ്പെൻഷൻ ഓർഡർ തയ്യാറാക്കിയ സ്ഥിതിക്ക് അതു കൈപ്പറ്റാതെ ജോലിക്ക് കേറുന്നത് നിയമവിരുദ്ധമാണ്. ഞാൻ പോലീസിൽ റിപ്പോർട്ട് ചെയ്യും. ഒരു അറസ്റ്റ് ഒഴിവാക്കണമെങ്കിൽ മാന്യമായി ഒപ്പിട്ട് സസ്പെൻഷൻ ഓർഡർ കൈപ്പറ്റുക.'

തെല്ലും അയവില്ലാതെ ഞാൻ പറഞ്ഞു.

ഒപ്പിട്ടു വാങ്ങിയ സസ്പെൻഷൻ ഓർഡറും കൈയിൽ പിടിച്ച് അയാൾ ഓഫീസ് വരാന്തയിൽ കാത്തു നിന്നു. യൂണിയന്റെ ആൾക്കാർ വന്നെത്തുന്നതും കാത്ത്.

അയാൾ അറിയിച്ച പ്രകാരം ഒരു മണിക്കൂറിനുള്ളിൽ യൂണിയൻ പ്രതിനിധികളെത്തി. സ്ഥലത്തെ ഒരു രാഷ്ട്രീയ നേതാവും യൂണിയന്റെ സെക്രട്ടറിയുമായിരുന്നു എന്നെ വിചാരണ ചെയ്യാനെത്തിയത്.

'ഡ്യൂട്ടി സമയം കഴിഞ്ഞ് ഡ്യൂട്ടി ചെയ്യാൻ ഒരു ജീവനക്കാരനെ നിർബന്ധിക്കുന്നത് നിയമപ്രകാരം കുറ്റമാണെന്ന് സാറിനറിയാമോ?' അവർ വിചാരണ ആരംഭിച്ചു.

'അറിയാം.' ഞാൻ പതിഞ്ഞ സ്വരത്തിൽ മറുപടി പറഞ്ഞു.

'ഡ്യൂട്ടി സമയം കഴിഞ്ഞ് ഡ്യൂട്ടി ചെയ്യാൻ ഞനാരെയും നിർബന്ധിച്ചില്ലല്ലോ... അല്ല... ആരെയാ ഞാനങ്ങനെ നിർബന്ധിച്ചത്?'

യൂണിയൻ നേതാക്കൾ പുറത്തു കാത്തുനിന്ന വാർഡനെ അകത്തേക്കു വിളിച്ചുകയറ്റി.

ഞാനയാളോടു ചോദിച്ചു.

'എപ്പോഴാണു ഇയാളുടെ ഡ്യൂട്ടി സമയം തീരുന്നത്?'

'നാലരമണിക്ക്.'

'നാലരമണിക്ക് ശേഷം എന്റെ നിർബന്ധപ്രകാരം ഇയാൾ എത്രമണിക്കൂർ ഡ്യൂട്ടി ചെയ്തു?'

വാർഡനു മിണ്ടാട്ടമില്ല.

ഞാൻ നിർബന്ധിച്ചു.

'പറയൂ... നിയമലംഘനം നടത്തി ഞാൻ നിർബന്ധിച്ച പ്രകാരം നാലരമണിക്കു ശേഷം നിങ്ങൾ എത്ര മണിക്കൂർ ജോലി ചെയ്തു?'

യൂണിയന്റെ സെക്രട്ടറിയും ആ ചോദ്യം അയാളോടാവർത്തിച്ചു.

മറുപടി പറയാതെ നിവൃത്തിയില്ലെന്നായപ്പോൾ അയാൾ പറഞ്ഞു.

'നാലരമണിക്കു ശേഷം ഡ്യൂട്ടി ചെയ്തില്ല. വീട്ടിൽ പോയി.'

ഞാൻ വീണ്ടും ചോദിച്ചു.

'എത്ര മണിക്കാണ് സുഖമില്ലാത്ത കുട്ടിയെ വണ്ടി വിളിച്ച് ആശുപത്രിയിൽ കൊണ്ടുപോകണമെന്ന് ഞാൻ നിങ്ങളോടാവശ്യപ്പെട്ടത്?'

‘നാലു മണിക്ക്...’ വാർഡൻ പറഞ്ഞു.

‘എന്നിട്ട് നിങ്ങൾ കുട്ടിയെ ആശുപത്രിയിൽ കൊണ്ടുപോയോ?‘

‘ഇല്ല.‘

‘അപ്പോൾ ഡ്യൂട്ടി സമയത്ത് സുപ്പീരിയർ ഓഫീസറായ സൂപ്രണ്ടിന്റെ നിർദ്ദേശം നിങ്ങൾ അനുസരിച്ചില്ല... ശരിയല്ലേ.?‘

വാർഡന്റെ മറുപടി മൗനം.

ഞാൻ തുടർന്നു പറഞ്ഞു. ‘ആ അനുസരണക്കേടു കൊണ്ടു മാത്രമല്ല നിങ്ങളുടെ സസ്പൻഷൻ... അതീവ ഗുരുതരമായ രോഗാവസ്ഥയിൽ ആയിരുന്ന ഒരു കുട്ടിയുടെ ജീവൻ രക്ഷിക്കാൻ നിങ്ങൾ കാണിച്ച അലംഭാവത്തിനു കൂടിയാണ് സസ്പെൻഷൻ. എന്താ നേതാക്കളുടെ അഭിപ്രായം? എന്റെ പ്രവൃത്തി നിയമലംഘനമാണോ?’

അനുയായിക്കു നേരേ രൂക്ഷമായ ഒരു നോട്ടം മറുപടിയാക്കി യൂണിയൻ നേതാക്കൾ ഓഫീസിൽ നിന്നിറങ്ങിപ്പോയി.

ആ സസ്പെൻഷന്റെ പേരിൽ വാർഡന്റെ രണ്ടോ മൂന്നോ ഇൻക്രിമെന്റ് കട്ട് ചെയ്യാമായിരുന്നെങ്കിലും ഒരു ഇൻക്രിമെന്റ് മാത്രം കട്ട് ചെയ്ത് ഞാനയാളുടെ സസ്പെൻഷൻ പിൻവലിച്ചു.

പിന്നെയൊരിക്കലും അയാൾ ജോലിയിൽ ഒരു സസ്പെൻഷനുള്ള വീഴ്ച വരുത്തിയിട്ടില്ല.

18.മൺപാതകത്തിനുള്ളിൽ മറഞ്ഞു കിടന്ന രഹസ്യം

എന്റെ റിട്ടയർമെന്റ് കാലാവധിക്ക് മൂന്നോ നാലോ വർഷം മുമ്പു നടന്ന സംഭവമാണിത്.

ജുവനൈൽ മജിസ്ട്രേറ്റ് കോടതിയിൽ അന്ന് പോലീസ് ഹാജരാക്കിയത് ഒരു പതിന്നാലു വയസ്സുകാരനെയാണ്. കൊലപാതകക്കുറ്റമാണ് അവന്റെ പേരിൽ ചാർത്തപ്പെട്ടിരിക്കുന്നത്.

കേവലം പതിന്നാലു വയസ്സുള്ള ഒരു ബാലൻ കൊലപാതകിയാകുകയോ?

എന്താണു സത്യമെന്നറിയാനുള്ള ജിജ്ഞാസ എന്റെ മനസ്സിൽ തിളച്ചു.

കൗമാരം കഴിഞ്ഞിട്ടില്ലാത്ത പല കുട്ടികളും കൊലപാതകക്കേസിൽ ജുവനൈൽ ഹോമിൽ ശിക്ഷിക്കപ്പെട്ടു കഴിയുന്ന ചരിത്രം പരിചിതമായ എനിക്ക് ഈ കുട്ടിയെ കണ്ടപ്പോൾ മറ്റൊരു മനുഷ്യനെ കൊലപ്പെടുത്താനുള്ള കായികശേഷി ഇവനെങ്ങനെ ഉണ്ടായി എന്ന് സംശയമായിരുന്നു. എനിക്ക് അവന്റെ മുഖം ശ്രദ്ധിച്ചപ്പോൾ തോന്നിയത് ഇത്ര നിഷ്ക്കളങ്കമായ മുഖമുള്ള ഇവന്റെ മനസ്സിൽ ഒരു കൊലപാതകിക്കു വേണ്ട ആത്മധൈര്യം അശ്ശേഷം ഇല്ല എന്നാണ്.

അതുകൊണ്ടുതന്നെ അവന്റെ വിചാരണ നടക്കുന്നത് നേരിൽ കാണണമെന്ന് ഞാനുറപ്പിച്ചു. സാധാരണ അങ്ങനെയുള്ള വിചാരണ നടക്കുമ്പോൾ ജുവനൈൽ ഹോം സൂപ്രണ്ടിന്റെ സാന്നിദ്ധ്യം ഉണ്ടാകണമെന്ന് നിബന്ധനയൊന്നുമില്ല. അതിനാൽ സൂപ്രണ്ട് ഇങ്ങനെയുള്ള വിചാരണയിൽ സംബന്ധിക്കാറുമില്ല.

ഈ പതിന്നാലു വയസുകാരൻ പയ്യന്റെ പേര് രവി. ഇടുക്കി ജില്ലയിലെ ഒരുൾനാടൻ ഗ്രാമവാസി. കുടിയേറി വെട്ടിപ്പിടിച്ച രണ്ടുമൂന്നേക്കർ സ്ഥലത്ത് ഏലവും കുരുമുളകും മരച്ചീനിയും ഇഞ്ചിയുമൊക്കെ കൃഷി ചെയ്ത് അവന്റെ അച്ഛൻ കൃഷ്ണപ്പൻ തരക്കേടില്ലാത്തവിധം കുടുംബം പുലർത്തിക്കൊണ്ടിരുന്നു. കൃഷ്ണപ്പന്റെ കുടുംബമെന്നാൽ ഭാര്യ വിമലയും മകൻ രവിയും പിന്നെ കൃഷ്ണപ്പനും. രവിക്ക് ഇളയതായി ഒരു കുട്ടി കൂടിയുണ്ടായിരുന്നു. പത്തു വയസ്സുള്ളപ്പോൾ കാട്ടുമരത്തിൽ തേനെടുക്കാൻ കയറി താഴെ വീണ് അവൻ മരിച്ചു. അവന്റെ മരണം നടന്ന് രണ്ടു വർഷം കഴിഞ്ഞപ്പോൾ കൃഷ്ണപ്പനും മരിച്ചു. സാധാരണ രീതിയിലുള്ള ഒരു പനി വന്നു. അടുത്തുള്ള ഗവ. ആശുപത്രിയിൽ ചികിത്സ തേടിയെങ്കിലും ഫലമുണ്ടായില്ലത്രേ.

രവിയുടെ അമ്മ വിമല സാമാന്യം സൗന്ദര്യമുള്ള സ്ത്രീയായിരുന്നു. നന്നേ ചെറുപ്പത്തിൽ തന്നെ വിവാഹിതയായതുമൂലം കൃഷ്ണപ്പനുമായി പതിമൂന്നു വർഷത്തെ ദാമ്പത്യത്തിനു ശേഷം വിമലയ്ക്ക് വയസ് മുപ്പതേ ആയിരുന്നുള്ളൂ.

ഭർത്താവിന്റെ മരണ ശേഷം രവിയെ വളർത്തുകയെന്ന ഉത്തരവാദിത്വം വിമലയുടെ ചുമലിലായി. പറമ്പിൽ നിന്ന് കാർഷികവിളകളുടെ ആദായം കിട്ടിയിരുന്നതുകൊണ്ട് അതത്രവലിയ ബാലികേറാ മലയായി വിമലയ്ക്കു തോന്നിയില്ല. കാട്ടുകല്ലുകളും മണ്ണും ഉപയോഗിച്ചുണ്ടാക്കിയ വീട് ചെറിതായിരുന്നെങ്കിലും അമ്മയ്ക്കും മകനും സുരക്ഷിതമായി ജീവിക്കാൻ അത് പര്യാപ്തമായിരുന്നു.

കൃഷ്ണപ്പന്റെ മരണശേഷം സുന്ദരിയായ വിമലയെ രണ്ടാം വിവാഹത്തിനു തയ്യാറായി പല പുരുഷന്മാരും സമീപിച്ചു. അത്ര ലോലഹൃദയയൊന്നുമായിരുന്നില്ല വിമല. വിവാഹ വാഗ്ദാനവുമായി വന്ന പുരുഷന്മാരെയൊക്കെ അവൾ വിലക്കിയകറ്റി.

ഇഞ്ചിയുടെ വിളവെടുപ്പ് കാലമായപ്പോൾ വിമല ഒരു കച്ചവടക്കാരനെ കണ്ടെത്തി. അയാളുടെ പേര് ബീരാൻ. പ്രായം അമ്പതിനോടടുത്തു വരും. ഇഞ്ചിക്കണ്ടത്തിൽ നിന്നും പറിച്ചുകൂട്ടിയ ഇഞ്ചി മുഴുവൻ എട്ടുപത്തു ചാക്കുകളിലായി കെട്ടി അയാൾ വിമലയുടെ വീടിനോടു ചേർന്നുള്ള ഷെഡ്ഡിൽ സൂക്ഷിച്ചു. അടുത്ത ദിവസം വണ്ടിയുമായി വന്ന് കൊണ്ടുപൊയ്ക്കൊള്ളാമെന്ന് പറയുകയും ചെയ്തു. ഇഞ്ചിയുടെ വില ബാക്കി കൊടുക്കാനുള്ളതും അപ്പോൾ കൊടുക്കും. എന്നാൽ പിറ്റേ ദിവസം അവിടെയെത്തിയ ബീരാൻ ഇഞ്ചിയുടെ ബാക്കി കൊടുക്കാനുള്ള തുകയുടെ പാതിയേ കൊണ്ടുവന്നുള്ളൂ. കിട്ടാനുള്ള തുക മുഴുവൻ കിട്ടാതെ ഇഞ്ചികൊണ്ടുപോകേണ്ടെന്ന് വിമല കട്ടായം പറഞ്ഞു. ഒടുവിൽ ബീരാൻ രണ്ടുമൂന്നു ദിവസത്തിനുള്ളിൽ ബാക്കി പണം കൂടി തന്നിട്ടേ ഇഞ്ചി കൊണ്ടുപോകുന്നുള്ളു എന്ന് അറിയിച്ചു.

അപ്പോഴേക്ക് മഴ ശക്തിയായി പെയ്തു തുടങ്ങി. മഴയുടെ ശക്തി കുറഞ്ഞിട്ട് അവിടെ നിന്നും പോയാൽ മതിയെന്ന് പറഞ്ഞ വിമല മഴ നനയാതെ വീടിന്റെ തിണ്ണയിലേക്കു കയറി നിന്നുകൊള്ളാൻ ബീരാനെ അനുവദിച്ചു. സ്കൂളിൽ പോയിരിക്കുകയായിരുന്ന രവി മടങ്ങിയെത്തേണ്ട സമയമായിരുന്നതിനാൽ അവൻ ഉടനേ എത്തുമെന്ന പ്രതീക്ഷയുണ്ടായിരുന്നു വിമലയ്ക്ക്.

ഏറെ സമയം കാത്തുനിന്നിട്ടും മഴ കുറഞ്ഞില്ല. രവിയും വന്നില്ല. ബീരാൻ കാത്തു നിൽപ്പ് അവസാനിപ്പിച്ച് തിണ്ണിയിലേക്കിരുന്നു. സഹതാപം തോന്നിയ വിമല അയാൾക്കിരിക്കാൻ ഒരു തടി സ്റ്റൂൾ ഇട്ടുകൊടു

ത്തെങ്കിലും താഴെ ഇരുന്നോളാം എന്നു പറഞ്ഞ് താഴെത്തന്നെ അയാൾ ഇരുപ്പ് ഉറപ്പിച്ചു.

അല്പനേരം കഴിഞ്ഞപ്പോൾ അയാൾ വിമലയോട് ഒരു ഗ്ലാസ് ആവശ്യപ്പെട്ടു. ഇറയത്തുനിന്നും മഴവെള്ളം പിടിച്ചുകുടിക്കാനാണെന്നാണ് അയാൾ പറഞ്ഞത്. വിമല അകത്തേക്കു പോയി ഗ്ലാസിൽ വെള്ളവുമായി വന്നു. അപ്പോഴേക്കും ബീരാൻ എളിച്ചൊരുകിൽ നിന്നും തിരുകി വെച്ചിരുന്ന ചെറിയ കുപ്പി പുറത്തെടുത്തു. കുപ്പിയിൽ വാറ്റു ചാരായമായിരുന്നു. മദ്യപാനമാണ് അയാളുടെ ലക്ഷ്യമെന്ന് മനസ്സിലാക്കിയ വിമല അകത്തു കയറി വാതിലടച്ചു കുറ്റിയിട്ടു. ഏറെ നേരം കഴിഞ്ഞ് മഴയിൽ നനഞ്ഞു കുതിർന്ന് രവി വന്നപ്പോഴാണ് വിമല വാതിൽ തുറന്നത്. അവന്റെ കൈയിൽ കുട ഉണ്ടായിരുന്നെങ്കിലും മഴയുടെ ശക്തിയും കാറ്റും കൂടിയായപ്പോൾ അവൻ മഴയിൽ നനയുകയായിരുന്നു.

രവി വന്ന് ഏറെ നേരം കഴിഞ്ഞിട്ടും മഴ കുറഞ്ഞില്ല.

ചാരായക്കുപ്പി കാലിയായതോടെ ബീരാൻ അതു മുറ്റത്തേക്കു വലിച്ചെറിഞ്ഞ് തിണ്ണയിലേക്ക് മലർന്നു വീണു.

രവിയുടെ കുട നൽകി അയാളെ പറഞ്ഞു വിടാൻ വിമല ശ്രമം നടത്തിയെങ്കിലും 'എനിക്കിനിയിന്ന് നടന്നുപോകാൻ മേല കുഞ്ഞേ' എന്ന് പറഞ്ഞ് അവിടെത്തന്നെ കിടന്നു ബീരാൻ.

രാത്രിയായപ്പോൾ മഴ കുറഞ്ഞെങ്കിലും ബീരാൻ കിടന്നിടത്തു നിന്ന് എഴുന്നേറ്റില്ല. ആ രാത്രി അയാൾ ആ വീടിന്റെ തിണ്ണയിൽത്തന്നെ കഴിച്ചുകൂട്ടി.

വീടിന്റെ വാതിലുകൾക്ക് ബലമുള്ള കുറ്റി ഉണ്ടായിരുന്നതുകൊണ്ട് വിമല വാതിലുകളെല്ലാം നന്നായി ബന്ധിച്ച് മകനുമായി വീടിനുള്ളിൽ കിടന്നുറങ്ങി.

ബീരാനെക്കൊണ്ട് ശല്യമെന്തെങ്കിലും ഉണ്ടാകുമോയെന്ന ഭയം വിമലയ്ക്കുണ്ടായിരുന്നെങ്കിലും രാത്രി അയാളെക്കൊണ്ട് ഒരു ശല്യവുമുണ്ടായില്ല. രാവിലെ എഴുന്നേറ്റ്, വിമലയ്ക്ക് അസ്വാരസ്യം ഉണ്ടാക്കിയതിൽ ക്ഷമ പറഞ്ഞാണ് ബീരാൻ പോയത്.

പറഞ്ഞതുപോലെ രണ്ടു ദിവസം കഴിഞ്ഞ് ബാക്കി കൊടുക്കാനുള്ള പണം മുഴുവൻ കൊടുത്ത് ബീരാൻ ഇഞ്ചി എടുത്തുകൊണ്ടുപോയി. പോകുന്നതിനു മുമ്പ് അയാൾ ഒരു കാര്യം കൂടി ചെയ്തു. എളിച്ചൊരു

കിൽ തിരുകിയിരുന്ന ചാരായത്തിന്റെ ഒരു നിറ കുപ്പി 'ഇത് കുഞ്ഞിനിരിക്കട്ടെ' എന്ന് പറഞ്ഞ് തിണ്ണയിലെടുത്തുവെച്ചു.

കൃഷ്ണപ്പനുണ്ടായിരുന്നപ്പോൾ വല്ലപ്പോഴുമൊക്കെ അവർ വീട്ടിൽ വാറ്റുചാരായമുണ്ടാക്കുമായിരുന്നു. കൃഷ്ണപ്പനോടൊപ്പമിരുന്ന് വിമലയും അത് അല്പസ്വല്പമൊക്കെ അകത്താക്കുകയും ചെയ്യുമായിരുന്നു.

ബീരാൻ പോയിക്കഴിഞ്ഞപ്പോൾ വിമല ചാരായക്കുപ്പി തുറന്ന് അതൊന്നു രുചിച്ചു നോക്കി. സാധനം തരക്കേടില്ലെന്നു തോന്നി. രവി സ്കൂളിൽ നിന്നും വരുന്നതിനു മുമ്പ് വിമല സാമാന്യം നല്ല രീതിയിൽ മദ്യപാനം നടത്തി. ബീരാന്റെ സംഭാവന വിമലയ്ക്കു സുഖിച്ചു.

ഒരാഴ്ച കഴിഞ്ഞ് ഒരുച്ചതിരിഞ്ഞ നേരം ബീരാൻ വീണ്ടും വിമലയുടെ വീട്ടിലെത്തി. അന്ന് അയാളുടെ കൈവശം ഒരു വലിയ കുപ്പിയായിരുന്നു ഉണ്ടായിരുന്നത്. വീടിന്റെ തിണ്ണയിലിരുന്ന് അതിൽ നിന്ന് രണ്ടുഗ്ലാസുകൾ അയാൾ അകത്താക്കി. ബാക്കി വിമലയെ ഏൽപ്പിച്ച് അയാൾ സ്ഥലം വിടുകയും ചെയ്തു.

അന്നും വിമല നന്നായി മദ്യപിച്ചു. ബീരാൻ കൊണ്ടുവന്ന സാധനം തരക്കേടില്ലെന്ന തോന്നൽ അവൾക്കുണ്ടായി. വല്ലപ്പോഴും അത് ഓരോ കുപ്പി കിട്ടിയിരുന്നെങ്കിൽ എന്ന് വിമല ആഗ്രഹിച്ചു. ആ ആഹ്രത്തോടെ അവൾ ഒരു ദിവസം ബീരാനെ അന്വേഷിച്ചു കണ്ടുപിടിച്ചു.

'എന്താ വീട്ടിലോട്ടൊന്നും വരാത്തത്?'

വിമല അങ്ങനെയാണ് ബീരാനോട് ചോദിച്ചത്.

ആ ചോദ്യത്തിന്റെ അർത്ഥം പൂർണ്ണമായും ഗ്രഹിച്ച ബീരാൻ അടുത്ത ദിവസം തന്നെ വിമല ആഗ്രഹിച്ച സാധനവുമായി അവളുടെ വീട്ടിലെത്തി. ബീരാനെ വീടിന്റെ അകത്തേക്കു വിളിച്ചിരുത്തി അന്ന് അവർ രണ്ടുപേരും ഒന്നിച്ചിരുന്ന് മദ്യപിച്ചു. മദ്യപാനത്തിനിടയിൽ അറിയാതെയെന്നോണം ബീരാൻ വിമലയുടെ ദേഹത്ത് തട്ടുകയും മുട്ടുകയും ചെയ്തു. എങ്കിലും കൂടുതൽ അതിക്രമങ്ങൾക്കു മുതിരാതെ രവി സ്കൂളിൽ നിന്നു വരുന്നതിനു മുമ്പ് ബീരാൻ മടങ്ങി.

പിന്നെയൊരു ദിവസം ബീരാന്റെ വരവ് രാത്രിയിലായിരുന്നു. രവി ഉറങ്ങിയിട്ടുണ്ടാവുമെന്ന ഉറപ്പിൽ അയാൾ വാതിലിൽ തട്ടി. വിമല വാതിൽ തുറന്നുകൊടുത്തു. ആ രാത്രിയിൽ മദ്യപാനത്തോടൊപ്പം സുരപാനവും നടന്നു. വിമലയുടെ പൂർണ്ണസമ്മതത്തോടെ തന്നെ. പിറ്റേന്ന് നേരമേറെ പുലർന്നുകഴിഞ്ഞാണ് അവർ ഉണർന്നത്. ബീരാൻ രാത്രി അമ്മയുടെ കൂടെയായിരുന്നുവെന്ന് രവി മനസ്സിലാക്കി. എങ്കിലും

ഏറെയൊന്നും മനസ്സിലാക്കാനുള്ള അറിവ് അന്ന് ആ പന്ത്രണ്ടുവയസ്സുകാരനുണ്ടായിരുന്നില്ല.

ദിവസങ്ങൾ കടന്നുപൊയ്ക്കൊണ്ടിരിക്കെ വിമലയുടെ വീട്ടിലേക്കുവരാൻ ബീരാന് രാവും പകലും ഭേദമില്ലെന്നായി. രവിക്ക് അവധിയുള്ള ദിവസങ്ങളിലും ബീരാൻ കയറിവരും. നന്നായി മദ്യപിച്ചിട്ടാകും വരവ്. വന്നാലുടൻ അയാൾ വിമലയെ കടന്നുപിടിക്കും. പിന്നെ മുഴുത്ത ഭ്രാന്താണ് അയാൾക്ക്. രവി കണ്ടുനിൽക്കെ അയാൾ വിമലയെ ആക്രമിക്കും. യാതൊരു ഒളിവും മറവുമില്ലാതെ അപ്പോൾത്തന്നെ അയാൾക്ക് വിമലയുമായി ബന്ധപ്പെടണം. എതിർത്ത വിമലയുടെ വസ്ത്രങ്ങൾ ഒരിക്കൽ രവി നോക്കിനിൽക്കെ അയാൾ ചീന്തിയെറിഞ്ഞു. തടസ്സം പിടിക്കാനെത്തിയ അവനെ കരണത്തടിച്ച് അയാൾ പുറത്തേക്കോടിച്ചു.

അന്ന് വിമല തീരുമാനിച്ചു. ബീരാനുമായുള്ള ബന്ധം അവസാനിപ്പിക്കണം. അതിന് അവളൊരു മാർഗ്ഗം കണ്ടുപിടിച്ചു. പന്ത്രണ്ടുവയസ്സുകാരനായ മകനെ വിളിച്ച് അവളുപദേശിച്ചു.

'ഇനി അയാൾ വരുമ്പോൾ നീ ഒരു കാര്യം ചെയ്യണം. കുടിച്ചു പൂസായിട്ടാണ് അയാൾ വരുന്നത്. അമ്മ കുറേ ചാരായം ഇവിടെ മേടിച്ചു വയ്ക്കാം. പൂസായ അയാളെ പിന്നെയും കുടിപ്പിക്കാം. കുടിച്ച് കാലുനിലത്തുറയ്ക്കാതാവുമ്പോൾ ഞാനൊരു സിഗ്നൽ തരാം. അപ്പോൾ നീ അടുക്കളയിൽ നിന്ന് ഉലക്കയെടുത്ത് അയാളറിയാതെ പിന്നിലൂടെ വന്ന് അയാളുടെ പുറത്തിനിട്ട് നിന്റെ ശക്തിമുഴുവനെടുത്ത് ഒരടി കൊടുക്കണം. ആ അടിയിൽ അയാൾ താഴെ വീഴണം. എല്ലൊക്കെ ഒടിയണം. നീ ആക്രമിക്കാൻ തുടങ്ങിയെന്നു തിരിച്ചറിഞ്ഞുകഴിയുമ്പോൾ അയാൾ പിന്നെ ഇങ്ങോട്ടു വരില്ല. അയാളെക്കൊണ്ടുള്ള ശല്യം തീരും.'

അമ്മയുടെ ഉപദേശമനുസരിച്ച് പ്രവർത്തിക്കാനുള്ള ധൈര്യം ആദ്യം രവിക്കുണ്ടായില്ല. വീണ്ടും വീണ്ടും വിമല മകനെ ഉപദേശിച്ചു. ഒടുവിൽ അമ്മയുടെ നിർദ്ദേശം അനുസരിക്കാൻ രവി തയ്യാറായി.

ബീരാൻ വീട്ടിലേക്കു വരുന്നതും കാത്ത് അവനിരുന്നു.

ബീരാൻ വന്നു. ഏറെ വിധേയത്വത്തോടെ ബീരാനു മുമ്പിൽ വിമല നിന്നു. അവൾ അയാൾക്കു മദ്യം പകർന്നു കൊടുത്തു. മദ്യപാനത്തിനിടയ്ക്ക് അയാളുടെ കൈകൾ വിമലയെ ആകമാനം ഉഴിഞ്ഞുകൊണ്ടിരുന്നു. വിമല എതിർത്തില്ല. വീണ്ടും വീണ്ടും അവൾ അയാൾക്ക് മദ്യം ഊറ്റിക്കൊടുത്തു. അമിത മദ്യപാനം മൂലം അയാൾ കാലുകൾ നിലത്തുറക്കാതെയും തല നേരേ നിൽക്കാതെയും ഉള്ള അവസ്ഥയിലാ

ണെന്ന് ബോധ്യമായതോടെ വിമല മകന് സിഗ്നൽ നൽകി. പിന്നെ താമസിച്ചില്ല. മകൻ അടുക്കളയിൽ നിന്ന് ഉലക്കയുമായി പിന്നിലൂടെ വന്ന് ബീരാന്റെ പുറത്ത് ആഞ്ഞടിച്ചു. അടി തലയ്ക്കു പിന്നിലാണു കൊണ്ടത്. അയാൾ പിന്നിലേക്ക് മറിഞ്ഞു വീണു.

മകന്റെ കൈയിൽ നിന്ന് ഉലക്ക വാങ്ങി അടുക്കളയിൽ യഥാസ്ഥാനത്ത് കൊണ്ടുവച്ച് വിമല മകനോട് പറഞ്ഞു

'സാരമില്ല... നിന്റെ അടി അയാൾക്കേറ്റു. ബോധം കെട്ടുപോയെന്നാ തോന്നുന്നെ... ഒന്നു രണ്ടുമണിക്കൂർ ഇങ്ങനെ കിടക്കും. പിന്നെ ബോധം തെളിയും. അപ്പോൾ എഴുന്നേറ്റു പൊയ്ക്കോളും. പോകുമ്പോൾ ഒരു കാര്യം കൂടി നീ അയാളോടു പറയണം. ഇനി മേലിൽ ഈ അതിരിൽ കാലുകുത്തിയേക്കരുതെന്ന്... എതിർക്കാനുള്ള പ്രാപ്തി നിനക്കായെന്ന് മനസ്സിലാകുമ്പോൾ അയാളിനി ഒരിക്കലും ഇങ്ങോട്ടു വരില്ല.'

അങ്ങനെ പറയാമെന്നേറ്റ രവി ബീരാനു ബോധം തെളിയാൻ കാത്തു നിന്നു.

മണിക്കൂറുകൾ ഒന്നല്ല... രണ്ടല്ല...മൂന്ന് കഴിഞ്ഞിട്ടും ബീരാൻ ബോധം തെളിഞ്ഞുണർന്നില്ല... വിമല അടുത്തുവന്ന് അയാളെ കുലുക്കി നോക്കി.

ബീരാന്റെ ശരീരം തണുത്തു മരവിച്ചിരിക്കുന്നു. അയാൾ മരിച്ചു കഴിഞ്ഞിരിക്കുന്നുവെന്ന് അവൾക്കു ബോധ്യമായി. മകനേയും അവൾ ആ സത്യം അറിയിച്ചു.

'അയ്യോ... എന്നെ പോലീസുപിടിക്കുമേ അമ്മേ...' എന്ന് രവി നിലവിളിക്കാൻ തുടങ്ങി. വിമല അവന്റെ വായ് പൊത്തി.

'നിന്നെ ഒരു പോലീസും പിടിക്കുകേല... അതിനുള്ള വഴി ഞാൻ നോക്കിക്കോളാം.'

മകനെ സമാധാനിപ്പിച്ച വിമല മടിച്ചു നിന്നില്ല. നേരെ തൂമ്പയെടുത്തു കൊണ്ടുവന്ന് അവൾ അടുപ്പു പാതകത്തിലേക്കു കയറി.

അരയ്ക്കൊപ്പം മണ്ണിട്ടുയർത്തി ആറടിയോളം നീളത്തിലും മൂന്നരയടിയോളം വീതിയിലും തല്ലിയുറപ്പിച്ച് ചാണകം മെഴുകി അടുപ്പ് പിടിപ്പിച്ചിരിക്കുന്ന പാതകമാണ്.

അടുപ്പുകല്ലുകൾ പിഴുതെറിഞ്ഞ് വിമല ആ പാതകം വെട്ടിക്കുഴിക്കാൻ തുടങ്ങി. ആ അടുപ്പുപാതകത്തിൽ സാമാന്യം വലിയൊരു കുഴിയു

ണ്ടാക്കി. മകന്റെ കൂടെ സഹായത്തിൽ ബീരാന്റെ മൃതദേഹം വലിച്ചുയർത്തി ആ കുഴിയിലേക്കിട്ടു വീണ്ടും മണ്ണുവെട്ടിമൂടി. പുതിയ പാതകം തല്ലിയുറപ്പിച്ച് അതിനു മീതെ അടുപ്പുകളും പുനസ്ഥാപിച്ച് ചാണകം മെഴുകി പഴയ അവസ്ഥയിലാക്കി.

മകന് വീണ്ടുമൊരുപദേശം കൂടി കൊടുത്തു വിമല.

'നമ്മുടെ വീട്ടിൽ ഇങ്ങനെയൊരു സംഭവം നടന്നതായിട്ട് നീ ഒരു മനുഷ്യനോടും പറഞ്ഞേക്കരുത്. പറഞ്ഞാൽ പോലീസ് പിടിക്കുന്നത് നിന്നെയായിരിക്കും. കാരണം നീയാണ് അയാളെ പിന്നിൽ നിന്ന് വന്ന് ഒലയ്ക്കക്കടിച്ചത്.'

ആരോടും പറയില്ലെന്ന് മകൻ അമ്മയ്ക്കുറപ്പു നൽകി.

ദിവസങ്ങൾ... മാസങ്ങൾ... വർഷങ്ങൾ കടന്നുപോയി. ബീരാൻ നാടുവിട്ടുപോയതായി നാട്ടുകാർ വിശ്വസിച്ചു.

ആരൊക്കെയോ വിമലയോടും ബീരാനെക്കുറിച്ചന്വേഷിച്ചു.

'മുമ്പ് വല്ലപ്പോഴുമൊക്കെ അയാൾ എന്റടുത്ത് വരുമായിരുന്നു. ഇപ്പോൾ കുറേ നാളായി വരുന്നില്ല... മരിച്ചുപോയതായി ആരും പറഞ്ഞു കേട്ടില്ല. നാടുവിട്ടുപോയതായിരിക്കും.'

വിമലയുടെ മറുപടി നാട്ടുകാർ അങ്ങനെതന്നെ വിശ്വസിച്ചു.

സത്യം ഏറെ നാൾ മൂടിവയ്ക്കാനാവില്ലെന്നൊരു തത്വമുണ്ടല്ലോ. എത്ര മൂടിവെച്ചാലും സത്യം ഒരുനാൾ മറ നീക്കി പുറത്തുവരും.

ബീരാന്റെ കാര്യത്തിലും അത് സംഭവിച്ചു.

ബീരാന്റെ മരണം സംഭവിച്ച് രണ്ടു വർങ്ങൾ കഴിഞ്ഞ് ഒരു ദിവസം.

രവിക്കപ്പോൾ പതിന്നാലുവയസ്സായി. സ്കൂളിലെ ചില കൂട്ടുകാരുമൊത്ത് രഹസ്യമായി മദ്യപിക്കുന്ന ശീലം അവനുണ്ടായി. അങ്ങനെ മദ്യലഹരിയിൽ ആരോടും പറയരുതെന്ന താക്കീതോടെ അമ്മ പറഞ്ഞിരുന്ന ആ രഹസ്യം അവൻ അടുത്ത കൂട്ടുകാരനോട് പറഞ്ഞു.

'ബീരാനെ ഞാൻ ഒലയ്ക്കക്കടിച്ചു കൊന്ന് അടുപ്പുപാതകത്തിൽ കുഴിച്ചു മൂടി.'

കൂട്ടുകാരൻ വാക്കുപാലിച്ചില്ല. അന്നു തന്നെ അവൻ അക്കാര്യം വീട്ടുകാരെ അറിയിച്ചു. വീട്ടുകാരിൽ നിന്ന് കർണ്ണാകർണ്ണികയാ ആ വാർത്ത നാട്ടുകാരറിഞ്ഞു.

ഒടുവിൽ വിവരം പോലീസിലുമെത്തി.

അടുപ്പുപാതകം വെട്ടിപ്പൊളിച്ച പോലീസിന് ബീരാന്റെ തലയോട്ടിയും അസ്ഥികളും ദ്രവിച്ച വസ്ത്രശേഷിപ്പുകളും കണ്ടെത്താൻ കഴിഞ്ഞു. ആ വസ്ത്രശേഷിപ്പുകൾ വെച്ച് ബീരാൻ തന്നെയാണെന്ന് അയാളുടെ ഭാര്യയും മക്കളും തിരിച്ചറിഞ്ഞു. അതോടെ രവിയേയും അവന്റെ അമ്മ വിമലയേയും പോലീസ് അറസ്റ്റു ചെയ്തു.

മേജറല്ലാത്തതിനാൽ ജുവനൈൽ കോടതിയിലായിരുന്നു രവിയുടെ വിചാരണ. ദൃക്സാക്ഷികളില്ലായിരുന്നെങ്കിലും സാഹചര്യത്തെളിവുകൾ ശക്തമായിരുന്നതിനാൽ രവിക്കും വിമലയ്ക്കും ജീവപര്യന്തം ശിക്ഷയുണ്ടായി എന്നാണ് ഞാനറിഞ്ഞത്.

19.പട്ടാപ്പകൽ തേക്ക് കൊള്ള നടത്തിയ റാവുത്തർ

കോഴിക്കോട് ജുവനൈൽ ഹോം വെള്ളിമാടുകുന്ന് എന്ന സ്ഥലത്താണെന്ന് അറിയാമല്ലോ? ഇരുപത്തെട്ടേക്കറിൽ വ്യാപിച്ചുകിടക്കുന്ന ആ വസ്തു ശരിക്കും ഒരു കുന്നിന്റെ ഒരുവശമാണ്. കുന്നിന്റെ തലപ്പത്തു നിന്നും താഴ്വാരം വരെ വ്യാപിച്ചു കിടക്കുന്ന ആ വസ്തുവിന്റെ താഴ്വാരത്ത് ഒരു വലിയ കിണറുണ്ട്. ആ കിണറ്റിൽ നിന്നാണ് സ്ഥാപനത്തിന് ആവശ്യമായ ജലം ലഭ്യമാക്കിയിരുന്നത്. 10 എച്ച്.പി.യുടെ ഒരു മോട്ടോർഘടിപ്പിച്ചിരിക്കുന്ന ഒരു സംവിധാനം. തട്ടുതട്ടായിക്കിടക്കുന്ന ഭൂമിയുടെ കുത്തിറക്കം ഇറങ്ങി ആ കിണറിനരികിലേക്കും പമ്പ് ഹൗസിലേക്കും സാധാരണയായി ആരും ചെല്ലാറില്ല. പമ്പിന് എന്തെങ്കിലും കേടുപാടുണ്ടായി വെള്ളം വലിക്കാത്ത സ്ഥിതിയാകുമ്പോൾ അതിന്റെ കാരണമറിയാനും പരിഹരിക്കാനുമായിട്ടേ ആരെങ്കിലും അങ്ങോട്ടു ചെല്ലാറുള്ളൂ. അക്കാരണം കൊണ്ടുതന്നെ കിണറിനരികിലേക്കുള്ള നടപ്പുവഴിയും പരിസരങ്ങളും ചപ്പും കാടും വളർന്ന് പച്ചപ്പ് തിങ്ങി ഒരു കൊച്ചുവനത്തിന്റെ പ്രതീതിയുളവാക്കിയിരുന്നു.

കിണറിലേക്കുള്ള നടപ്പുവഴിയിൽ നിന്ന് രണ്ടു മൂന്നു മീറ്റർ മാറിയാണ് ആ ഇരുപത്തെട്ടേക്കറിന്റെ പടിഞ്ഞാറേ അതിര്. സേട്ട് നാഗ്ജിയിൽ നിന്ന് ആ സ്ഥലം ജുവനൈൽ ഹോമിനുവേണ്ടി അന്നത്തെ ഗവണ്മെന്റ് ഏറ്റെടുത്തപ്പോൾ അതിരു തിരിക്കാൻ വേണ്ടി ആറടിയിലധികം ഉയരമില്ലാത്ത വേലിക്കല്ല് ഇടയ്ക്കിടെ നാട്ടി അതിൽ സാധാരണ കമ്പി വലിച്ചുകെട്ടുകയായിരുന്നു. വെറുതേ അതിര് തിരിക്കൽ എന്നതിനപ്പുറം ഒരു വേലിയുടെ സുരക്ഷിതത്വം അന്ന് ആ കമ്പി വേലിക്കുണ്ടായിരുന്നില്ല.

കാടു വളർന്നു കിടക്കുന്ന ആ ഭാഗത്ത് അങ്ങനെയൊരു സുരക്ഷാവേലിയുടെ ആവശ്യം അന്നില്ലായിരുന്നു.

സ്ഥാപനത്തിന്റെ ആ അതിരിനപ്പുറമുള്ള വസ്തുവിന്റെ ഉടമസ്ഥൻ ഒരു റാവുത്തറായിരുന്നു. കോഴിക്കോട് എന്തോ ബിസിനസ് നടത്തിയിരുന്ന അയാളുടെ താമസവും ആ വസ്തുവിൽത്തന്നെ. സാമാന്യം സാമ്പത്തിക സ്ഥിതിയുള്ള ആളായിരുന്നെങ്കിലും അത്യാർത്തിക്കാരനായിരുന്നു അയാൾ. കുടിലബുദ്ധിക്കാരനും. ഞാനിതുപറയാൻ കാരണം, അയാളുടെ കുടിലബുദ്ധിയും അത്യാർത്തിയും അയാൾക്കുവരുത്തിവെച്ച ദുരോഗ്യം മൂലമാണ്.

ജുവനൈൽ ഹോമിന്റെ വക സ്ഥലത്ത് റാവുത്തറുടെ വസ്തുവിനോട് ചേർന്നുള്ള അതിരിനരികിലായി അന്ന് നാലു തേക്കുമരങ്ങൾ വളർന്നു

നിന്നിരുന്നു. രണ്ട് ആളുകൾ അവരുടെ നാലു കൈകളും വിരിച്ചു പിടിച്ചു നിന്നാലും പിടിമുറ്റാത്തത്ര വണ്ണമുണ്ടായിരുന്നു ഓരോ തേക്കിനും. നാനൂറു വർഷങ്ങളിലേറെ പഴക്കം നിർണ്ണയിക്കപ്പെട്ടിരുന്ന ആ തേക്കുകളിൽ എല്ലാത്തിലും ആ വിവരം സൂചിപ്പിക്കുന്ന ബോർഡുകളും സ്ഥാപിച്ചിരുന്നു. അന്നത്തെ ഏകദേശ തടിവിലയനുസരിച്ച് ആ നാലുതേക്കുകൾക്കും കൂടി പത്തുലക്ഷം രൂപയെങ്കിലും വില കിട്ടാവുന്നതാണ്.

റാവുത്തർക്ക് ഈ നാലു തേക്കുകളും തന്റേതാക്കി മാറ്റണമെന്ന മോഹം കലശലായി. ജുവനൈൽ ഹോമും ഓഫീസുകളും തേക്കുമരങ്ങൾ നിൽക്കുന്ന ഭാഗത്ത് നിന്ന് അകലെയാണെങ്കിലും ആരും അറിയാതെ രഹസ്യമായി ഒറ്റ രാത്രിയിൽ ആ തേക്കുമരങ്ങൾ മോഷ്ടിച്ചു മുറിക്കുക അസാദ്ധ്യമാണെന്ന് അയാൾക്കറിയാമായിരുന്നു.

അപ്പോൾപ്പിന്നെ ആ നാലുതേക്കുകളും സ്വന്തമാക്കി മുറിച്ചു വിറ്റ് ലക്ഷങ്ങൾ നേടാൻ എന്താണു പോം വഴിയെന്ന ആലോചനമാത്രമായി റാവുത്തറുടെ മനസ്സിൽ. ആ ആലോചനയും തട്ടിക്കളിച്ച് ഓരോ നാളും തള്ളി നീക്കുന്നതിനിടയിൽ അയാൾക്ക് ഒരു സുഹൃത്തിനെ കിട്ടി. മദ്യപിക്കുന്ന ശീലമുള്ള റാവുത്തർക്ക് കള്ളുഷാപ്പിൽ വെച്ചാണ് അയാളെ കണ്ടുമുട്ടാൻ കഴിഞ്ഞത്. ഒരു സർവേയർ ആയിരുന്നു അയാൾ. കള്ളുഷാപ്പിൽ മദ്യപാനം നടത്തുന്നതിനിടയിൽ ആ സർവ്വേയർ താൻ 'അതിമിടുക്കു' കാണിച്ച് സർക്കാരിനേയും വ്യക്തികളേയും കബളിപ്പിച്ച് നേടിയെടുത്ത ചില വസ്തുചരിത്രങ്ങൾ വിശദീകരിക്കുമായിരുന്നു. കാശായിട്ടോ കള്ളായിട്ടോ തനിക്കു പാരിതോഷികം നൽകിയാൽ മതി, ആർക്കുവേണമെങ്കിലും അത്തരം സഹായം ചെയ്തുതരാൻ തയ്യാറാണെന്നും അയാൾ പ്രഖ്യാപിച്ചതോടെ അയാളുമായി 'ചങ്ങാത്തം' കൂടാൻ തന്നെ റാവുത്തർ തീരുമാനിച്ചു. അതോടെ തുടർന്നുള്ള അയാളുടെ മദ്യപാനച്ചെലവ് റാവുത്തറുടെ അരപ്പട്ടയിലെ പേഴ്സിൽ നിന്നായി. മദ്യലഹരിയിൽ ഒരു ദിവസം റാവുത്തർ സർവേയറോടു പറഞ്ഞു.

'സാറേ... എന്റെ വസ്തുവിന്റെ അതിരിനോടു ചേർന്നു നാലു തേക്കുമരം നിൽപ്പുണ്ട്. പത്തിരുപത്തെട്ടേക്കറുള്ള ഒരു സർക്കാർ സ്ഥാപനത്തിന്റെ ഉടമസ്ഥതയിലുള്ളതാ. ആ തേക്കുമരങ്ങൾ നമ്മുടേതാക്കാൻ വല്ല മാർഗ്ഗോമുണ്ടോ?'

അല്പനേരത്തെ ആലോചനയ്ക്കു ശേഷം സർവ്വേയർ മൊഴിഞ്ഞു.

'ഞാൻ വന്ന് സംഗതി നേരിട്ടൊന്നു കാണട്ടെ.'

അടുത്ത ദിവസം തന്നെ സർവ്വേയർ റാവുത്തരുമൊത്ത് 'സർക്കാർ സ്ഥാപനത്തിന്റെ അതിരിൽ നിൽക്കുന്ന തേക്കുമരങ്ങൾ' വന്നു കണ്ടു.

'റാവുത്തറേ... ഈ തേക്കുമരങ്ങൾ നിങ്ങളുടെ സ്വന്തമാക്കാൻ ഒരു വിഷമോമില്ല... ഞാൻ പറയുന്നപോലെ ചെയ്യുക... ആറു മാസത്തിനുള്ളിൽ ഈ നാലുമരങ്ങളും നിങ്ങൾക്ക് വെട്ടിയെടുത്തു വിൽക്കാം. ആട്ടെ... ഈ നാലു തേക്കിനുംകൂടി വില എന്തു കിട്ടും?'

മനസ്സിൽ കണക്കുകൂട്ടിയിരുന്നതു പത്തുലക്ഷമാണെങ്കിലും സർവ്വേയറോട് റാവുത്തർ പറഞ്ഞ വില രണ്ടു ലക്ഷമാണ്.

സർവ്വേയർ തർക്കിച്ചില്ല.

'ശരി... രണ്ടുലക്ഷം തനിക്കു കിട്ടിയാൽ എനിക്കെന്തു തരും?'

'പതിനായിരം തരാം.'

'പോരാ... ഒരു ലക്ഷം വേണം... ബാക്കി മുഴുവൻ റാവുത്തർക്ക്.'

ഒരക്ഷരം എതിർത്തുപറയാതെ റാവുത്തർ സർവ്വേയർക്ക് കൈ കൊടുത്തു.

അതോടെ തേക്കു സ്വന്തമാക്കാനുള്ള മാർഗ്ഗം സർവ്വേയർ പറഞ്ഞുകൊടുത്തു.

'അതിരിൽ നാട്ടിയിരിക്കുന്ന വേലിക്കല്ലുകൾ പിഴുത് തേക്കുമരങ്ങൾ നിങ്ങളുടെ വസ്തുവിലാണെന്നു ബോധ്യപ്പെടുത്തും വിധം മാറ്റിക്കുഴിച്ചിടുക. കമ്പിയും വലിച്ചുകെട്ടിയേക്കുക. രണ്ടോ മൂന്നോ മാസം കഴിയുമ്പോൾ നിങ്ങൾ തേക്കുവെട്ടിയെടുക്കാനുള്ള നടപടി നോക്കുക... സ്ഥാപനത്തിലുള്ളവർ അതറിയും. അവർ വന്നുനോക്കുമ്പോൾ തേക്ക് നിങ്ങളുടെ അതിരിലാണ്. അവർ കോടതിയിൽ പോകും. കോടതിയിൽ വാദിക്കാൻ നിങ്ങളൊരു വക്കീലിനെ ഏർപ്പാടു ചെയ്യണം. സ്ഥാപനത്തിന്റെ ഇരുപത്തെട്ടേക്കറിലല്ല തേക്കുനിൽക്കുന്നതെന്ന് നിങ്ങളുടെ വക്കീൽ വാദിക്കണം. ഇരുപത്തെട്ടേക്കർ അളന്നു തിട്ടപ്പെടുത്താൻ കോടതി ഉത്തരവിടും. അളന്നോട്ടെ... പഴയ കണക്കിലുള്ള ഇരുപത്തെട്ടേക്കർ പുതിയ കണക്കിൽ അളക്കുമ്പോൾ കുറഞ്ഞത് അരയേക്കറിന്റെ മിച്ചഭൂമി വരും. ആ മിച്ചഭൂമിയെന്നു പറയുന്നത് ഇപ്പോൾ തേക്കുനിൽക്കുന്ന നിങ്ങളുടെ വസ്തുവാണ്. നിയമാനുസരണം നിങ്ങൾക്ക് തേക്ക് വെട്ടിവിൽക്കാം.'

സർവ്വേയറുടെ ഉപദേശം അക്ഷരം പ്രതി അനുസരിക്കാൻ റാവുത്തർ സന്നദ്ധനായി. അതനുസരിച്ച് അയാൾ ഒറ്റദിവസം കൊണ്ട് വേലിക്കല്ലു കൾ മുഴുവൻ ഇളക്കിമാറ്റി തേക്കുമരങ്ങൾ അയാളുടെ അതിരിൽ വര ത്തക്കവിധം മാറ്റി കുഴിച്ചിട്ടു. തുരുമ്പുപിടിച്ചു ദ്രവിച്ചു തുടങ്ങിയ കമ്പിയും വലിച്ചുകെട്ടി.

ഞാൻ സൂപ്രണ്ടായി ചാർജ്ജെടുത്ത് അധികനാൾ ആകുന്നതിനു മുമ്പായിരുന്നു ഈ സംഭവം. ജുവനൈൽ ഹോം സൂപ്രണ്ടിന്റെ പ്രഥമ ചുമതല, സ്ഥാപനത്തിന്റെ അതിരും വസ്തുവകകളും പരിശോധിക്കു കയെന്നതിനേക്കാൾ അഞ്ഞൂറോളം വരുന്ന അന്തേവാസികളെ ശ്രദ്ധി ക്കുക എന്നതായതുകൊണ്ട് റാവുത്തർ അതിരുവേലി മാറ്റിയകാര്യം എന്റെ ശ്രദ്ധയിൽപ്പെട്ടില്ല.

എന്നാൽ റാവുത്തർ വേലി മാറ്റിയതിന് രണ്ടാഴ്ച തികയും മുമ്പ് ഒരു സംഭവമുണ്ടായി.

താഴെ, താഴ്വരയിലെ കിണറ്റിൽ പ്രവർത്തിച്ചിരുന്ന പമ്പ് പ്രവർത്തനര ഹിതമായി. ഹോമിൽ ജലദൗർലഭ്യം നേരിട്ടതിനെത്തുടർന്നു പമ്പിന്റെ പ്രവർത്തനം പരിശോധിക്കാൻ സൂപ്രണ്ടായ ഞാൻ തന്നെ ഇറങ്ങിത്തി രിച്ചു. അതിരിനോടു ചേർന്നുള്ള നടവഴിയേ കിണറിനരികിലേക്കിറങ്ങി ച്ചെന്ന ഞാൻ വെറുതേ തേക്കുമരങ്ങളിൽ ശ്രദ്ധിച്ചു. അതിൽ മുമ്പുണ്ടാ യിരുന്ന ബോർഡുകൾ കാണാനുണ്ടായിരുന്നില്ല. തുരുമ്പിച്ച് താഴെ വീണു കിടക്കുന്നുണ്ടാവുമോയെന്നു നോക്കാൻ തേക്കുമരങ്ങൾക്കടു ത്തേക്കു ചെന്ന എന്നെ മാറ്റിക്കുഴിച്ചിട്ടിരിക്കുന്ന വേലിക്കല്ലും വേലിക്ക മ്പിയും തടഞ്ഞു. ആദ്യതവണ ഞാനിവിടെ സൂപ്രണ്ടായിരിക്കുമ്പോൾ ആ വേലിക്കല്ലും വേലിക്കമ്പിയും തേക്കുമരങ്ങൾക്കപ്പുറമായിരുന്നു വെന്ന് ദൃഢനിശ്ചയമുള്ള ഞാൻ ഇതെന്തുമറിമായം എന്ന് ചിന്തിച്ച് ഒരു നിമിഷം സ്തബ്ധനായി. അടുത്ത വസ്തുവിന്റെ ഉടമസ്ഥനായ റാവുത്തറല്ലാതെ മറ്റാരുമായിരിക്കില്ല ഇങ്ങനെ വേലിമാറ്റം ചെയ്തിരി ക്കുന്നതെന്ന് എനിക്ക് തീർച്ചയുണ്ടായിരുന്നു.

ഇതെന്തുപോക്രിത്തരമാടോ താൻ കാണിച്ചിരിക്കുന്നതെന്ന് റാവുത്ത റോട് ചോദിച്ചിട്ട് തന്നെ ബാക്കി കാര്യം.

ഞാൻ നേരേ റാവുത്തറുടെ വീട്ടിലേക്കു ചെന്നു.

ആദ്യം അയാളുട ഭാര്യയാണ് എന്നെ നേരിട്ടത്.

വേലി ഞങ്ങളാരും മാറ്റിയിട്ടില്ലെന്നും പണ്ടുമുതലേ അങ്ങനെയായിരു ന്നെന്നും നാലു തേക്കുമരങ്ങളും തങ്ങളുടെ വസ്തുവിലാണെന്നും ആ

സ്ത്രീ പറഞ്ഞതോടെ എനിക്കു ദേഷ്യം കലശലായി. ഞാൻ അവരുടെ വീട്ടുമുറ്റത്തു നിന്നും നേരേ വേലിക്കല്ലിനടുത്തേക്കു വന്നു. കല്ലിട്ടിരുന്ന പഴയ കുഴി മണ്ണിട്ട് പൂർണ്ണമായി മൂടിയിരുന്നില്ല. അതിനാൽ പഴയ അതിര് സ്ഥലം കൃത്യമായി ഞാൻ മനസ്സിലാക്കി. മാറ്റിയിട്ട വേലിക്കല്ല് പിഴുത് പഴയ കുഴിയിൽത്തന്നെ ഇടാനുള്ള ആവേശത്തിലായിരുന്നു ഞാൻ.

മാറ്റിയിട്ട വേലിക്കല്ല് ഇളക്കിയെടുക്കാൻ ഞാനതിൽ ശക്തിയായി ഉലച്ചു. അക്ഷണം തന്നെ ആ വേലിക്കല്ലും വേലിയും പുനഃസ്ഥാപിക്കണമെന്ന വാശിയായിരുന്നു എനിക്കപ്പോൾ.

പെട്ടെന്നാണ് എന്റെ കാതിൽ റാവുത്തറുടെ അലർച്ച മുഴങ്ങിയത്..

''എടാ... കള്ള ഹിമാറേ... നീ എന്റെ വേലി മാറ്റും അല്ലേടാ..വെട്ടിനുറുക്കും നിന്നെ.''

നോക്കുമ്പോൾ മൂന്നടിയോളം നീളമുള്ള ഒരു വലിയ കശാപ്പുകത്തിയും കൈയിലുയർത്തിപ്പിടിച്ച് റാവുത്തർ എന്റെ നേർക്കു ചീറിവരികയാണ്. ഒരു മനുഷ്യന്റെ മുഖം അതിലേറേ രൗദ്രതയിൽ അതിനു മുമ്പോ പിമ്പോ ഞാൻ കണ്ടിട്ടില്ല. രക്തദാഹിയായ ഒരു രാക്ഷസനാണ് കൈയിൽ കൊടുവാളുമായി എന്റെ നേർക്കു ചീറിവരുന്നതെന്നു എനിക്കു തോന്നിപ്പോയി. കൈയിലിരിക്കുന്ന കൊടുവാളിന് അയാളെന്നെ വെട്ടും... അതു തടയാനുള്ള ഒരുപാധിയും എന്റെ പക്കലില്ല.

ജീവഹാനി ഉണ്ടാകാതിരിക്കാൻ ഓടി രക്ഷപ്പെടുകയേ മാർഗ്ഗമുള്ളൂവെന്ന് ബോധ്യപ്പെട്ട ഞാൻ റാവുത്തർ പാഞ്ഞടുക്കും മുമ്പ് അവിടെ നിന്ന് പിന്തിരിഞ്ഞ് ഓടി.

കൈയിൽ ഉയർത്തിപ്പിടിച്ച കൊടുവാളുമായി റാവുത്തർ എനിക്കു പിറകേ..

അയാളെന്നെ വെട്ടിക്കൊന്നേ അടങ്ങൂവെന്ന് എനിക്ക് തീർച്ചയായി. അസഭ്യവാക്കുകളലറി അയാളെന്നെ പിന്തുടരുകയാണ്. ഞാൻ വീണ്ടും സകല ശക്തിയും സംഭരിച്ച് ഓടി. ഓടിയണച്ച് ഞാൻ ഓഫീസിലെത്തി തളർന്നു വീണു.

ഹോമിലെ അന്തേവാസികളും ജീവനക്കാരും സംഭവമെന്താണെന്നറിയാൻ എനിക്കു ചുറ്റും കൂടി. കിതപ്പും ശ്വാസതടസ്സവും മൂലം എനിക്കൊരക്ഷരം ശബ്ദിക്കാൻ കഴിഞ്ഞില്ല. ആരോ വെള്ളം നിറച്ച ഒരു പാത്രം എന്റെ നേർക്കു നീട്ടി. ഞാനതുവാങ്ങി 'മടാമടാ'ന്ന് കുടിച്ചു

തീർത്തു. വീണ്ടും കുറേ നേരം കൂടി ഞാനവിടെ അണച്ചും തളർന്നും ഇരുന്നു.

ഞാൻ ഓഫീസിലെത്തിയതോടെ റാവുത്തർ പിന്തിരിഞ്ഞു പോയിരുന്നു. സംസാരശേഷി വീണ്ടുകിട്ടിയ ഞാൻ നടന്നതെന്താണെന്ന് അവിടെ ഉണ്ടായിരുന്നവരോടു വെളിപ്പെടുത്തി.

അപ്പോൾത്തന്നെ ഞാൻ പോലീസ് സ്റ്റേഷനിലേക്കു ഫോൺ ചെയ്തു. എസ്.ഐ.യെ വിവരമറിയിച്ചു. താമസിയാതെ എസ്.ഐ.യും മൂന്നു കോൺസ്റ്റബിൾമാരും സ്ഥലത്തെത്തി.

വേലി പൊളിച്ച് മാറ്റി സ്ഥാപിച്ചതിന്റെ വ്യക്തമായ തെളിവുകൾ ബോധ്യപ്പെട്ട ഇൻസ്പെക്ടർ റാവുത്തറെ കസ്റ്റഡിയിലെടുത്തു.

തന്റേടിയായ ഇൻസ്പെക്ടറുടെ ആദ്യത്തെ ചോദ്യം ചെയ്യലോടെ റാവുത്തറുടെ ഉടുമുണ്ട് നനയുന്നത് ഞങ്ങൾ കണ്ടു.

അക്കാലത്ത് കസ്റ്റഡിയിലെടുക്കുന്ന ‘പ്രതി’യെ പരസ്യമായി ഭേദ്യം ചെയ്യുന്നതിൽ ഒരു പോലീസുകാരനും സങ്കോചമുണ്ടായിരുന്നില്ല. പഠിച്ച കള്ളന്മാരല്ലാത്ത ആരും ആ ആദ്യഘട്ടഭേദ്യം ചെയ്യലിൽ ഉണ്ടായതെല്ലാം സത്യം സത്യമായി കിളി പറയും പോലെ പറയും. അങ്ങനെയാണ് തേക്കുമരം സ്വന്തമാക്കാൻ റാവുത്തർ ശ്രമിച്ച കഥ ഞാനും ജുവനൈൽ ഹോം ജീവനക്കാരും വിശദമായി അറിഞ്ഞത്.

പിഴുതു മാറ്റിയ വേലിക്കല്ലുകൾ മുഴുവനും റാവുത്തറെ കൊണ്ടുതന്നെ പോലീസ് പുനഃസ്ഥാപിപ്പിച്ച കാഴ്ച അന്ന് എനിക്കും എന്റെ സഹപ്രവർത്തകർക്കും ഏറെ കൗതുകകരമായിരുന്നു. ആ പ്രവൃത്തിക്കിടയിൽ റാവുത്തർ ‘ഒന്നും രണ്ടും’ നിർവ്വഹിച്ച കാഴ്ചയും ഇന്നും എന്റെ മനസ്സിൽ മായാതെയുണ്ട്.

20.വിക്രമൻ എന്ന വിക്രമൻ

രാത്രി നല്ല മഴയുണ്ടായിരുന്നു. മഴ പെയ്തൊഴിഞ്ഞ് പ്രഭാതം വിടർന്നത് അത്യധികം ശോഭയോടെ മേഘങ്ങളില്ലാത്ത ആകാശവും പ്രോജ്ജ്വല സൂര്യബിംബവുമായാണ്.

സാധാരണയായി പത്തുമണിക്ക് ഓഫീസിലെത്തിയാൽ മതി എനിക്ക്. താമസസ്ഥലമായ സ്വന്തം വീട്ടിൽ നിന്ന് പതിനഞ്ചു മിനിട്ട് നടന്നെത്താവുന്ന ദൂരമേയുള്ളൂ ജുവനൈൽ ഹോമിലേക്ക്. അന്ന് നേരത്തേ ഉണരുകയും പ്രസന്നസുന്ദരമായ സുപ്രഭാതം കണികാണുകയും ചെയ്തതോടെ, പത്തുമണിയാകാൻ കാത്തിരിക്കാതെ നേരത്തേതന്നെ ഹോമിലേക്കു പുറപ്പെട്ടുകളയാമെന്നൊരു തോന്നൽ എനിക്കുണ്ടായി.

ഹോമിൽ അങ്ങിങ്ങായി ചില പച്ചക്കറികൾ കൃഷി ചെയ്തിട്ടുണ്ട്. വഴുതനയും വെണ്ടയും പാവലും ഒക്കെ അക്കൂട്ടത്തിലുണ്ട്. കൃഷി ചെയ്ത് വരുമാനമുണ്ടാക്കുക എന്നതിലുപരി അന്തേവാസികളായ ബാലന്മാരുടെ മാനസികോല്ലാസവും മാനസികാരോഗ്യവും വളർത്തുകയെന്ന ഒരു നിഗൂഢ അജണ്ടകൂടിയുണ്ട് ആ പച്ചക്കറി കൃഷിക്കുപിന്നിൽ. തങ്ങൾ നട്ടുനനച്ചു വളർത്തുന്ന പച്ചക്കറിത്തൈകൾ വളരുന്നതും പൂവിടുന്നതും കായ്ക്കുന്നതും വളർന്ന കായ്കൾ ചെടികളിൽ തൂങ്ങിക്കിടക്കുന്നതുമൊക്കെ കാണുന്നത് അന്തേവാസികളായ പല ബാലന്മാർക്കും ആത്മഹർഷം സമ്മാനിക്കുന്ന കാര്യങ്ങളാണെന്ന് പലപ്പോഴായി എനിക്കു ബോധ്യപ്പെട്ടിട്ടുണ്ട്. പച്ചക്കറികൃഷിയുടെ പ്രധാന ഉത്തരവാദിത്വവും മേൽനോട്ടവും വാർഡന്മാർക്കാണെങ്കിലും അവരേക്കാൾ ഉത്തരവാദിത്വത്തിൽ പച്ചക്കറിത്തോട്ടം പരിപാലിക്കുന്ന ബാലന്മാരെ ഞാൻ ശ്രദ്ധിച്ചിട്ടുണ്ട്. മാർക്കറ്റിൽ നിന്നും മെസിലേക്കു വാങ്ങുന്ന കായ്കറികൾ അന്നും വിഷലിപ്തമായിരുന്നെങ്കിലും സോഷ്യൽ മീഡിയയുടെ കടന്നുവരവ് ഇല്ലാതിരുന്ന അക്കാലഘട്ടത്തിൽ ജനങ്ങൾ പച്ചക്കറിയിലെ വിഷ വൈപുല്യത്തെക്കുറിച്ച് അത്രയൊന്നും ബോധവാന്മാരായിരുന്നില്ല. മെസ്സിൽ ഉപയോഗിക്കുന്ന പച്ചക്കറികൾ തമിഴ്നാട്ടിലെ തോട്ടങ്ങളിൽ നിന്ന് മാർക്കറ്റിലെത്തി, അവിടുത്തെ വൃത്തിഹീനമായ തറകളിൽ നിന്നാണ് നമ്മുടെ മാർക്കറ്റിലേക്കെത്തുക. തമിഴ്നാട്ടിലെ മാർക്കറ്റുകളുടെ വൃത്തിഹീനത നേരിൽ കണ്ടറിഞ്ഞിട്ടുള്ളതുകൊണ്ട്, ഏതു കായ്കറിയും ഏറെ നേരം വെള്ളത്തിലിട്ട് നന്നായി കഴുകിയെടുത്തു വേണം പാചകത്തിനെടുക്കാനെന്ന് മെസിലെ പാചകക്കാർക്ക് ഞാൻ കർശന നിർദ്ദേശം നൽകുമായിരുന്നു.

നിർദ്ദേശങ്ങൾ ആർക്കും സന്തോഷമുള്ളകാര്യമല്ലല്ലോ. അതിനാൽ പല മെസ് ജീവനക്കാർക്കും ഉള്ളിൽ ചില കിറുകിറുപ്പുകളൊക്കെ എന്റെ നേർക്കുണ്ടായിരുന്നു. അവരും ഭക്ഷിക്കുന്നത് അതൊക്കെ ത്തന്നെയാകയാൽ എന്റെ നിർദ്ദേശത്തിൻ പ്രകാരമല്ലെങ്കിലും പച്ചക്കറി കളും മറ്റു ഭക്ഷ്യവസ്തുക്കളും നന്നായി ശുദ്ധിചെയ്താണ് അവിടെ ഉപയോഗിച്ചിരുന്നത്.

തലേ രാത്രിയിലെ മഴയിൽ പച്ചക്കറി കൃഷിക്ക് കാര്യമായ വീഴ്ചയോ കോട്ടമോ ഉണ്ടോയെന്നറിയുക കൂടി എന്റെ ലക്ഷ്യമായിരുന്നതിനാൽ ഓഫീസിലെത്തിയതും ഞാൻ പച്ചക്കറിത്തോട്ടം ലക്ഷ്യമാക്കി നടന്നു തുടങ്ങി. ബോയ്സ് ഹോമിന്റെ വരാന്തയിലൂടെ താഴേക്കിറങ്ങിയാൽ പച്ചക്കറിത്തോട്ടത്തിലെത്താം. ബോയ്സ് ഹോമിന്റെ വരാന്തയിലൂടെ നടക്കുമ്പോൾ പതിവില്ലാത്തൊരു മൂകത അന്തേവാസികളിൽ പലരു ടേയും മുഖത്ത് കനം കെട്ടിനിൽക്കുന്നതുപോലെ എനിക്കു തോന്നി. തലേരാത്രിയിൽ വാർഡൻമാരിൽ നിന്ന് എന്തൊക്കെയോ തിക്താനുഭ വങ്ങൾ അവർക്കാകമാനം അനുഭവപ്പെട്ടിട്ടുണ്ടെന്ന ഒരു സംശയം എനിക്കുണ്ടായി. നടക്കുമ്പോൾ അഭിമുഖമായി വന്ന രണ്ടു കുട്ടികളെ തടഞ്ഞു നിർത്തി ഞാനവരോടാരാഞ്ഞു.

'എന്താടാ ഇന്നലെ രാത്രിയിൽ എന്തെങ്കിലും പ്രശ്നമുണ്ടായോ?'

'ഒരു പ്രശ്നോം ഉണ്ടായില്ല സാറേ..'

യാന്ത്രികമെന്നോണം എനിക്കുത്തരം നൽകി അവർ എന്റെ മുമ്പിൽനി ന്നകന്നു.

വീണ്ടും രണ്ടുമൂന്നു പേരോടുകൂടി ഞാനങ്ങനെ അന്വേഷിച്ചു. എല്ലാ വരും ഒരേ മറുപടി തന്നെ.

'ഒരു പ്രശ്നോമുണ്ടായില്ല സാറേ...'

തിരികെ ഓഫീസിൽ വന്നിരുന്നിട്ടും എന്റെ മനസ്സ് എന്നോടുതന്നെ പിറുപുറുത്തു. എന്തോ പ്രശ്നമുണ്ടായിട്ടുണ്ട്.

സൂപ്രണ്ടിന്റെ മറ്റ് ഉത്തരവാദിത്വങ്ങളിൽ വാപൃതനായതോടെ തൽക്കാലം എന്റെ മനസ്സിൽ നിന്ന് ആ ചിന്ത മാഞ്ഞു. എങ്കിലും വൈകുന്നേരമായതോടെ വീണ്ടും എന്റെ ചിന്തയിൽ ആ സംശയം തികട്ടിത്തുടങ്ങി.

രാത്രിയിൽ ആർക്കായിരുന്നു ചാർജ്ജ് എന്ന് അന്വേഷിച്ചപ്പോൾ വിക്ര മൻ എന്ന ഗാർഡിനാണ് ചാർജ്ജ് എന്നറിഞ്ഞു.

പേര് അന്വർത്ഥമാക്കുംവിധം പലതരം വിക്രമങ്ങളുടേയും ഒരു വിളഞ്ഞ കേദാരമാണ് വിക്രമൻ എന്ന ഗാർഡ് (വാർഡന്മാർ എന്ന് വിളിക്കപ്പെടുമെങ്കിലും ഗാർഡ് എന്നതായിരുന്നു ഔദ്യോഗിക നാമം)

കേരളത്തിന്റെ തെക്കേ അതിർത്തിയിലുള്ള ഏതോ ഗ്രാമമാണ് വാർഡൻ വിക്രമന്റെ സ്വന്തം ദേശം. തിരുവഞ്ചൂർ ജുവനൈൽ ഹോമിൽ എത്തിയനാൾ മുതൽ വിക്രമൻ ഇരുപത്തിനാലു മണിക്കൂറും ഹോമിൽത്തന്നെയാണ് കുടികിടപ്പ്. വാർഡൻമാർ ഡ്യൂട്ടിസമയത്ത ല്ലാതെ മറ്റു സമയത്ത് ഹോമിൽ താമസിച്ചു കൂടായെന്നായിരുന്നു അന്നത്തെ അനുശാസനമെങ്കിലും വിക്രമൻ മാത്രമല്ല, മറ്റു പല വാർഡന്മാരും ആ അനുശാസനം അവഗണിച്ച് ഹോമിൽത്തന്നെ കുറ്റി യടിച്ചു കിടക്കുന്നവരാണ്. അങ്ങനെ കിടക്കുന്നതുകൊണ്ട് അവർക്ക് രണ്ടുണ്ട് പ്രയോജനം. ഒന്ന് എച്ച്.ആർ. അലവൻസ് കൈക്കു വരുമെ ങ്കിലും ആ അലവൻസ് മുടക്കി ഒരു വാടകവീട് എടുക്കേണ്ടതില്ല. ആ വാടകപ്പണം സ്വന്തം കീശയിലിടാം. രണ്ട്, അന്തേവാസികളായ ബാല ന്മാർക്ക് ഭക്ഷണത്തിനായി ഗവണ്മെന്റ് അനുവദിച്ചിട്ടുള്ള വിഹിത ത്തിന്റെ പങ്ക് യാതൊരുളുപ്പുമില്ലാതെ അവർക്കും അനുഭവിക്കാം. സൂപ്രണ്ടെന്ന നിലയിൽ അവരുടെ ആ ചൂഷണത്തിനെതിരേ നിലപാടു കൈക്കൊള്ളാമെങ്കിലും ശക്തമായ യൂണിയന്റെ പിൻബലത്തിൽ അവ രെല്ലാം ഒറ്റക്കെട്ടായി നില കൊള്ളുമ്പോൾ, കണ്ണടയ്ക്കുകയേ സൂപ്ര ണ്ടിനു നിർവ്വാഹമുള്ളൂ. ഭക്ഷണ ഹാളിൽ ഭക്ഷണം വിളമ്പുന്ന മൂന്നുനേരവും മണിക്കൂറുകൾ കാത്തുനിന്ന് അന്തേവാസികൾക്കുള്ള ഭക്ഷണം ചൂഷണം ചെയ്യുന്ന ജീവനക്കാരെ കണ്ടെത്തുക ക്ഷിപ്രസാ ദ്ധ്യമല്ല. അങ്ങനെ സൂപ്രണ്ട് കാത്തു നിന്നാലും ചൂഷണവീരന്മാർ മറ്റു മാർഗ്ഗങ്ങളിലൂടെ അവരാഗ്രഹിച്ച പ്രകാരം കാര്യങ്ങൾ മുമ്പോട്ടു നീക്കും. അങ്ങനെ അവർ വിജയിക്കാതിരിക്കണമെങ്കിൽ സിനിമാക്കഥ കളിലെ 'ഹീറോ' കളെപ്പോലെ ജുവനൈൽ ഹോം സൂപ്രണ്ട് അത്യാ വശ്യം പത്തോ പതിനഞ്ചോ പേരെ ഒറ്റയ്ക്ക് ഇടിച്ചു വീഴ്ത്താനുള്ള കായികശേഷിക്കും അഭ്യാസമുറകൾക്കും ഉടമയായിരിക്കണം. സിനിമ യിൽ നടക്കും. ജീവിതത്തിൽ നടക്കുമോ?

വിക്രമനെക്കുറിച്ചു ചില കാര്യങ്ങൾ കൂടി വായനക്കാരെ അറിയി ക്കാതെ മുമ്പോട്ടു പോകാനാവില്ല.

ജയിൽ വകുപ്പിന്റെ കീഴിലുള്ള ജുവനൈൽ ഹോമിൽ ഗാർഡായി വിക്രമന് നിയമനം കിട്ടിയതിനു പിന്നിൽ ചില അനാശാസ്യ- അവി ഹിത കഥകളുടെ ചരിത്രമുറങ്ങുന്നുണ്ട്. ഏത് ഉന്നതനേയും സ്വാധീ നിച്ച് സ്വന്തം വരുതിയിൽ നിർത്താൻ വിക്രമനുള്ള സാമർത്ഥ്യം അനി തരസാധാരണമെന്നു വിശേഷിപ്പിച്ചേ പറ്റൂ. എന്തൊക്കെയോ രസക്കൂട്ടു കൾ ചേർത്ത് വിക്രമൻ വാറ്റിയുണ്ടാക്കുന്ന വ്യാജമദ്യം, എത്ര ഉന്നത

നായാലും ഒരു തവണ രുചിക്കാനിടയായാൽ വിക്രമന്റെ കൈപ്പുണ്യത്തെ വാനോളം വാഴ്ത്താതിരിക്കില്ല എന്നാണ് ആപ്തവാക്യം.

എന്റെ മുമ്പിലും അങ്ങനെയൊരു 'പാരിതോഷികം' വിക്രമൻ സമർപ്പിച്ചതാണ്. നിർദ്ദാക്ഷിണ്യം ഞാനതു നിരാകരിച്ചു. എന്റെ പ്രവൃത്തിയിൽ രോഷം പൂണ്ട വിക്രമൻ അന്ന് എന്റെ നേരേ ഭീഷണിയുടെ വാക്കുകളാണ് വീശിയെറിഞ്ഞത്.

''സാറ് അനുഭവിക്കും...'' അതായിരുന്നു ആ വാക്കുകൾ. എന്നോടുമാത്രമല്ല, മറ്റാരോടൊക്കെയോ വിക്രമൻ അതാവർത്തിച്ചു. അവരിൽ ചിലർ രഹസ്യമായി എന്ന ഉപദേശിക്കുകയും ചെയ്തു.

''സൂപ്രണ്ട് സാർ, വിക്രമനുമായി രമ്യതയിൽ പോകുന്നതാണ് നമുക്കെല്ലാവർക്കും ഗുണം.''

ഉപോത്ബലകമായി അവർ വിക്രമനെക്കുറിച്ചുള്ള കുറേ അപദാനങ്ങളും പ്രകീർത്തിച്ചു.

ജയിൽ വകുപ്പിൽ ജോലി ലഭിക്കുന്നതിനു മുമ്പ് വിക്രമൻ വാടക ഗുണ്ടയായിരുന്നുവെന്നും ഏതക്രമവും ആരുടെ നേർക്കും പ്രയോഗിക്കാൻ തെല്ലും മടിയുള്ളവനായിരുന്നില്ലെന്നുമൊക്കെയായിരുന്നു ആ അപദാനങ്ങൾ. ദിവസത്തിന്റെ ഇരുപത്തിനാലുമണിക്കൂറും മുഴുത്ത മദ്യലഹരിയിലേ അയാളെ മറ്റുള്ളവർ കണ്ടിട്ടുള്ളൂ. പക്ഷേ, എത്ര വീര്യം കൂടിയ മദ്യമായാലും, വയർ നിറയെ അത് വലിച്ച് ഉള്ളിലാക്കിയിട്ടുണ്ടെങ്കിലും വിക്രമന്റെ കാലുകൾക്ക് സ്ഥിരതക്കുറവോ നാക്കിനു കുഴച്ചിലോ ഓർമ്മശക്തിക്കു മങ്ങലോ ഉണ്ടാവാറില്ലത്രേ. അത് എനിക്കും ബോധ്യപ്പെട്ടിട്ടുണ്ട്. ഡ്യൂട്ടിയിലുള്ളപ്പോൾ മദ്യപിക്കരുതെന്ന് ഒരിക്കൽ ഞാനയാളോട് ഗുണദോഷിച്ചപ്പോൾ തിരിച്ചുള്ള മറുപടി ഇങ്ങനെയായിരുന്നു.

''സാറേ... മിനിഞ്ഞാന്നു ഡ്യൂട്ടി തീർന്നപ്പോൾ എന്റെ ഒരു പഴയ പരിചയക്കാരൻ വിളിച്ചോണ്ടു പോയി സൽക്കരിച്ചതാ... അതിന്റെ മണം ഇപ്പഴും പോയിട്ടില്ലെന്നുള്ളതു സത്യം. ആ മണമുണ്ടെന്നുള്ളതല്ലാതെ എന്റെ വയറ്റിൽ മദ്യം കിടക്കുന്നതിന്റെ വല്ല ലക്ഷണവും സാറു കാണുന്നുണ്ടോ? നോക്ക്... സാറിനേക്കാൾ സ്റ്റെഡിയായിട്ടല്ലേ ഞാനിവിടെ നിൽക്കുന്നത്? സംസാരിക്കുമ്പോൾ എന്റെ വാക്കുകളുടെ ഒരക്ഷരത്തിനെങ്കിലും വ്യക്തത കുറയുന്നുണ്ടോ?''

വിക്രമന്റെ ചോദ്യത്തിന് വിപരീത മറുപടി പറയാൻ എനിക്കെന്നല്ല, ആർക്കും കഴിയുമായിരുന്നില്ല. എങ്കിലും വിക്രമനൊരു വിനോദമുണ്ടാ

യിരുന്നു. അത് ഹോമിലെ അന്തേവാസികളായ ബാലന്മാരോടായിരുന്നു.

അവരൊക്കെ ജുവനൈൽ ഹോമിലെത്തിയതിന്റെ പശ്ചാത്തലം വിക്രമൻ അവരോടുതന്നെ ചോദിച്ചറിയും. മാതാപിതാക്കളുടെ അവിഹിത ബന്ധം മൂലം കുടുംബകലഹമുണ്ടായി, അത് ആത്മഹത്യയിലേക്കും കൊലപാതകത്തിലേക്കും നീങ്ങിയപ്പോൾ അനാഥരായ മക്കൾ, ഹോമിലകപ്പെടുന്ന കഥകൾ വിക്രമന്റെ മനസ്സിൽ മായാതെ നിൽക്കും. തരം കിട്ടുമ്പോൾ അങ്ങനെയുള്ള കുട്ടികളെ ആരെയെങ്കിലും മുമ്പിൽ വിളിച്ചിരുത്തി അയാൾ അവനെ ക്രോസ് വിസ്താരം നടത്തും. അതിന്റെ ഒരുദാഹരണം ഇങ്ങനെ.

''നിന്റെ അച്ഛൻ അമ്മയെ കുത്തിക്കൊന്നിട്ട് നേരേ പോലീസിന്റെ മുമ്പിലോട്ട് പോകുകയായിരുന്നു. അല്ലേ?''

''അയൽപക്കകാരനുമായി അമ്മ തുണിയില്ലാതെ കിടക്കുന്നത് അച്ഛൻ നേരിട്ടുകണ്ടോ?''

''അച്ഛൻ കണ്ടെന്നറിഞ്ഞപ്പോൾ അമ്മ ഉടുതുണി അഴിച്ചുകളഞ്ഞതു എടുക്കാൻ പോലും നിൽക്കാതെയാ ഓടി ഒളിച്ചത് അല്ലേ?''

''നിന്റെ അമ്മ തുണിയുടുക്കാതെ ആരുടെ കൂടെയെങ്കിലും കിടക്കുന്നത് നീ നേരിട്ടു കണ്ടിട്ടുണ്ടോ?''

ഈ രീതിയിൽ ചോദ്യവിനോദം അരമുക്കാൽ മണിക്കൂറിലേറെ നീളും. ഒരു നീലച്ചിത്രം കണ്ട് ആസ്വദിക്കുന്നത്ര രസത്തിൽ വിക്രമൻ അ മുതൽ ന വരെയുള്ള ചിത്രങ്ങൾ അവനെക്കൊണ്ട് വിശദമായി വരപ്പിക്കും.

അങ്ങനെ വിശദചിത്രം വരയ്ക്കാൻ മടിച്ച ഒരു ബാലന്റെ രണ്ടു കവിളുകളിലും കൈവിരലമർത്തി പയ്യന് മൂത്രം പോകുന്നതുവരെ വിക്രമൻ പിടിച്ചുനിർത്തിയെന്നൊരു കഥയും കേട്ടിട്ടുണ്ട്.

ആഴ്ചയിൽ ഒരു ദിവസം ജുവനൈൽ ഹോമിലെത്തുന്ന ജഡ്ജി കുട്ടികളോട് ഏതെങ്കിലും വിധത്തിൽ പീഡനമുണ്ടാകാറുണ്ടോയെന്ന് അന്വേഷിക്കാറുണ്ടെങ്കിലും ഒരു കുട്ടിപോലും വിക്രമനെതിരായി ജഡ്ജിയോട് പരാതിപറയുമായിരുന്നില്ല. എന്നോടും.

ആ തരത്തിലൊരു പശ്ചാത്തലത്തിലാണ് കുട്ടികളുടെ മൂകതയ്ക്കു കാരണമായി വിക്രമൻ എന്തെങ്കിലും പ്രവർത്തിച്ചിരിക്കുമോ എന്നറിയാനായി ഞാനയാളെ ഓഫീസിലേക്കു വിളിപ്പിച്ചത്.

ഡ്യൂട്ടി കഴിഞ്ഞ സമയത്താണ് വിക്രമൻ എന്റെ മുമ്പിലെത്തിയത്. മുമ്പിലെത്തിയതും ഞാൻ എന്തെങ്കിലും ചോദിക്കും മുമ്പ് വിക്രമൻ എന്നോടു ചോദിച്ചു.

'സാറപ്പോ എല്ലാം അറിഞ്ഞു അല്ലേ..?'

സത്യത്തിൽ ഞാനൊന്നും അറിഞ്ഞിരുന്നില്ല. എങ്കിലും അറിഞ്ഞെന്ന മട്ടിൽ ഞാൻ ഘനത്തിലൊന്നു മൂളി.

'ങാ... ആ സുബാഷ് തന്നെയാണോ സാറിനോടു വിവരം പറഞ്ഞത്?'

'സുബാഷല്ല... ഇവിടുത്തെ ഒരു ഗാർഡ്..'

'അതേതവനാ..?'

'അതെനിക്കു തന്നോടു പറയേണ്ട കാര്യമില്ല... എന്തായാലും താൻ ചെയ്തതൊട്ടും ശരിയായില്ല..'

സൂപ്രണ്ടിന്റെ ഔദ്യോഗികഭാവത്തിൽത്തന്നെ ഞാൻ വിക്രമന്റെ മുമ്പി ലിരുന്നു.

അപ്പോഴുണ്ടായി വിക്രമന്റെ വിശദീകരണം.

''ഒന്നും രണ്ടുമല്ല സാറേ... രൂപാ നാനൂറാ ആ കള്ളക്കഴുവേറി എന്റെ പോക്കറ്റിൽ നിന്നടിച്ചോണ്ടുപോയത്.... ചോദിച്ചപ്പോ ഞാൻ മനസാ വാചാ അറിഞ്ഞിട്ടില്ലെന്ന്... ദേഷ്യം വരാതിരിക്കുമോ?...ഞാനവന്റെ കര ണത്തൊന്നു പൊട്ടിച്ചു... അതിന്റെ പേരിൽ സാറെന്തു ശിക്ഷാനടപ ടിയാ ഒണ്ടാക്കാൻ പോകന്നതെന്നു വെച്ചാൽ ഒണ്ടാക്കിക്കോ.''

രോഷത്തിൽ എന്റെ നേർക്ക് അങ്ങനെ പുലമ്പി വിക്രമൻ സ്ഥലം കാലിയാക്കി.

വിക്രമന്റെ ആ ഇര ആരാണെന്നെനിക്ക് പിടികിട്ടി.

സുബാഷ്

പതിന്നാലു വയസ്സ് തികഞ്ഞിട്ടില്ലാത്ത ഒരു പയ്യൻ.

കുറേ വർഷങ്ങളായി അവൻ ജുവനൈൽ ഹോമിലെത്തിയിട്ട്. അവന്റെ അച്ഛനൊരു കൂലിപ്പണിക്കാരനായിരുന്നു. ആസ്തമാ രോഗിയും. കുടും ബത്തിന് ഉണ്ടായിരുന്ന സമ്പാദ്യം മുഴുവൻ വിറ്റ് ചികിത്സിച്ചിട്ടും രോഗം ഭേദമാകാതെ അയാൾ മരിച്ചതോടെ പിന്നെ അമ്മയുടെ ചുമലി

ലായി കുടുംബഭാരം. സുബാഷിനൊരു ഇളയവൻ കൂടിയുണ്ടായിരുന്നു. അല്ലറ ചില്ലറ ജോലികളൊക്കെ ചെയ്ത് മക്കളെ പോറ്റാൻ ആ അമ്മ ശ്രമിച്ചെങ്കിലും മിക്ക ദിവസങ്ങളിലും കുട്ടികൾ പട്ടിണിയിൽ തളർന്നുറങ്ങുകയായിരുന്നു സ്ഥിതി. അങ്ങനെയിരിക്കെ, ആ അമ്മയ്ക്ക് ഒരു രക്ഷകനെത്തി. അമ്മയെ രണ്ടാം വിവാഹം കഴിക്കാൻ അയാൾ തയ്യാറായി. പക്ഷേ, അമ്മയോടൊപ്പം ഇളയകുട്ടിയെ ഏൽക്കാനേ അയാൾ തയ്യാറായുള്ളൂ. മൂത്തവനെ വേണ്ട. അങ്ങനെയാണ് സുബാഷ് ജുവനൈൽ ഹോമിലെത്തിയത്. യാതൊരു തരത്തിലും ശല്യക്കാരനോ ദുസ്വഭാവക്കാരനോ ആയിരുന്നില്ല അവൻ. അവന്റെ ആ സ്വഭാവം മനസ്സിലാക്കിയതോടെയാണ് വാർഡന്മാരുടെ വിശ്രമ മുറിയുടെ ശുചീകരണവും പരിപാലനവും അവനെ ഏൽപ്പിക്കാൻ തീരുമാനിച്ചത്. ഏൽപ്പിക്കപ്പെട്ട ജോലിയിൽ സുബാഷ് അങ്ങേയറ്റം വിശ്വസ്തനായാണ് അറിയപ്പെട്ടിരുന്നത്.

ആ സുബാഷ് വാർഡൻ വിക്രമന്റെ അഴിച്ചിട്ടിരുന്ന ഷർട്ടിന്റെ പോക്കറ്റിൽ നിന്നും നാനൂറു രൂപാ മോഷ്ടിച്ചിരിക്കുന്നു. അതിന്റെ പേരിൽ വാർഡൻ വിക്രമൻ അവന്റെ കരണത്തടിച്ചിരിക്കുന്നു.

നാനൂറു രൂപയുടെ മോഷണം എന്നത് അന്ന് അത്ര നിസ്സാരകാര്യമല്ല.

ഞാൻ സുബാഷിനെ ഓഫീസിലേക്ക് വിളിപ്പിച്ചു.

അവനെ കൂട്ടിക്കൊണ്ടു വന്ന വാർഡനെ പറഞ്ഞുവിട്ട്, ഞാനവനെ ഒറ്റയ്ക്ക് ചോദ്യം ചെയ്യാൻ തീരുമാനിച്ചു.

'സുബാഷേ, വിക്രമൻ സാറിന്റെ ഷർട്ടിന്റെ പോക്കറ്റിൽ നിന്നെടുത്ത നാനൂറു രൂപാ നീയെവിടെയാ ഒളിപ്പിച്ചിരിക്കുന്നത്?'

എന്റെ ചോദ്യം കേട്ടതും അവൻ വലിയവായിൽ നിലവിളിക്കാൻ തുടങ്ങി. ആ നിലവിളിക്കിടെ അവൻ വലിയവായിൽ പറയുന്നുണ്ടായിരുന്നു.

'സത്യമായിട്ടും ഞാൻ വിക്രമൻ സാറിന്റെ ഷർട്ടിന്റെ പോക്കറ്റിൽ നിന്ന് രൂപയെടുത്തിട്ടില്ല സാറേ... ഞാൻ ഏതു ദൈവത്തിന്റെ മുമ്പിൽ വേണേലും സത്യം ചെയ്യാം.'

'എങ്കിൽപ്പിന്നെ ആ നാനൂറു രൂപാ എവിടെപ്പോയി?'

'ഞാനെങ്ങനെയാ സാറേ അതറിയുന്നേ... വിക്രമൻ സാറ് പുറത്തുപോയി നന്നായി മദ്യപിച്ചിട്ടാ തിരിച്ചുവന്നത്... വന്നയുടൻ ഷർട്ട് ഊരി തറയിലേക്കെറിഞ്ഞ് ഉറങ്ങാൻ കിടക്കുകയായിരുന്നു. തറയിൽ കിടന്ന

ഷർട്ട് ഞാനെടുത്തു കുടഞ്ഞ് ഹാങ്കറിൽ തൂക്കിയിട്ടു. പോക്കറ്റിൽ ഒര മ്പതുപൈസത്തുട്ടു മാത്രമേ ഉണ്ടായിരുന്നുള്ളൂ.''

തേങ്ങലിനിടയിലൂടെ അവൻ വിശദീകരിച്ചു.

'ശരി. വിക്രമൻ സാറ് നിന്നെ വല്ലാതുപദ്രവിച്ചോ...?'

അല്പനേരം മൗനംപൂണ്ടതിനു ശേഷമാണ് സുബാഷിൽ നിന്നു മറുപ ടിയുണ്ടായത്.

'വല്ലാതുപദ്രവിച്ചൊന്നുമില്ല... കരണത്തിനിട്ട് അടിച്ചു.'

അവന്റെ ആ മറുപടി കളവാണെന്ന് എനിക്ക് ഉറപ്പുണ്ടായിരുന്നു. വല്ലാതെ ഉപദ്രവിച്ചെന്നു പറഞ്ഞാൽ ഞാൻ അതേക്കുറിച്ച് വിക്രമ നോട് ചോദിക്കുമെന്നും ആയതിന്റെ പേരിൽ വീണ്ടും വിക്രമന്റെ പീഡ നത്തിനിരയാകേണ്ടിവരുമെന്നുമുള്ള പേടിയാണ് സുബാഷിന്റെ ആ മറുപടിയിൽ മറഞ്ഞു കിടന്നിരുന്നതെന്ന് എനിക്ക് ബോധ്യമുണ്ടായിരു ന്നു.

സുബാഷിനെ കൂടുതൽ വിഷമവൃത്തത്തിലാക്കേണ്ട...

ഞാനവനോട് പൊയ്ക്കൊള്ളാൻ പറഞ്ഞ് അവന്റെ പുറത്ത് മെല്ലെ തട്ടി. പെട്ടെന്ന് ആ തട്ടലിൽ വല്ലാത്ത നൊമ്പരമുണ്ടായതുപോലെ സുബാഷ് ഒന്ന് പുളഞ്ഞു. ഞാനത് ശ്രദ്ധിച്ചു.

'എന്താടാ... ഞാനൊന്നു തട്ടിയപ്പോൾ കഠാരയ്ക്ക് കുത്തിയതുപോലെ നീ പുളഞ്ഞത്?'

'ഒന്നുമില്ല സാറേ...' അങ്ങനെ പറഞ്ഞു വേഗം എന്റെ മുമ്പിൽ നിന്നും രക്ഷപ്പെടാൻ തിടുക്കപ്പെട്ടു അവൻ.

ഞാനവനെ പിടിച്ചു നിർത്തി ഷർട്ടഴിപ്പിച്ചു.

അവന്റെ പുറത്തേക്കു നോക്കിയ ഞാൻ ഞെട്ടിപ്പോയി.

അവന്റെ പുറത്ത് ഒരു പുസ്തകത്തിന്റെ വലുപ്പത്തിൽ ചുവന്നു തിണർത്തുകിടക്കുന്ന ഒരു വലിയ പാട്.

ഘനമേറിയ എന്തോ വസ്തു ഉപയോഗിച്ച് ശക്തിയിൽ അടിച്ചതിന്റെ അവശേഷിപ്പാണ് അതെന്ന് മനസ്സിലാക്കാൻ എനിക്ക് ഏറെ ആലോചി ക്കേണ്ടി വന്നില്ല.

'ഇതെന്താടാ ഈ പാട്..?'

എന്റെ ചോദ്യത്തിന് മറുപടി പറയാതിരിക്കാനാവില്ലെന്നായപ്പോൾ ഭയന്നു വിറച്ച് അവൻ പറഞ്ഞു.

'വിക്രമൻ സാറ് എന്നെ കുനിച്ചു നിർത്തി ചെരുപ്പിനടിച്ചതാ.'

എനിക്ക് എന്റെ ചങ്കു തകരുന്നതുപോലെ തോന്നി. പതിന്നാലുവയസ്സു തികഞ്ഞിട്ടില്ലാത്ത ഒരു പാവം പയ്യൻ. അക്കാലത്തെ ജയിലിലെ പീഡനമുറയേക്കാൾ ഭീകരമായി അവനെ ശിക്ഷിച്ച വിക്രമനെന്ന വാർഡനോട് എനിക്ക് വല്ലാത്ത കലി തോന്നി.

വിക്രമന് ശിക്ഷ കൊടുത്തേ മതിയാകൂ എന്ന വാശിയും.

മനസ്സാക്ഷിയില്ലാതെ ആ പിഞ്ചുബാലനോട് അത്ര നിഷ്ഠൂരമായി പ്രവർത്തിച്ച വാർഡനെ ശിക്ഷിച്ചില്ലെങ്കിൽ സൂപ്രണ്ടെന്ന നിലയിൽ ഞാൻ ഔദ്യോഗികകൃത്യനിർവ്വഹണത്തിൽ വെറും വട്ടപ്പൂജ്യമല്ലേ.!

സുബാഷിനെ തിരിച്ചുപോകാനനുവദിക്കാതെ അവിടെ നിർത്തി ഉണ്ടായ സംഭവം വള്ളിപുള്ളി വിടാതെ ഞാനവനെക്കൊണ്ട് കടലാസിൽ എഴുതിവെപ്പിച്ചു. അന്തേവാസികളായ പലബാലന്മാരും നോക്കി നിൽക്കേ അരമണിക്കൂറോളം നേരമാണ് അയാൾ അവനെ അടിച്ചതും തൊഴിച്ചതും നിലത്തിട്ട് ചവിട്ടി ഉരുട്ടിയതുമൊക്കെ. എല്ലാം കഴിഞ്ഞ് കണ്ടുനിന്നവരുടെ നേരേ ഭീഷണിയും മുഴക്കി അയാൾ.

'ഇവിടെ നടന്നതു വല്ലതും സൂപ്രണ്ടിനോടോ ജഡ്ജിയോടോ മിണ്ടിപ്പോയാൽ നിനക്കൊക്കെ ഇതിന്റെ നാലിരട്ടി അനുഭവിക്കേണ്ടിവരും... പറഞ്ഞേക്കാം.''

തലേന്ന് എന്നെക്കണ്ടപ്പോൾ ബാലന്മാർക്ക് മുഖം മ്ലാനമായതിന്റെ കാരണം എനിക്ക് വ്യക്തമായത് അപ്പോഴാണ്.

സൂപ്രണ്ടെന്ന നിലയിൽ വിക്രമനെ അപ്പോൾത്തന്നെ സസ്പെൻഡ് ചെയ്യാനുള്ള അധികാരം അന്ന് എനിക്കുണ്ടായിരുന്നെങ്കിലും മേധാവിയായ ജയിൽ ഐ.ജി.യെ നേരിട്ടുകണ്ട് അദ്ദേഹത്തിന്റെ അറിവോടുകൂടെ മതി ആ നടപടിയെന്ന് ഞാൻ തീരുമാനിച്ചു.

സുബാഷിന്റെ പരാതിയിൽ എല്ലാത്തിനും സാക്ഷികളായ രണ്ടു ബാലന്മാരുടെ ഒപ്പും വാങ്ങി പിറ്റേന്നു രാവിലെ തന്നെ ഞാൻ ജയിൽ ഐ. ജിയെക്കാണാൻ തിരുവനന്തപുരത്തെത്തി.

'ഇതൊക്കെ നിസ്സാരകാര്യമല്ലേ' എന്ന മട്ടിൽ വിക്രമന്റെ സസ്പെൻഷൻ ശുപാർശ ആദ്യം അവഗണിച്ച അദ്ദേഹത്തോട് ഒടുവിൽ എനിക്കിങ്ങനെ ചോദിക്കേണ്ടിവന്നു.

''സാർ... പതിന്നാലു വയസ് തികഞ്ഞിട്ടില്ലാത്ത ഒരു പയ്യൻ... അവന് അച്ഛനില്ല... അവനെ മുമ്പോട്ടു ജീവിപ്പിക്കാൻ മറ്റു മാർഗ്ഗമൊന്നുമില്ലാതായതുകൊണ്ടല്ലേ അവന്റെ അമ്മ അവനെ ജുവനൈൽ ഹോമിലാക്കിയത്. വിക്രമന്റെ നിഷ്ഠൂരപീഡനത്തിൽ അവൻ മരിച്ചുപോയിരുന്നെങ്കിൽ എന്താകുമായിരുന്നു സ്ഥിതി. സാറും ഞാനുമുൾപ്പടെ കുരിശു ചുമക്കേണ്ടി വരില്ലായിരുന്നോ? തക്കതായ ശിക്ഷകൊടുത്ത് വിക്രമനെ ഇങ്ങനെയുള്ള നിഷ്ഠൂരപ്രവൃത്തികളിൽ നിന്ന് പിന്തിരിപ്പിച്ചില്ലെങ്കിൽ മേലിൽ അയാൾ എന്തൊക്കെയാണു കാട്ടിക്കൂട്ടുകയെന്ന് ആർക്കറിയാം? വിക്രമനെപ്പോലെ ക്രൂരമനസ്സുള്ള ഒരുവനെ ഇങ്ങനെയൊരു ജോലിയിൽ തുടരാനനുവദിക്കുന്നത് മഹാപാപമല്ലേ സാർ.. ആ നിലയ്ക്ക് സസ്പെൻഷനെന്ന ശിക്ഷാനടപടിയെങ്കിലും കൈക്കൊണ്ടില്ലെങ്കിൽ നമ്മളൊക്കെ മനുഷ്യരായി ജീവിച്ചിട്ടെന്തുകാര്യം?''

എല്ലാം കേട്ടുകഴിഞ്ഞ് ഐ.ജി. മൃദുവായ സ്വരത്തിൽ എന്നോടു പറഞ്ഞു.

''ങാ... ഒരു വർഷത്തെ ഇൻക്രിമെന്റ് കട്ട് ചെയ്ത് ഒരു സസ്പെൻഷൻ കൊടുത്തേക്ക്.''

''ഇല്ല സാർ... ഒരു വർഷത്തെയല്ല... രണ്ടുവർഷത്തെ ഇൻക്രിമെന്റ് കട്ട് ചെയ്ത് ഒരു സസ്പെൻഷനാ ഞാനയാൾക്ക് ഉദ്ദേശിക്കുന്നത്. വെറും കട്ടല്ല... കുമുലേറ്റീവ് എഫക്ട് ഇൻക്രിമെന്റ് കട്ട് ഫോർ ടൂ ഇയേഴ്സ്''

കുമുലേറ്റീവ് എഫക്ടിലുള്ള ഇൻക്രിമെന്റ് കട്ടാവുമ്പോൾ അത് വിക്രമന്റെ രണ്ടുവർഷത്തെ സർവ്വീസിനേയും ബാധിക്കും. ഫലത്തിൽ അയാൾക്കു രണ്ടുവർഷം സർവ്വീസ് കുറയും.

''വിക്രമനെ എനിക്കു പേഴ്സണലായിട്ടറിയാം. ശരിക്കും ചെകുത്താന്റെ മറു ജന്മമാണയാൾ. ഇങ്ങനെയൊരു ശിക്ഷാനടപടി അയാൾക്ക് നേരേ കൈക്കൊണ്ടാൽ അതിന്റെ തിക്തഫലം അലക്സ് സാറും അനുഭവിക്കേണ്ടിവന്നേക്കാം.''

അങ്ങനെയൊരു മുന്നറിയിപ്പോടെയാണ് ഐ.ജി. എന്നെ മടക്കിയയച്ചത്. ശിക്ഷാനടപടിയിൽ പ്രകോപിതനായി ഒരു വ്യക്ത്യധിഷ്ഠിതാക്രമണം വിക്രമനിൽ നിന്ന് എനിക്ക് നേരിടേണ്ടി വന്നേക്കാമെന്നതായിരുന്നു ആ മുന്നറിയിപ്പിന്റെ വ്യംഗ്യം.

തിരികെ ജുവനൈൽ ഹോമിലെത്തിയ ഞാൻ 'നാനൂറു രൂപാ മോഷണ'ത്തിന്റെ സത്യസ്ഥിതി സ്ഥലത്തെ ചാരായഷാപ്പുജീവനക്കാര നിൽ നിന്ന് നേരിട്ടറിഞ്ഞു. മൂന്നുപേരുമായാണ് അന്ന് വിക്രമൻ ചാരാ യഷാപ്പിലെത്തുന്നത്. പറ്റ് മുന്നൂറ്റെൺപത്താറു രൂപയായി. പോക്കറ്റിൽ ആകെയുണ്ടായിരുന്ന നാലു നൂറുരൂപാനോട്ടുകൾ വിക്രമൻ കൗണ്ട റിൽ കൊടുത്തു. ബാക്കി പതിനാലു രൂപാ പോക്കറ്റിലിട്ടത് പോക്കറ്റിൽ വീണില്ല. വഴിയിൽ വീണു. ഒരു പത്തുരൂപാ നോട്ടും രണ്ട് രണ്ടിന്റെ നോട്ടുകളും. അത് രാത്രി കടയടച്ച് മടങ്ങുംവഴി ആ ജീവനക്കാരന്റെ കയ്യിൽ തന്നെ കിട്ടി. ആ പതിന്നാലു രൂപയാണ് നാനൂറുരൂപയുടെ മോഷണക്കഥയാക്കി സുബാഷെന്ന പയ്യന്റെ മേലുള്ള ക്രൂരപീഡനത്തി ന് വിക്രമൻ ഹേതുവാക്കിയത്. 'പതിന്നാലുരൂപയുടെ നഷ്ടമാണോ നാനൂറുരൂപയുടെ നഷ്ടമാക്കി പെരുപ്പിച്ച് ആ പയ്യന്റെ പുറത്തു കുതിര കേറിയത്.' എന്ന ചോദ്യത്തിന് വിക്രമനിൽ നിന്നുണ്ടായ മറുപടി 'പതിന്നാലുരൂപയെന്നു പറയുന്നത് മോഷണത്തിനുപറ്റിയ ഒരു തുക യാണോ സാറേ... നാനൂറുരൂപയെന്ന് പറയുമ്പോ അതിനൊരു വെയ്റ്റു ണ്ട്... അതുകൊണ്ടാ പതിന്നാല് ഞാൻ നാനൂറാക്കിയത്.'' എന്നായിരു ന്നു.

എന്തായാലും ഞാൻ വിക്രമനുള്ള സസ്പെൻഷൻ തയ്യാറാക്കി. സാധാ രണ സൂപ്രണ്ട് ഒപ്പിട്ട സസ്പെൻഷൻ ഓർഡർ കക്ഷിയെ ഏൽപ്പിച്ച് കോപ്പി ഒപ്പിട്ട് വാങ്ങേണ്ടത് ഡെപ്യൂട്ടി സൂപ്രണ്ടാണ്. എന്നാൽ വിക്രമ നുള്ള സസ്പെൻഷൻ ഓർഡർ നൽകാൻ ഡെപ്യൂട്ടി സൂപ്രണ്ട് തയ്യാറാ യില്ല.

''സാറേ... പിള്ളേര് കാക്കപ്പരുവം കഴിഞ്ഞിട്ടില്ല.. അതുങ്ങള് ആ പരുവം കഴിയുന്നതുവരെയെങ്കിലും ജീവനോടെയുണ്ടാകണമെന്നാശയുണ്ട്... വെറുതേ ഒരുത്തന്റെ കത്തി മുനയിൽ ജീവിതം തീർക്കാനെനിക്കൊട്ടും ആഗ്രഹമില്ല സാർ..''

ഡെപ്യൂട്ടി സൂപ്രണ്ടിന്റെ പ്രതികരണമായിരുന്നു അത്. ഡെപ്യൂട്ടി സൂപ്ര ണ്ടിനു ശേഷമുള്ള അധികാരിയായ ഹെഡ്ക്ലാർക്കും കൈയൊഴിഞ്ഞ തോടെ വിക്രമന്റെ സസ്പെൻഷൻ ഞാൻ തന്നെ നേരിട്ടു നൽകിയേ പറ്റൂ എന്നായി.

വിക്രമനെ ഓഫീസിലേക്കു വിളിപ്പിച്ച് സസ്പെൻഷൻ ഓർഡറിന്റെ രണ്ടു കോപ്പികളുമായി ഞാൻ കാത്തിരുന്നു. സസ്പെൻഷൻ ഓർഡർ കൈപ്പറ്റുന്നതോടെ വിക്രമൻ ആക്രമണകാരിയായി മാറുമെന്നും സദാ കൈയിൽ കരുതിയിരിക്കുന്ന കത്തിയാൽ എന്റെ നേർക്കു ആക്രമണം നടത്തുമെന്നും നല്ല കരുതൽ ഉണ്ടായിരിക്കണമെന്നുമുള്ള മറ്റു വാർഡ ന്മാരുടെ മുന്നറിയിപ്പിനെ മാനിച്ച് ഞാനൊരു മുൻകരുതലോടെയാണ്

വിക്രമനെ കാത്തിരിക്കുന്നത്. ഓഫീസ് ആവശ്യങ്ങൾക്കുള്ള ഘന മുള്ള 'റൂൾതടി' എന്റെ ഓഫീസ് മേശയുടെ താഴെ വെച്ചിട്ടുള്ള വെയ്സ്റ്റ് ബാസ്ക്കറ്റിൽ സൂക്ഷിച്ച് വലതുകൈകൊണ്ട് അതിന്റെ തല പ്പത്ത് തെരുപ്പിടിച്ചാണ് എന്റെ ഇരുപ്പ്. വിക്രമൻ എന്നെ ആക്രമിക്കാൻ കത്തി കയ്യിലെടുത്താൽ അക്ഷണം തന്നെ റൂൾത്തടി ഉയർത്തി അയാ ളുടെ കൈക്ക് ആഞ്ഞടിച്ച് ആ കൈ ഒടിച്ച് എന്റെ ജീവനപകടമുണ്ടാ കാതെ രക്ഷപ്പെടാനുള്ള അതീവജാഗ്രതയുണ്ട് എന്റെ മനസ്സിൽ.

ഏറെ നേരത്തെ എന്റെ കാത്തിരിപ്പിനൊടുവിലാണ് വിക്രമൻ ഓഫീ സിലെത്തുന്നത്. ഡ്യൂട്ടിക്ക് ജോയിൻ ചെയ്യുമ്പോൾ ഓരോ ഗാർഡിനും നൽകുന്ന യൂണിഫോമും ഷൂസും പായും തലയണയും അടങ്ങുന്ന കിറ്റ് ചുരുട്ടിക്കെട്ടി, അതും താങ്ങിയെടുത്താണ് വിക്രമന്റെ വരവ്.

ഓഫീസിലേക്കു കയറിയതും കൈയിലിരുന്ന കിറ്റ് എന്റെ മുമ്പിൽ താഴേക്കിട്ട് വിക്രമൻ അറിയിച്ചു.

''ദേണ്ടേ... സർക്കാരെന്നെ ഏൽപ്പിച്ചിരിക്കുന്ന കെട്ടും കിടക്കേം. യൂണി ഫോമുമൊക്കെ... എല്ലാം ഒണ്ടോന്നു നോക്കിയേച്ചു കടലാസിങ്ങു തന്നേക്ക്...''

''ഏതു കടലാസ്...?'' വിക്രമൻ ഉദ്ദേശിച്ചതെന്താണെന്ന് പെട്ടെന്നെനി ക്കൂഹിക്കാനായില്ല.

''എന്റെ സസ്പെൻഷൻ ഓർഡർ... അതൊണ്ടാക്കാനല്ലേ സാറ് തിരുവ നന്തപുരത്തേക്ക് കെട്ടി എഴുന്നള്ളിയത്.''

വിക്രമൻ കനത്ത മുഖത്തോടെ എന്റെ നേർക്കു കൈ നീട്ടി.

വായിച്ചു നോക്കുകപോലും ചെയ്യാതെ കോപ്പി ഒപ്പിട്ടു നൽകി. സസ്പെൻഷൻ ഓർഡർ കൈപ്പറ്റി വിക്രമൻ ഓഫീസിൽ നിന്നിറങ്ങി പ്പോയി.

അന്ന് വൈകുന്നേരം ഡ്യൂട്ടി കഴിഞ്ഞ് വീട്ടിലേക്ക് പോകാനിറങ്ങു മ്പോൾ ഡപ്യൂട്ടി സൂപ്രണ്ട് രഹസ്യമായി എന്നെ ഓർമ്മിപ്പിച്ചു.

''വിക്രമൻ ചാരായക്കടയിൽ ചെന്ന് കുത്തിയിരിപ്പുണ്ടെന്നാ അറിയാൻ കഴിഞ്ഞത്. സാറ് അതിനു മുമ്പിലൂടെയല്ലേ വീട്ടിലേക്കു പോകുന്നത്? ഒരു കരുതൽ വേണം.''

കരുതലോടെ തന്നെയാണ് ഞാനന്ന് വീട്ടിലേക്കു പോയത്. പോകുന്ന വഴി രണ്ടു പാറക്കല്ലുകൾ, പാൻസിന്റെ രണ്ടു പോക്കറ്റുകളിലുമായി

നിക്ഷേപിച്ച് കൈകൾ രണ്ടും അതിൽ മുറുകെ പിടിച്ചാണ് ഞാൻ ചാരായക്കടയ്ക്ക് മുമ്പിലൂടെ വീട്ടിലേക്ക് നടന്നത്. എന്നെ കണ്ടതും എന്തൊക്കെയോ ആഭാസത്തരങ്ങൾ ഉച്ചത്തിൽ വിളിച്ചു പറഞ്ഞത ല്ലാതെ കത്തിയുമായി വിക്രമൻ എന്റെ നേർക്ക് ചാടി വീണില്ല.

വിചാരണയ്ക്ക് വരുമ്പോൾ വിക്രമൻ ഏതെങ്കിലും അഡ്വക്കേറ്റുമായി ട്ടാവും വരികയെന്ന ഒരു സൂചന കിട്ടിയതോടെ ഞാനും ഒരു അഡ്വ ക്കേറ്റിനെ ഏർപ്പാടാക്കാൻ തീരുമാനിച്ചു. കോട്ടയം ബാറിലെ ഒരു സീനിയർ അഡ്വക്കേറ്റിനെ ഞാൻ സമീപിച്ചു. കാര്യങ്ങളെല്ലാം കേട്ട് സുബാഷിന്റെ പരാതിയും വായിച്ചുനോക്കിയ അദ്ദേഹം ഒരഡ്വക്കേ റ്റിന്റെ സഹായം എനിക്കാവശ്യമില്ലെന്ന് തീർത്തു പറഞ്ഞു. സുബാഷ് കൂറുമാറാതിരുന്നാൽ മാത്രം മതി. സുബാഷ് കൂറുമാറില്ലെന്നുറപ്പാക്കി ഞാൻ വിചാരണ ദിവസം വിക്രമനെ കാത്തിരിപ്പായി. പതിനൊന്നു മണിക്ക് വിചാരണയ്ക്കായി എന്റെ മുമ്പിലെത്തേണ്ട വിക്രമൻ അന്ന് ഒരു മണിയായിട്ടും വന്നില്ല. അതോടെ വിക്രമൻ കുറ്റം അംഗീകരിച്ച തായി തീർപ്പാക്കി ഞാൻ ശിക്ഷ വിധിച്ചു.

മറ്റൊരുത്തരവുണ്ടാകുന്നതുവരെ സസ്പെൻഷൻ. ക്യുമിലേറ്റീവ് എഫ ക്ടിൽ രണ്ടു ഇൻക്രിമെന്റ് തടയലും.

വിക്രമന്റെ സസ്പെൻഷൻ കാലാവധി തീരുന്നതിന് ദിവസങ്ങൾക്ക് മുമ്പ് ഞാൻ വീണ്ടും ഐ.ജിയെ സമീപിച്ചു.

സസ്പെൻഷൻ കഴിഞ്ഞ് വിക്രമൻ വീണ്ടും തിരുവഞ്ചൂരിലേക്കു വരാ നിടയാകാതെ വേറേ എങ്ങോട്ടെങ്കിലും അയാൾക്കു ട്രാൻസ്ഫർ നൽകണമെന്നാവശ്യപ്പെടാനായിരുന്നു അത്.

വിക്രമനുമായി അതേ സ്ഥാപനത്തിൽ തുടർന്ന് ജോലിചെയ്യുന്നത് ശുഭോദർക്കമായിരിക്കില്ലെന്ന് എനിക്കു തീർച്ചയുണ്ടായിരുന്നു. എന്റെ മാനസികാവസ്ഥ മനസ്സിലാക്കിയ ഐ.ജി. അദ്ദേഹത്തിന്റെ ഓഫീ സിൽത്തന്നെ പ്യൂണായി വിക്രമനെ പോസ്റ്റ് ചെയ്തു.

അങ്ങനെ നിഷ്ഠൂര സ്വഭാവക്കാരനായ വിക്രമനെന്ന ഗാർഡിൽ നിന്ന് തിരുവഞ്ചൂർ ഹോമിലെ ബാലന്മാരെ സുരക്ഷിതരാക്കാൻ എനിക്ക് കഴി ഞ്ഞു.

21.പെൺകുട്ടികളുടെ കുളിസീൻ കാണാനെത്തുന്ന 'കുണ്ട'ന്മാർ

കോഴിക്കോട് ജുവനൈൽ ഹോമിന്റെ സ്ഥലവ്യാപ്തി ഇരുപത്തേട്ടക്കർ ആണെന്ന് വായനക്കാർക്ക് അറിയാമല്ലോ. വെള്ളിമാടുകുന്ന് എന്ന പഴയ പേരു മാറി ഇന്ന് അവിടം സിൽവർ ഹിൽസ് എന്ന പേരിൽ എത്തിയിരിക്കുന്നു.

ഞാൻ സൂപ്രണ്ടായിരിക്കുന്ന കാലത്ത് - കഴിഞ്ഞ നൂറ്റാണ്ടിന്റെ അന്ത്യത്തിൽ - ആ ഇരുപത്തെട്ടേക്കറിൽ അധിക പങ്ക് സ്ഥലത്തും തെങ്ങുകളാണുണ്ടായിരുന്നത്. ബാക്കി അക്കേഷ്യകാടുകളും പുൽമേടുകളുമായിരുന്നു. സാമൂഹ്യവനവൽക്കണത്തിന്റെ ആരംഭകാലത്ത് നട്ടുപിടിപ്പിച്ച അക്കേഷ്യ മരങ്ങൾ വളർന്നുതിങ്ങി ഭൂമിയിലെ ജലസ്രോതസ്സുകൾക്ക് ഭീഷണിയായി പച്ചപ്പുപടർത്തി വിലസുന്ന കാലം.

തട്ടുകളായി നിരപ്പാക്കിയിട്ടിരിക്കുന്ന കുന്നിന്റെ ഭാഗങ്ങളിൽ ഹോമും ഓഫീസും ഏറെ മുകളിലായിരുന്നു. താഴത്തെ അറ്റം മിക്കവാറും പുല്ലു വളർന്ന്, പുൽക്കാടായി കിടക്കുകയായിരുന്നു. ആജാനുബാഹുവായ ഒരാൾ കയറി നിന്നാൽ അയാളുടെ തലപ്പൊക്കത്തിലേറെ ഉയരത്തിലായിരുന്നു പുല്ലിന്റെ വളർച്ച. ആ പുല്ല് പശു-എരുമ വളർത്തൽക്കാർക്ക് ഏറെ ഉപകാരപ്രദമായിരുന്നു. അക്കാരണത്താൽ വർഷാവർഷം നാൽക്കാലികൾക്ക് തീറ്റയായി വെട്ടിയെടുക്കാൻ നാട്ടുകാർക്ക് ലേലം ചെയ്തു കൊടുക്കുകയായിരുന്നു പതിവ്. പരിസരവാസിയായ ഒരു പ്രധാനിയായിരുന്നു സ്ഥിരമായി ലേലം കൊണ്ടിരുന്നത്. കേവലം നൂറ്ററുപതിനും ഇരുനൂറിനുമിടയ്ക്കുള്ള ഒരു തുക വർഷാവർഷം ആ ലേലത്തിലൂടെ സർക്കാരിനു ലഭിച്ചുകൊണ്ടിരുന്നു.

ഇരുനൂറുരൂപയ്ക്ക് ഒരു വർഷം മുഴുവൻ ആ പുല്ലുവെട്ടിയെടുക്കാനുള്ള അവകാശം ലേലത്തിലൂടെ കൈവശപ്പെടുത്തിയിരുന്ന വ്യക്തി ചെയ്തിരുന്നത് വർഷം മുഴുവൻ പുല്ലുവെട്ടിയെടുക്കാനുള്ള അവകാശം മുന്നൂറിനും അഞ്ഞൂറിനുമൊക്കെയായി പലർക്കായി മറിച്ചു വിൽക്കുകയെന്നതായിരുന്നു. അങ്ങനെ അയാളിൽ നിന്ന് പുല്ലുവെട്ടിയെടുക്കാനുള്ള അവകാശം നേടിയെടുത്തിരുന്നത് പന്ത്രണ്ടിലധികം ആളുകളായിരുന്നു. കുറഞ്ഞത് മുന്നൂറുരൂപാ വീതം ഒരാളിൽ നിന്ന് ഈടാക്കിയാലും പ്രതിവർഷം പന്ത്രണ്ടുപേരിൽ നിന്നായി മൂവായിരത്തഞ്ഞൂറോളം വരുമാനം നേടിയിരുന്നു ആദ്യലേലക്കാരൻ! ഇത് ആയിരത്തി തൊള്ളായിരത്തി തൊണ്ണൂറിനു മുമ്പുള്ള കഥയാണ്.

ജുവനൈൽ ഹോം സ്കൂളിന്റെ ഹെഡ്മാസ്റ്റർ പദവിയിൽ നിന്ന് സൂപ്ര ണ്ടായി ഞാൻ വെള്ളിമാടു കുന്നിലെത്തി അധികനാൾ കഴിയും മുമ്പ് അവിടെ ഒരു പെൺകുട്ടിയെ കാണാതായി. അവൾ ജുവനൈൽ ഹോമിന്റെ കോമ്പൗണ്ടു വിട്ട് പുറത്തുപോയിട്ടില്ലെന്ന കാര്യം ഉറപ്പായി രുന്നു. അതുകൊണ്ട് ആ കോമ്പൗണ്ടിന്റെ ഓരോ ഇഞ്ചു സ്ഥലവും അരിച്ചുപെറുക്കി അവളെ തേടാൻ തന്നെ ജീവനക്കാരും അന്തേവാസി കളും തീരുമാനിച്ചു. ആറടിയിലേറെ ഉയരത്തിൽ വളർന്നുനിൽക്കുന്ന പുൽക്കാടിനിടയിലെവിടെയെങ്കിലും അവളുണ്ടോയെന്നറിയാൻ ഞാൻ പുൽക്കാടിനിടയിലൂടെ നടന്നു. പുല്ലുനിറഞ്ഞു നിൽക്കുന്ന ആ തട്ടിന്റെ മുകളിലുള്ള തട്ട് ഏകദേശം 8 അടിയോളം ഉയരത്തിലാണ്. ജുവ നൈൽ ഹോമിലെ പെൺകുട്ടികൾക്ക് കുളിക്കാനുള്ള സൗകര്യം ഒരു ക്കിയിരിക്കുന്നത് ആ തട്ടിലാണ്. കുളിക്കാൻ പ്രത്യേകമായ കുളിമുറി കളോ സുരക്ഷിതമറവുകളോ അന്നുണ്ടായിരുന്നില്ല. തെങ്ങുകളിൽ വലിച്ചുകെട്ടിയിരിക്കുന്ന നീളൻ കമ്പികളിൽ തെങ്ങോലകൾ തെങ്ങിൽ നിന്നും വെട്ടിയിടുന്ന നിലയിൽ വെറുതേ കോർത്തിട്ട് ഉണ്ടാക്കിയിരുന്ന മറവേ ഉണ്ടായിരുന്നുള്ളൂ. പെൺകുട്ടികൾ അടുത്തുള്ള പൈപ്പുകളിൽ നിന്നും ബക്കറ്റിൽ വെള്ളം ശേഖരിച്ച് ആ തെങ്ങോല മറവിനുള്ളിൽ നിന്ന് കുളിക്കുകയായിരുന്നു പതിവ്. താഴെയുള്ള തട്ട് എട്ടടിയോളം താഴ്ചയിലായതുകൊണ്ട് ആ ഭാഗത്ത് തെങ്ങോലച്ചാർത്തിന്റെ മറവു ണ്ടാക്കേണ്ട ആവശ്യമില്ലായിരുന്നു.

കാണാതായ പെൺകുട്ടിയെ തപ്പി നടക്കുന്നതിനിടയിൽ ഞാനൊരു കാര്യം ശ്രദ്ധിച്ചു. പുല്ല് വളർന്ന് നിൽക്കുന്ന തട്ടിന്റെ അതിർത്തിയായി നിൽക്കുന്ന എട്ടടി ഉയരമുള്ള കൽക്കെട്ടിൽ പലയിടത്തായി ഏകദേശം മൂന്നടി ഉയരത്തിലായി ചെറിയ മരക്കുറ്റികൾ അടിച്ചു കയറ്റിയിരിക്കു ന്നു. കൽക്കെട്ടിൽ പിടിച്ചു പൊങ്ങി ഒരാൾക്ക് ചവിട്ടി നിൽക്കാൻ പറ്റു ന്നൊരു സംവിധാനം.

ചിലയിടത്ത് മരക്കുറ്റിക്ക് പകരം മൺപൊത്തുകളാണ്. ആ മൺപൊ ത്തുകളിൽ മനുഷ്യർ ചവിട്ടി നിൽക്കുന്നതിന്റെ അടയാളങ്ങൾ വ്യക്ത മായി കാണാം.

എനിക്കൊരു കാര്യം മനസ്സിലായി. പുല്ലുവെട്ടാൻ വരുന്ന മാന്യന്മാർ, ആ കല്കെട്ടിൽ വലിഞ്ഞു കയറി നിന്ന് മുകൾത്തട്ടിൽ നിന്നു കുളി ക്കുന്ന പെൺകുട്ടികളെ ഒളിഞ്ഞുനോക്കാനുള്ള സംവിധാനമാണത്.

പെൺകുട്ടികൾക്ക് കുളിക്കാനുള്ള സമയം രാവിലെ ആറു മണി മുതൽ എട്ടുമണി വരെയാണ്. ആ സമയത്ത് പുല്ലുവെട്ടാൻ വരുന്നവരെ നിരീ ക്ഷിക്കണമെന്ന് ഞാനുറച്ചു.

സൂപ്രണ്ടുമാരുടെ ജോലിസമയം ആരംഭിക്കുന്നത് രാവിലെ പത്തുമണി മുതലാണ്. എങ്കിലും അടുത്ത ദിവസം രാവിലെ ഏഴുമണിയായപ്പോൾ ഞാൻ ഓഫീസിലെത്തി. ആ സമയം ഉണർന്നിരുന്ന് ജോലി ചെയ്യേണ്ട വാർഡന്മാർ പലരും പൂണ്ട നിദ്രയിലായിരുന്നു. ഞാനവരെ തട്ടിയുണർത്തി. സൂപ്രണ്ടിന്റെ അപ്രതീക്ഷിത ആഗമനം അവരിൽ പലർക്കും പരിഭ്രാന്തിയുണ്ടാക്കി.

ശ്രദ്ധിച്ചപ്പോൾ ഡ്യൂട്ടിയിലുണ്ടാവേണ്ട ഒരു ലേഡിവാർഡൻ ഹോമിലില്ലെന്ന് അറിവുകിട്ടി. അവർക്കെന്തുപറ്റി ? എവിടെപ്പോയി ? എന്ന് അന്വേഷിച്ചു. അന്വേഷിച്ചപ്പോൾ അവരെക്കുറിച്ച് ആർക്കും ഒരു വിവരവുമില്ല. ഒടുവിൽ അന്തേവാസിയായ ഒരു പെൺകുട്ടി മടിച്ചുമടിച്ചു വന്ന് വിവരം പറഞ്ഞു. അന്തേവാസികളായ രണ്ടു പെൺകുട്ടികൾക്ക് തലേദിവസം സന്ധ്യയായപ്പോൾ കലശലായ വയറുവേദന. അവരേയും കുട്ടി വാർഡൻ ആശുപത്രിയിൽ പോയിരിക്കുകയാണ്.

ആ കുട്ടി പറഞ്ഞത് കളവാണെന്ന് കരുതാൻ എനിക്കാവുമായിരുന്നില്ല. കാരണം മിക്ക പെൺകുട്ടികൾക്കും അങ്ങനെയുള്ള വയറുവേദന പതിവാണ്. രണ്ടുമൂന്നു ദിവസങ്ങൾ നീണ്ടുനിൽക്കുന്ന ആ വയറുവേദനയ്ക്ക് കൊടുക്കാനുള്ള ടാബ്ലറ്റ് ഹോമിൽ ഉണ്ട്. ചിലർക്ക് ആ ടാബ്ലറ്റ് കൊണ്ടു വേദന കുറവ് വരില്ല. അങ്ങനെയുള്ളപ്പോൾ അവരെ മെഡിക്കൽ കോളേജിലേക്ക് കൊണ്ടുപോവുക പതിവാണ്. പക്ഷേ അത് സൂപ്രണ്ടിന്റെ അനുമതിയോടെയാവും. ഇന്ന് എന്തുകൊണ്ടോ വാർഡൻ സൂപ്രണ്ടിന്റെ അനുമതി തേടിയില്ല. അത് അത്ര ഗൗരവമുള്ള കുറ്റമായി എനിക്കപ്പോൾ തോന്നിയതുമില്ല.

ഞാൻ ഒളിഞ്ഞു നോട്ടക്കാരെ കണ്ടെത്താനാണല്ലോ രാവിലെ പുറപ്പെട്ടിരിക്കുന്നത്. ആ കർത്തവ്യം പാലിക്കാൻ ഞാൻ പുൽമേടിനു നേർക്കു നടന്നു. നേരേ അവർക്കു മുന്നിൽ പ്രത്യക്ഷപ്പെടാതെ മറഞ്ഞുനിന്ന് അവരുടെ വിക്രിയ നിരീക്ഷിക്കാനായിരുന്നു ഞാൻ പദ്ധതിയിട്ടത്. വളർന്നു നിൽക്കുന്ന അക്കേഷ്യ മരങ്ങളുടെ മറവ് അതിന് എനിക്ക് ഏറ്റവും പര്യാപ്തമായിരുന്നു.

പുൽമേടിനു മുകളിലുള്ള തട്ടിൽ പെൺകുട്ടികൾ കുളിക്കുന്നുണ്ടെന്ന് ഉറപ്പായിരുന്നു. ഇരുനൂറ്റമ്പതോളം പെൺകുട്ടികൾ രാവിലെ ആറുമണിക്കും എട്ടുമണിക്കുമിടയിൽ അവരുടെ പ്രഭാതസ്നാനം നടത്തിയിരിക്കണം. പത്തുപന്ത്രണ്ടു പെൺകുട്ടികളെങ്കിലും കുറഞ്ഞത് ഒരേസമയം കുളിയിൽ വ്യാപൃതരായിരിക്കും.

എന്റെ പ്രതീക്ഷ തെറ്റിയില്ല. ഞാൻ നോക്കുമ്പോൾ രണ്ടു പയ്യന്മാർ, എട്ടടി ഉയരമുള്ള തിട്ടയുടെ കൽക്കെട്ടിൽ മൂന്നടി ഉയരത്തിൽ അടിച്ചിറ

ക്കിയിരിക്കുന്ന മരക്കുറ്റികളിൽ ചവിട്ടു നിന്ന് 'സുന്ദരദൃശ്യം' ആസ്വദിക്കുകയാണ്. വലിഞ്ഞു കുത്തി മരക്കുറ്റികളിൽ ചവിട്ടിനിൽക്കുന്ന അവരുടെ തലയുടെ പാതിഭാഗമേ കൽക്കെട്ടിനു മുകളിലേക്കുള്ളൂ. മതി. അത്രയും മതി, രണ്ടു കണ്ണുകൾ കൊണ്ട് ആ കാഴ്ച പൂർണ്ണമായി ആസ്വദിക്കാൻ.

ഞാൻ നേരേ പിറകിലൂടെ നടന്ന് രണ്ടുപേരേയും കയ്യോടെ പിടികൂടി. ഒരുവൻ ഓടിരക്ഷപ്പെടാൻ ശ്രമിച്ചെങ്കിലും 'നില്ലെടാ അവിടെ' എന്ന എന്റെ ഇടമുഴക്കംപോലെയുള്ള ആജ്ഞയുടെ തീക്ഷ്ണതയിൽ അവൻ അവിടെ നിന്നുപോയി.

'ആരാടാ നിങ്ങൾ?'

ഞാനവരെ വിചാരണ ചെയ്യാൻ ആരംഭിച്ചു.

'പുല്ലുവെട്ടാൻ വന്നവരാ...'' ഒരുവന്റെ മറുപടി. അക്കാലത്ത് കോഴിക്കോടൻ ഭാഷയിൽ പയ്യന്മാർ സാധാരണ വിളിക്കപ്പെടുന്നത് 'കുണ്ടന്മാർ' എന്നായിരുന്നു. ഇപ്പോൾ ആ വിളി അവിടെ നിലവിലുണ്ടോ എന്നറിയില്ല.

'ഇവിടെ കയറി പുല്ലുവെട്ടാൻ നിങ്ങൾക്കാരാ അനുവാദം തന്നിരിക്കുന്നത്?'

അപ്പോഴാണ് ഇരുനൂറുരൂപയ്ക്ക് വർഷം മുഴുവൻ പുല്ലു വെട്ടിയെടുക്കാനുള്ള അവകാശം ലേലത്തിൽ പിടിച്ചിരിക്കുന്ന ആളിനോട് അഞ്ഞൂറു രൂപ കൊടുത്ത് വർഷം മുഴുവൻ പുല്ലുവെട്ടാനുള്ള 'സബ്കോൺട്രാക്ട്' വാങ്ങിയിരിക്കുന്ന കഥ അവരിൽ നിന്നും ഞാനറിയുന്നത്. മേലിൽ പെൺകുട്ടികളുടെ സ്നാനസമയം കഴിഞ്ഞിട്ടില്ലാതെ പുല്ലുവെട്ടാൻ ഒരുത്തനും ആ കോമ്പൗണ്ടിലേക്കു കയറിപ്പോകരുതെന്ന് താക്കീതു നൽകി ഞാനവരെ വിട്ടയച്ചു. നിരീക്ഷണത്തിന് ഒരു ലേഡീവാർഡനെ ആ സമയം ഏർപ്പാടു ചെയ്യുകയും ചെയ്തു.

പെൺകുട്ടികൾക്ക് സുരക്ഷിതമായി നിന്നു കുളിക്കാൻ സൗകര്യമൊരുക്കണമെന്ന നിർദ്ദേശം അന്നു തന്നെ ഞാൻ അധികാരസ്ഥാനത്തെ അറിയിച്ചു. ഫണ്ടിന്റെ അപര്യാപ്തതയിൽ തൽക്കാലം അതിനു സാധിക്കില്ലെന്നായിരുന്നു മറുപടി.

അങ്ങനെയെങ്കിൽ പുല്ലുവെട്ടാനുള്ള അവകാശം ലേലം ചെയ്തുകൊടുക്കുന്ന നടപടി അടുത്തവർഷം മുതൽ റദ്ദാക്കാൻ നടപടിയുണ്ടാക്കണമെന്നൊരു മെമ്മോറാണ്ടം അതിനുള്ള മറുപടിയായി ഞാൻ സമർപ്പിച്ചു. ഒരാഴ്ച കഴിയും മുമ്പേ ഒരാൾ എന്നെ കാണാൻ എന്റെ താമസ

സ്ഥലത്തുവന്നു. പൊതിഞ്ഞു കെട്ടിയ ഒരു കുപ്പിയും അയാൾ കൊണ്ടുവന്നിരുന്നു.

പുല്ലുവെട്ട് കോൺട്രാക്ട് റദ്ദാക്കാനുള്ള എന്റെ മെമ്മോറാണ്ടം പിൻവലിക്കണമെന്നതായിരുന്നു അയാളുടെ ആവശ്യം. അതിനുള്ള പാരിതോഷികമാണ് പൊതിഞ്ഞുകെട്ടിയ കുപ്പി.

ഇരുനൂറുരൂപ ഒരു വർഷം പുല്ലുവെട്ടുന്നതിനുള്ള പ്രതിഫലമായി സർക്കാരിനു ലഭിക്കുമ്പോൾ ആ കോൺട്രാക്ടിന്റെ പേരിൽ നടക്കുന്ന സാമൂഹികവിരുദ്ധതയുടെ തീക്ഷ്ണത വളരെ വലുതാണെന്ന് ഞാനയാളോട് പറഞ്ഞു മനസ്സിലാക്കി. സന്ദർഭവശാൽ ഒന്നോ രണ്ടോ പെൺകുട്ടികൾ തനിച്ചു നിന്നു കുളിക്കുമ്പോഴാണ് 'കുണ്ടന്മാ'രുടെ ഒളിഞ്ഞുനോട്ടമുണ്ടാകുന്നതെങ്കിൽ എങ്ങനെയെങ്കിലും വലിഞ്ഞുകയറി പെൺകുട്ടികളെ ആക്രമിക്കുകയോ അവർക്ക് ജീവഹാനിയുണ്ടാക്കുകയോ ചെയ്താൽ സർക്കാരിലേക്കു കിട്ടുന്ന ഇരുനൂറു രൂപ അതിന് പരിഹാരമാകുമോ?

പ്രലോഭനം ഫലിക്കില്ലെന്നായപ്പോൾ അയാൾ എന്റെ മുമ്പിൽ അടുത്ത അടവ് പ്രയോഗിച്ചു.

പരിദേവനം !

കഞ്ഞികുടി മുട്ടിക്കല്ലേയെന്നു യാചിച്ച് അയാളെന്റെ കാലിൽ വീണു കരഞ്ഞു. ഒടുവിൽ വല്ലാതെ മുഷിഞ്ഞു സംസാരിച്ച് ഞാനയാളെ അവിടെ നിന്നിറക്കി വിട്ടു.

എന്റെ മെമ്മോറാണ്ടം ഞാൻ പിൻവലിച്ചില്ല. ആയതിന്റെ പരിണിതഫലമാവാം അടുത്തവർഷം ലേലം നടന്നില്ല. എങ്കിലും ഞാനവിടെ നിന്നു ട്രാൻസ്ഫർ ആയതിനുശേഷം പുല്ലുവെട്ടുകരാറിനുള്ള ലേലം മുടങ്ങിയിരുന്നില്ല എന്നാണ് എന്റെ അറിവ്.

പ്രലോഭനവും പരിദേവനവും ഒരാളുടെ അടുത്ത് ഏൽക്കുന്നില്ലെങ്കിൽ, അയാൾക്ക് മുകളിൽ അതൊക്കെ ഏൽക്കുന്ന മറ്റൊരാളുണ്ടാകുമെന്നുള്ളതാണല്ലോ സർക്കാർ ഭരണസംവിധാനത്തിന്റെ ജനകീയ മേന്മ!

22.പോലീസിന്റെ തരികിടകളിയിൽ പ്രതിയായപ്പോൾ

കുറ്റകൃത്യങ്ങളിൽ പിടിക്കപ്പെട്ട് കോടതി വാറണ്ടിൻ പടി ബാലമന്ദിരത്തിലെത്തുന്ന കുട്ടിക്കുറ്റവാളികൾക്ക് സാധാരണയായി 14 ദിവസത്തെ റിമാൻഡാണ് ജഡ്ജി വിധിക്കുക. കുട്ടിക്കുറ്റവാളികളുടെ റിമാൻഡ് എന്നാൽ ബാലമന്ദിരത്തിലെ പ്രത്യേക മുറിയിൽ നിരീക്ഷണത്തിൽ താമസിപ്പിക്കുക എന്നതാണ്. ആ 14 ദിവസത്തിനുള്ളിൽ അവന്റെ പേരിൽ കുറ്റപത്രം സമർപ്പിക്കപ്പെടുന്നില്ലെങ്കിൽ റിമാൻഡ് കാലാവധി വീണ്ടും 14 ദിവസത്തേക്കു കൂടി നീട്ടും. ഓരോ തവണയും റിമാൻഡ് നീട്ടുന്നതിന് മുൻപ് ഏതു കോടതിയുടെ വാറണ്ടിൻപടിയാണോ അവനെ ഹോമിലേക്ക് അയച്ചത് - അതേ കോടതിയിൽ ജഡ്ജിയുടെ മുമ്പിൽ വീണ്ടും ഹാജരാക്കണം.

ബാലമന്ദിരത്തിൽ നിന്നും കുട്ടിക്കുറ്റവാളികളെ അവരെ റിമാൻഡ് ചെയ്ത കോടതിയിലേക്കു കൊണ്ടുപോകേണ്ട ചുമതല പോലീസിനാണ്. അടുത്തുള്ള പോലീസ് സ്റ്റേഷനിൽ നിന്നോ അതല്ലെങ്കിൽ എ. ആർ. ക്യാമ്പിൽ നിന്നോ അതിനുവേണ്ടി ജുവനൈൽ ഹോം സൂപ്രണ്ടിന് പോലീസിനെ ആവശ്യപ്പെടാം.

ഒരിക്കൽ തൊടുപുഴ മജിസ്ട്രേട്ട് കോടതിയിൽ നിന്ന് 14 ദിവസത്തേക്ക് റിമാൻഡ് ചെയ്ത ഒരു കുട്ടിക്കുറ്റവാളിയെ റിമാൻഡ് അവസാനിച്ചപ്പോൾ വീണ്ടും അതേ കോടതിയിൽ ഹാജരാക്കേണ്ടതുണ്ടായി. തിരുവഞ്ചൂർ ജുവനൈൽ ഹോമിൽ ഞാനപ്പോൾ സൂപ്രണ്ടാണ്. കോട്ടയം കഞ്ഞിക്കുഴിയിലാണ് എ.ആർ. ക്യാമ്പ്. പലപ്പോഴും കോട്ടയം ഈസ്റ്റ് പോലീസ് സ്റ്റേഷനിൽ നിന്നുള്ള പോലീസുകാർ കുട്ടികളെ കോടതിയിൽ ഹാജരാക്കാൻ എത്താറുണ്ടായിരുന്നു. എന്നാൽ അന്ന് സ്റ്റേഷനിൽ പോലീസുകാർ എല്ലാവരും ഓരോരോ ഡ്യൂട്ടിയിൽ നിയമിതരായിക്കഴിഞ്ഞിരുന്നതിനാൽ എ.ആർ. ക്യാമ്പിലുള്ള രണ്ടു പോലീസുകാരെയാണ് ആ പയ്യനെ തൊടുപുഴ കോടതിയിൽ ഹാജരാക്കാൻ കൊണ്ടുപോകുന്നതിനായി ചുമതലപ്പെടുത്തിയത്. കോട്ടയം തിരുവഞ്ചൂരിൽ നിന്നും ഏകദേശം രണ്ടു മണിക്കൂർ സമയം മതി തൊടുപുഴയിലെത്താൻ. പതിനൊന്നുമണിക്കാണ് കോടതി കൂടുക. കേസ് എപ്പോൾ വിളിക്കുമെന്നതിന് നിശ്ചിത സമയനിബന്ധനയൊന്നുമില്ല. ചിലപ്പോൾ ആദ്യത്തെ കേസായി പതിനൊന്നു മണിക്കുതന്നെ വിളിച്ചെന്നു വരാം. ചിലപ്പോൾ വൈകിട്ട് മൂന്നുമണിയോ അഞ്ചുമണിയോ വരെയും ആകാം. പോലീസുകാരുടെ ഭാഷയിൽ 'കണികണ്ടിറങ്ങിയവന്റെ ഗുണവതികാരം' പോലെയാവാം കേസിന്റെ വിളി. കോടതി വരാന്തയിൽ കേസ് വിളിക്കുന്നതും ചെവിയോർത്ത് സമയം തള്ളിനീക്കുക

എന്നത് മിക്ക പോലീസുകാർക്കും അങ്ങേയറ്റം അരോചകമായ ഡ്യൂട്ടി യാണ്.

എ.ആർ. ക്യാമ്പിൽ നിന്നും രാവിലെ 8.00 മണിക്കു തന്നെ രണ്ടു പോലീസുകാർ തിരുവഞ്ചൂരെത്തി കോടതിയിൽ ഹാജരാക്കേണ്ട പയ്യ നുമായി തൊടുപുഴയ്ക്ക് പോയി. ബസിലാണ് യാത്ര. 10 മണിക്ക് തന്നെ അവരവിടെ എത്തി. അന്ന് ആ പോലീസുകാർ 'കണികണ്ട വന്റെ ഗുണവതികാരം' നന്നായിരുന്നതിനാൽ ജഡ്ജി ഡയസിൽ എത്തി അധികം വൈകാതെ തന്നെ അവന്റെ കേസ് വിളിച്ചു. റിമാൻഡ് കാലാവധി വീണ്ടും 14 ദിവസത്തേക്കു കൂടി നീട്ടി ഉത്തരവായതോടെ പയ്യനെ അവർ ജുവനൈൽഹോമിൽ തിരിച്ചെത്തിച്ചു. അപ്പോൾ സമയം ഉച്ചയ്ക്ക് ഒന്നരമണി. ആ രണ്ടുപോലീസുകാരുടെ അന്നത്തെ ഡ്യൂട്ടി ജുവനൈൽ ഹോമിനുവേണ്ടി രാവിലെ 8.00 മണി മുതൽ ഉച്ചയ്ക്ക് ഒന്നരമണി വരെ ആയിരുന്നുവെന്ന വിവരം വ്യക്തമായി രേഖ പ്പെടുത്തി സൂപ്രണ്ടിന്റെ സത്യവാങ്മൂലം (വർക്ക് റിപ്പോർട്ട്) വാങ്ങി വേണം അവർ എ.ആർ. ക്യാമ്പിൽ മടങ്ങിയെത്താൻ. ഞാൻ റിപ്പോർട്ട് എഴുതാനൊരുങ്ങവേ വളരെ ഭവ്യതയോടെ തല ചൊറിഞ്ഞുനിന്ന് അവരിലൊരാൾ എന്നോടൊരു സ്വകാര്യം പറഞ്ഞു.

''സാർ... ഞങ്ങളുടെ ഡ്യൂട്ടി രാവിലെ എട്ടുമണി മുതൽ ഉച്ചയ്ക്ക് ഒന്നര മണിവരെയെന്നുള്ളത് വൈകിട്ട് നാലുമണിവരെ എന്നാക്കി റിപ്പോർട്ട് എഴുതിത്തരണം.''

''അതെങ്ങനെ സാധിക്കും? നിങ്ങൾ ഒന്നരമണിവരെയല്ലേ ഞങ്ങൾക്കു വേണ്ടി ഡ്യൂട്ടി ചെയ്തിട്ടുള്ളൂ..?'' ഞാൻ ചോദിച്ചു. ചെയ്യാത്ത സമ യത്ത് നിങ്ങളിവിടെ ഡ്യൂട്ടി ചെയ്തുവെന്ന് എഴുതിത്തരുന്നത് നിമയവി രുദ്ധമല്ലേ..? ഒന്നരമണിയെന്നുള്ളത് രണ്ടുമണിയെന്നാക്കിത്തരാം. അതിനപ്പുറം പറ്റില്ല.''

''സാർ... ഞങ്ങൾ നാലുമണിവരെ ഡ്യൂട്ടി ചെയ്തുവെന്നെഴുതിത്ത ന്നാൽ അടുത്ത ഒരു ഡ്യൂട്ടിക്ക് ഞങ്ങൾക്ക് 'ഓഫ്' കിട്ടും. ഞങ്ങളുടെ ഒരു സുഹൃത്ത് ആക്സിഡന്റായി മെഡിക്കൽ കോളേജിലുണ്ട്. നാളെ ഒരു ഓഫ് കിട്ടിയാൽ ഞങ്ങൾക്ക് അദ്ദേഹത്തെ പോയി ഒന്നു കാണാ മായിരുന്നു. സാർ ദയവുചെയ്ത് രണ്ടു മണിവരെയെന്നുള്ളതു നാലു മണി വരെയെന്നാക്കി എഴുതിത്തരണം.''

പോലീസുകാർ എന്റെ മുമ്പിൽ നിന്നു കെഞ്ചുകയാണ്. ഞാനങ്ങനെ രണ്ടുമണിക്കൂർ നീട്ടി എഴുതിക്കൊടുക്കുന്നില്ലെങ്കിൽ ആശുപത്രിയിൽ ആക്സിഡന്റായി കിടക്കുന്ന സുഹൃത്തിനെ സന്ദർശിക്കാൻ അവർ ഒരു ദിവസത്തെ ലീവ് എടുക്കണം.

എനിക്ക് ഒരു ചേതവുമില്ലാത്ത ഒരു സൗമനസ്യം!

അവർക്കാണെങ്കിൽ ഒരു ലീവ് നഷ്ടപ്പെടില്ലെന്ന നേട്ടവും, അപകടം പിണഞ്ഞ് ആശുപത്രിയിൽ കിടക്കുന്ന സുഹൃത്തിനെ സന്ദർശിച്ച് സമാശ്വസിപ്പിക്കുകയെന്ന പുണ്യപ്രവർത്തിയും.

നിയമം മറികടന്ന് മനുഷ്യത്വപരമായ ഒരു നീക്കത്തിന് ഒടുവിൽ ഞാൻ വശംവദനായി.

രാവിലെ 8.00 മണിമുതൽ വൈകുന്നേരം 4 മണിവരെ അവർ ഡ്യൂട്ടി ചെയ്തുവെന്ന് ഞാൻ റിപ്പോർട്ട് എഴുതി നൽകി. ഏറെ സന്തോഷ പൂർവ്വം എനിക്ക് സല്യൂട്ടടിച്ച് പോലീസുകാർ ജുവനൈൽ ഹോമിൽ നിന്ന് മടങ്ങി.

പിറ്റേന്ന് രാവിലെ ഞാൻ ഓഫീസിലെത്തിയതും എ.ആർ. ക്യാമ്പിൽ നിന്ന് ഒരു സബ്ഇൻസ്പെക്ടർ എന്നെ ഫോണിൽ വിളിച്ചു.

‘‘സാർ... അത്യാവശ്യമായി എ.ആർ. ക്യാമ്പിലേക്കു വരണം... വളരെ സീരിയസ്സായ ഒരു പ്രശ്നമുണ്ട്.’’

അത്രയും പറഞ്ഞതും ഇൻസ്പെക്ടർ ഫോൺ കട്ട് ചെയ്തു.

ഞാൻ വല്ലാത്ത ചിന്താക്കുഴപ്പത്തിലായി. എ.ആർ. ക്യാമ്പുമായി ഫോണിലൂടെ അല്ലാതെ നേരിട്ടൊരു ബന്ധം അന്നുവരെ എനിക്കില്ല. കോട്ടയത്ത് കഞ്ഞിക്കുഴിയിലാണ് ക്യാമ്പെന്നല്ലാതെ, കൃത്യമായ സ്ഥാനവും എനിക്കറിയില്ല. എന്തായാലും ഇൻസ്പെകടറുടെ നിർദ്ദേശ പ്രകാരം അവിടെ എത്താതിരിക്കാനുമാവില്ല.

ഞാൻ ഓഫീസിൽ നിന്നു പുറപ്പെട്ടു. നേരേ കഞ്ഞിക്കുഴിയിലെത്തി എ.ആർ. ക്യാമ്പ് കണ്ടുപിടിച്ച് ഇൻസ്പെക്ടറുടെ മുമ്പിലെത്തി.

‘‘എന്താണ് സീരിയസ്സായ പ്രശ്നം ?’’ ഞാനാരാഞ്ഞു.

എന്റെ ചോദ്യത്തിന് ഇൻസ്പെക്ടർ നൽകിയ മറുപടി കേട്ട് തലമര വിച്ചു പോയി എനിക്ക്.

തലേദിവസം ഒന്നരമണിക്ക് ജുവനൈൽ ഹോമിനു വേണ്ടിയുള്ള ഡ്യൂട്ടികഴിഞ്ഞ് അവിടെ നിന്നു മടങ്ങിയ രണ്ടു പോലീസുകാർ നേരേ വന്നെത്തിയത് ക്യാമ്പിലേക്കായിരുന്നില്ല.

കഞ്ഞിക്കുഴിയിലുള്ള കള്ളുഷാപ്പിലേക്ക് !

എ.ആർ. ക്യാമ്പിലെ പോലീസുകാരാണെന്ന ഗർവ്വോടെ അവിടെ ഇരുന്ന് രണ്ടുപേരും മദ്യപാനം തുടങ്ങി. തദ്ദേശവാസികളായ ചിലരും അവിടെ മദ്യപാനമേളയിലുണ്ടായിരുന്നു അപ്പോൾ. കള്ള് വേണ്ടുവോളം ഉള്ളിൽച്ചെന്നു കഴിഞ്ഞപ്പോൾ പോലീസുകാർ ചില കലാപരിപാടികൾ തുടങ്ങി. ഉച്ചത്തിൽ ഡെസ്കിലടിച്ച് താളം പിടിച്ച് പാട്ടുംകൂത്തുമായി. വെറും പാട്ടല്ല, കൊടുങ്ങല്ലൂർ ഭരണിപ്പാട്ട്.

പാട്ടും കൂത്തും അസഹ്യമായപ്പോൾ തദ്ദേശവാസികളായ മദ്യപർക്ക് കലികയറി. അവരിലൊരാൾ എഴുന്നേറ്റുവന്ന് കള്ളുകുടിക്കാൻ വന്നാൽ മര്യാദയ്ക്കിരുന്ന് കള്ളുകുടിച്ചേച്ചു പോകണം എന്ന് പോലീസുകാർക്ക് താക്കീത് കൊടുത്തു.

''ഞങ്ങൾ പോലീസുകാരാടാ... പോലീസിനോടു കൽപ്പിക്കാൻ നീയാരാടാ...?'' എന്ന മട്ടിലായിരുന്നു പ്രത്യുത്തരം. ഉത്തരത്തോടൊപ്പം താളമേളപ്പാട്ടിന്റെ ശക്തികൂട്ടുകയും ചെയ്തു പോലീസുകാർ.

പോലീസല്ല, പട്ടാളമായാലും തോന്ന്യാസം കാണിച്ചാൽ പ്രതികരിക്കാതിരിക്കാനാവില്ലായിരുന്നു അപ്പോൾ അവിടെയുണ്ടായിരുന്ന തദ്ദേശവാസികൾക്ക്. അങ്ങോട്ടുമിങ്ങോട്ടും ഒന്നും രണ്ടും പറഞ്ഞ് ഉന്തുംതള്ളും ഒടുവിൽ തമ്മിൽത്തല്ലുമായി. ദേശവാസികൾ എണ്ണത്തിൽ കൂടുതലും കാലുറപ്പ് നഷ്ടപ്പെട്ടിട്ടില്ലാത്തവരുമായിരുന്നതിനാൽ പോലീസുകാർക്ക് കണക്കിന് കിട്ടി. തോറ്റോടിയ പട പാളയത്തിലെത്തി സഹപ്രവർത്തകരോട് തങ്ങൾക്കു പറ്റിയ പരാജയം വിസ്തരിച്ചതോടെ പോലീസുകാരെ തറപറ്റിച്ച നാട്ടുകാരേയും ഷാപ്പുകാരേയും പാഠംപഠിപ്പിച്ചിട്ടു മതി ബാക്കി കാര്യമെന്ന് പാളയത്തിൽ തീർപ്പായി. കൊള്ളാവുന്നത്ര പോലീസുകാരെ കുത്തിനിറച്ച് ഒരു ജീപ്പ് അപ്പോൾത്തന്നെ പാളയത്തിൽനിന്നും പുറപ്പെട്ടു. നേരേ കഞ്ഞിക്കുഴി കള്ളുഷാപ്പിലേക്ക്. കള്ളുഷാപ്പിലെത്തിയ പട, അവിടെ മദ്യക്കുപ്പികൾക്ക് മുമ്പിൽ കുത്തിയിരുന്നവരെ മുഴുവൻ തല്ലിയോടിച്ചു. ഷാപ്പിലെ ബെഞ്ചും ഡസ്ക്കും തല്ലിയൊടിച്ചു. കള്ളു 'ചാറ'കൾ തല്ലിപ്പൊട്ടിച്ചു, ദേവാമൃതം തറയിലൊഴുക്കി. മേലിൽ ഒരു പോലീസുകാരന്റെയടുത്തും കളി കാണിക്കരുതെന്ന ഭീഷണിതാക്കീതിനു ശേഷം പടപാളയത്തിൽ തിരിച്ചെത്തി.

തല്ലു കിട്ടിയ നാട്ടുകാരും നാശനഷ്ടം നേരിട്ട ഷാപ്പുടമയും വെറുതേ ഇരിക്കുമോ? അന്ന് ഏതാണ്ട് 25000 രൂപയുടെ നാശനഷ്ടമാണ് ഷാപ്പുടമയ്ക്കുണ്ടായത്. തല്ലിൽ പരിക്കേറ്റവർക്കുള്ള ചികിത്സാച്ചെലവ് വേറേ.

ഷാപ്പുടമ കേസ് കൊടുക്കാൻ തീരുമാനിച്ചിരിക്കുകയാണ്.

നാലുമണിവരെ ഡ്യൂട്ടിയിലുണ്ടായിരുന്നെന്ന് വ്യാജ റിപ്പോർട്ട് നൽകി രണ്ടുമണിക്കേ പോലീസുകാരെ ഷാപ്പിലേക്കയച്ച സൂപ്രണ്ടും കേസിൽ പ്രതിയാകുമെന്നാണ് ഇൻസ്പെക്ടറുടെ നിരീക്ഷണം.

ആ അറിയിപ്പാണ് എന്റെ തലമരവിക്കാൻ കാരണം. ഞാനാകെ വിയർത്തു. ഗുരുതരമായ കൃത്യവിലോപമാണ് സൂപ്രണ്ടായ എന്റെ ഭാഗത്തുനിന്നുണ്ടായിരിക്കുന്നത്. കേസ് കോടതിയിലെത്തിയാൽ പ്രാരംഭാന്വേഷണത്തിൽത്തന്നെ എനിക്കൊരു സസ്പെൻഷൻ ഉറപ്പാണ്. ശേഷമുള്ള ശിക്ഷാനടപടി എന്താവുമെന്നുള്ളതും ഗുരുതര പ്രശ്നം തന്നെ.

ഡിസ്മിസൽ വരെ ഉണ്ടായേക്കാം. മനുഷ്യത്വത്തിന്റെ പേരിൽ ഞാൻ ചെയ്തൊരു നിർദ്ദോഷസഹായം വരുത്തിവെച്ചിരിക്കുന്ന വിന.

വല്ലാത്തൊരു വൈതരണിയിലാണ് ഞാനകപ്പെട്ടിരിക്കുന്നത്. കരകയറാനെന്താണൊരു മാർഗ്ഗം?

ഒരു മാർഗ്ഗമേയുള്ളൂ. ഇൻസ്പെക്ടർ നിർദ്ദേശിച്ചു.

ഷാപ്പുടമയേയും നാട്ടുകാരേയും നേരിട്ട് കണ്ട് കേസു കൊടുക്കുന്നതിൽ നിന്നും അവരെ പിന്തിരിപ്പിക്കുക. അവരുടെ ദയയ്ക്കും കരുണയ്ക്കും വേണ്ടി അങ്ങേയറ്റം യാചിക്കുക. സഹായത്തിന് ഇൻസ്പെക്ടറും കൂടെവരാമെന്നു സമ്മതിച്ചു. അങ്ങനെ ഇൻസ്പെക്ടറുടെ നേതൃത്വത്തിൽ ദീർഘമായ സന്ധി സംഭാഷണത്തിനൊടുവിൽ കേസ് കൊടുക്കുന്നതിൽ നിന്നും ഷാപ്പുടമയും നാട്ടുകാരും പിന്തിരിഞ്ഞു, ഷാപ്പുടമയ്ക്കുണ്ടായ നഷ്ടവും നാട്ടുകാരുടെ ചികിത്സാച്ചെലവും വഹിക്കണമെന്ന നിബന്ധനയോടെ...!

ആസംഭവത്തിനു ശേഷവും പല പോലീസുകാരും ഒരു ഡ്യൂട്ടി ഓഫിനു വേണ്ടി - ഒന്നോ രണ്ടോ മണിക്കൂറുകൾ നീട്ടി ഡ്യൂട്ടി റിപ്പോർട്ട് എഴുതിക്കൊടുക്കുന്നതിനുവേണ്ടി, എന്നോട് കെഞ്ചിയിട്ടുണ്ട്. നിർദ്ദാക്ഷിണ്യം ഞാനവരെയെല്ലാം അവഗണിക്കുകയായിരുന്നു. മണിക്കൂർ മിനിട്ട് കൃത്യമായി രേഖപ്പെടുത്തിയേ ഞാൻ പിന്നീട് ഡ്യൂട്ടി റിപ്പോർട്ട് എഴുതി നൽകുമായിരുന്നുള്ളൂ. അതും വാങ്ങി നിരാശയോടെ മടങ്ങുന്ന പോലീസുകാരുടെ മുഖത്ത് എനിക്ക് നേരേ പ്രതിബിംബിച്ചിരുന്ന ചിന്ത എനിക്കു വായിച്ചെടുക്കാമായിരുന്നു. മനുഷ്യത്വമില്ലാത്ത കരിങ്കൽ മനസ്സുള്ള....!

മേലിൽ ഡ്യൂട്ടിയിൽ കൃത്യത പാലിക്കണമെന്നുള്ള ദൈവത്തിന്റെ മുന്നറിയിപ്പായി ആ സംഭവം, റിട്ടയർ ചെയ്യുന്നതുവരെ ഞാൻ മനസ്സിൽ സൂക്ഷിച്ചു.

23.വിവാഹത്തിനു പെൺകുട്ടിയെ തേടി...

സിബി മലയിൽ പതിറ്റാണ്ടുകൾക്കു മുമ്പ് സംവിധാനം ചെയ്ത 'മുദ്ര' എന്ന സിനിമ ജുവനൈൽ ഹോം എന്ന ബാലമന്ദിരത്തിൽ നടമാടിയിരുന്ന അനാശാസ്യപ്രവണതകളെ കേന്ദ്രതന്തുവാക്കിയുള്ളതായിരുന്നു. ദുർഗുണപരിഹാരപാഠശാലയെന്ന് അന്നറിയപ്പെട്ടിരുന്ന സ്ഥാപനത്തിൽ ഏതുതരം കുറ്റകൃത്യത്തിലും അനിതര സാധാരണ സാമർത്ഥ്യം നേടിയിരുന്ന കുട്ടിക്കുറ്റവാളികളെ ആ സിനിമയിൽ ചിത്രീകരിക്കുന്നുണ്ട്. പാതിരാത്രി സ്ഥാപനത്തിൽ നിന്നും സെക്യൂരിറ്റി ഗാർഡിന്റെ അനുമതിയോടെ ഇറക്കിവിടപ്പെടുന്ന ബാലന്മാർ, വീടിന്റെ മതിൽ ചാടിക്കടന്ന് പോർച്ചിൽ കിടക്കുന്ന കാർ ഗേറ്റ് തുറന്ന് തള്ളിയിറക്കി വഴിയിൽ കൊണ്ടുവന്നു സ്റ്റാർട്ട് ചെയ്ത് ഓടിച്ചുകൊണ്ടുപോയി വാഹനങ്ങൾ പൊളിച്ചുവിൽക്കുന്ന കേന്ദ്രത്തിൽ എത്തിക്കുന്ന സംഭവം ആ സിനിമയിൽ സിബി മലയിൽ ചിത്രീകരിച്ചിരുന്നു. ആളുകളിൽ നടുക്കമുളവാക്കുന്ന മറ്റുചില സംഭവങ്ങളുമായി തട്ടിച്ചുനോക്കുമ്പോൾ സിബി മലയിൽ ചിത്രീകരിച്ചത് ഒരു നിസ്സാരസംഭവം.

ദുർഗുണപരിഹാരപാഠശാലയെന്നറിയപ്പെട്ടിരുന്ന ബാലമന്ദിരങ്ങളിൽ ജയിൽ വകുപ്പിൽ നിന്നും നിയമനം നേടിവന്നിരുന്നവരായിരുന്നു വാർഡന്മാരും ഉദ്യോഗസ്ഥരും. അവരിൽ ചിലർ - എല്ലാവരുമെന്നല്ല, തികഞ്ഞ ധനാർത്തിക്കാരും പൈശാചിക ചിന്താഗതി ഉള്ളവരുമായിരുന്നു. ധനസമ്പാദനത്തിനായി ഏതു നീചമാർഗ്ഗം സ്വീകരിക്കാനും തെല്ലും മടിയില്ലാത്തവർ. ധനസമ്പാദനത്തിനു മാത്രമല്ല, സ്വയസന്തോഷത്തിനും ബാലമന്ദിരത്തിലെ അന്തേവാസികളായ ആൺകുട്ടികളേയും പെൺകുട്ടികളേയും ഉപയോഗപ്പെടുത്തിയിരുന്ന ജീവനക്കാർ അന്ന് ഒട്ടേറെയുണ്ടായിരുന്നു. ആൺകുട്ടികളെ പ്രകൃതിവിരുദ്ധ ലൈംഗീകതയ്ക്കും പെൺകുട്ടികളെ ശുദ്ധ വേശ്യാവൃത്തിക്കും, ഇരകളാക്കിയിരുന്നു അവർ. സമൂഹത്തിലെ പ്രമാണിമാർക്കും ഭരണതലപ്പത്തെ ഉന്നതന്മാർക്കും കാഴ്ചവെച്ച് ധനസമ്പാദനവും ഔദ്യോഗിക സുരക്ഷിതത്വവും നേടിയിരുന്നു അക്കൂട്ടർ. അങ്ങനെ പുറത്ത് കടത്തിവിടപ്പെട്ട ആൺകുട്ടികളിലും പെൺകുട്ടികളിലും ചിലർ തിരിച്ചുവരാതെ ചാടിപ്പോയ സംഭവങ്ങളും ഉണ്ടായിട്ടുണ്ട്. സന്ധ്യയാകുമ്പോൾ ചില പെൺകുട്ടികൾക്ക് സഹിക്കാനാവാത്ത വയർവേദനയുണ്ടാകും. ഉടൻ ആശുപത്രിയിലെത്തിച്ചില്ലെങ്കിൽ വീണുമരിക്കുമെന്ന നിലയിലായിരിക്കും അവർ. ബാലമന്ദിരത്തിലെ കുട്ടികൾക്ക് ഗവണ്മെന്റ് ആശുപത്രിയിലെ ചികിത്സയേ നിയമപ്രകാരം ലഭിക്കൂ.. കോഴിക്കോട്ടെയും തിരുവഞ്ചൂരെയും അന്തേവാസികൾക്ക് മെഡിക്കൽ കോളേജ് ആശുപത്രികളിലാണ് ചികിത്സ. പേ വാർഡിനൊന്നും അർഹതയില്ല. ജനറൽ

വാർഡിൽ മാത്രമേ അഡ്മിറ്റ് ചെയ്യൂ. വീട്ടുകാർ ഇടപെട്ട് ചികിത്സാ ചെലവ് വഹിക്കുമെന്നുണ്ടെങ്കിൽ പേ വാർഡ് ചികിത്സ അനുവദിക്കപ്പെടും. അങ്ങനെ വീട്ടുകാർ ഇടപെട്ട് ചികിത്സ വഹിക്കുന്ന കേസുകൾ അപൂർവ്വമാണ്. ജുവനൈൽ ഹോമിൽ അന്തേവാസിയായിക്കഴിഞ്ഞാൽ വീട്ടുകാർ അവരെ തിരികെ സ്വീകരിക്കുന്ന ചരിത്രവും ഇരുപതുശതമാനത്തിലധികം വരില്ലെന്നാണ് എനിക്കു കണ്ടെത്താൻ കഴിഞ്ഞിട്ടുള്ളത്.

ഇങ്ങനെ വയറുവേദന അഭിനയിച്ച് ആശുപത്രിയിൽ പ്രവേശിപ്പിക്കപ്പെടുന്ന പെൺകുട്ടികൾ പേ വാർഡുകളിൽ അഡ്മിറ്റ് ചെയ്യപ്പെട്ട് ലൈംഗീക ചൂഷണത്തിന് ഇരകളാകാറുണ്ട്.

ആൺകുട്ടികളിൽ മിക്കവരും സ്വന്തം ജീവിതപന്ഥാവ് വീട്ടുകാരുടേയോ ബന്ധുജനങ്ങളുടേയോ സഹായമില്ലാതെ സ്വയം കണ്ടെത്തുകയാണ് പതിവ്. പെൺകുട്ടികളിൽ പലർക്കും ജുവനൈൽ ഹോം വാസം കഴിയുന്നതോടെ സുമനസുകളായ പുരുഷന്മാരുടെ ജീവിതപങ്കാളികളായി ഉത്തമ വീട്ടമ്മമാരായി ശിഷ്ടകാലം സൗഭാഗ്യകരമായി ജീവിച്ചു തീർക്കാൻ ഭാഗ്യം ലഭിക്കാറുണ്ട്. ചിലരാകട്ടെ, ചതിയിലും കെണിയിലും പെട്ട് അഴുക്കുചാലുകളിലകപ്പെട്ട് ദൗർഭാഗ്യജന്മങ്ങളായി അസ്തമിക്കാറുമുണ്ട്.

കോഴിക്കോട് സൂപ്രണ്ടായിയിരിക്കെ, ഒരു സുമുഖനായ യുവാവ് എന്റെ ഓഫീസിലെത്തി. കൂടെ പ്രൗഢയായ ഒരു വനിതയുമുണ്ട്. അയാൾ പേരുപറഞ്ഞ് സ്വയം എനിക്കു പരിചയപ്പെടുത്തി. കൂടെയുള്ളത് അമ്മയാണെന്നാണു പറഞ്ഞത്. അന്ന് തെളിവു ഹാജരാക്കാൻ ആധാർകാർഡ് നിലവിലില്ലാതിരുന്നതിനാൽ അയാൾ പറഞ്ഞത് ഞാൻ പൂർണ്ണമായി വിശ്വസിച്ചില്ല. എങ്കിലും വിശ്വസിക്കുന്നതായി നടിച്ച് ഞാനയാളോടന്വേഷിച്ചു.

‘എന്താണ് അമ്മയും മകനും എന്നെത്തേടി വരാൻ കാരണം?’

ചെറുപ്പക്കാരനാണ് മറുപടി പറഞ്ഞത്.

‘സാർ... ഞാൻ ഗൾഫിൽ ജോലി ചെയ്യുന്ന ഒരുവനാണ്. ആറു വർഷങ്ങളായി അങ്ങോട്ടുപോയിട്ട്... അവിടെ മിനിസ്ട്രിയിലാണ് ജോലി. ഇപ്പോൾ എനിക്ക് ഇരുപത്തെട്ടു വയസ്സായി. ഒരു വിവാഹം കഴിച്ചാൽ കൊള്ളാമെന്ന് തോന്നിത്തുടങ്ങിയിട്ടുണ്ട്. ആരോരുമില്ലാത്ത ഒരു അനാഥപ്പെൺകുട്ടിയെ വേണം കല്യാണം കഴിക്കാനെന്നൊരു ചിന്ത മനസ്സിലുണ്ട്. എന്റെ അമ്മേയ്ക്കും അക്കാര്യത്തിൽ എതിർപ്പില്ല. സാർ സഹായിച്ചാൽ ഇവിടുത്തെ അന്തേവാസിയായ ഒരു പെൺകുട്ടിയെ വിവാഹം

കഴിക്കാൻ ഞാനൊരുക്കമാണ്. പെൺകുട്ടി വെളുത്തതും സുന്ദരിയുമായിരിക്കണമെന്ന നിബന്ധനയേ ഉള്ളൂ.

''നിങ്ങളുടെ ഉദ്ദേശശുദ്ധിയെ ഞാൻ പൂർണ്ണമായി മാനിക്കുന്നു. പക്ഷേ, പെട്ടെന്ന് ഇവിടുന്നൊരു പെൺകുട്ടിയെ വിവാഹം നടത്തിയയ്ക്കാൻ ചില നിയമതടസ്സങ്ങളുണ്ട്.

ഞാനവരോടു പറഞ്ഞു.

''എന്തു നിയമതടസ്സങ്ങളുണ്ടെങ്കിലും അതെല്ലാം നമുക്ക് പരിഹരിക്കാവുന്നതേയുള്ളൂ സാർ... അതിന്റെ പേരിൽ പണമെത്ര ചെലവാക്കാനും എനിക്കു മടിയില്ല. ഇരുപതു പവന്റെ സ്വർണ്ണാഭരണങ്ങൾ ഞാൻ പെൺകുട്ടിക്കുവേണ്ടി കരുതിയിട്ടുണ്ട്. അതു കൂടാതെ അവളുടെ സുരക്ഷിതത്വത്തിനായി ഒരു ലക്ഷം രൂപാ അവളുടെ പേരിൽ ബാങ്കിൽ നിക്ഷേപിക്കാനും ഞാൻ തയ്യാറാണ് സാർ... ആക്സിഡന്റ്ലി എനിക്കെന്തെങ്കിലും സംഭവിച്ചാൽ അവൾ അനാഥയാകില്ല. ഒറ്റമകനാണ് ഞാൻ... ഒന്നരയേക്കർ സ്ഥലവും അതിൽ ഒരു നല്ല വീടും എനിക്കു സ്വന്തമായി ഉണ്ട്. കല്യാണം നടക്കുന്നതിന്റെ അടുത്തദിവസം തന്നെ ആ വീടും സ്ഥലവും അവളുടെ പേർക്ക് ഞാൻ രജിസ്റ്റർ ചെയ്യും.''

''അതിന് നിങ്ങളുടെ അമ്മ സമ്മതിക്കണ്ടേ..?''

''എനിക്ക് പൂർണ്ണ സമ്മതമാണു സാർ... എങ്ങനെയെങ്കിലും ഇവനൊരു കല്യാണം കഴിച്ചുകാണണമെന്നേ എനിക്കുള്ളൂ...''

പൂർണ്ണ ആത്മാർത്ഥയുടേതായ ഒരു തിളക്കം ആ സ്ത്രീയുടെ കണ്ണുകളിൽ ജ്വലിക്കുന്നുണ്ടെന്ന് എനിക്കു തോന്നി.

''ശരി... നിങ്ങളുടെ തീരുമാനത്തിൽ എനിക്കു തികഞ്ഞ സന്തോഷമുണ്ട്. മേലധികാരികളുമായി കൂടിയാലോചിച്ച് ഒരു മാസത്തിനുള്ളിൽ ഞാൻ വിവരമറിയിക്കാം. നിങ്ങളുടെ അഡ്രസ്സും ഫോൺനമ്പറും തന്നേക്കൂ.''

''അയ്യോ സാർ... ഒരു മാസം വളരെ നീണ്ടകാലമാണ്. എനിക്കാകെ രണ്ടുമാസത്തെ അവധിയേയുള്ളൂ. കല്യാണം കഴിഞ്ഞ് ഒരു മാസമെങ്കിലും ഭാര്യയുമായി ജീവിക്കണമെന്നാഗ്രഹമുണ്ട്. വന്നിട്ടിപ്പോൾ ഒരുമാസം കഴിഞ്ഞു. ഒരാഴ്ചയ്ക്കുള്ളിൽ മേലധികാരികളുമായി ആലോചിച്ച് തീരുമാനമെടുക്കാനാവില്ലേ?''

ചോദ്യത്തോടൊപ്പം പേഴ്സ് തുറന്ന് നൂറു രൂപാനോട്ടിന്റെ ഒരു ചെറിയ അടുക്ക് വലിച്ചൂരി അയാൾ എന്റെ മുമ്പിൽ വെച്ചു.

‘‘എന്താണിത്?’’ ഞാൻ നെറ്റി ചുളിച്ചു.

‘‘കാര്യങ്ങൾ ഒന്ന് സ്പീഡപ്പ് ചെയ്യാൻ സാറിനൊരു ചെറിയ സമ്മാനം.’’

‘‘നിങ്ങളീ പണം പേഴ്സിലേക്കു തിരികെ വയ്ക്കൂ... ഇവിടെ ഒരന്തേവാസിക്ക് മെച്ചപ്പെട്ടൊരു ജീവിതമുണ്ടാകുമെന്നുണ്ടെങ്കിൽ അതിനുവേണ്ടതായ എല്ലാ സഹായവും ചെയ്യാൻ എനിക്ക് സന്തോഷമേയുള്ളൂ. അതിന് യാതൊരുവിധ സമ്മാനവും വേണ്ട. എനിക്കെന്നല്ല, ഇവിടെ ആർക്കും വേണ്ട.’’

ആ ചെറുപ്പക്കാരൻ ഏറെ നിർബന്ധിച്ചെങ്കിലും, അയാൾ വച്ചുനീട്ടിയ പണം അയാളുടെ പേഴ്സിലേക്കു തന്നെ ഞാൻ തിരികെ വയ്പിച്ചു. യാതൊരുവിധ സമ്മാനവും കൂടാതെ അയാളുടെ ആഗ്രഹനിവൃത്തിക്കുവേണ്ടി, വേണ്ടുന്നതെല്ലാം ഉടനെ ചെയ്യാമെന്നുറപ്പു കൊടുത്ത് ഞാനാ അമ്മയേയും മകനേയും തൽക്കാലം യാത്രയയച്ചു.

അവർ പോയിക്കഴിഞ്ഞ ഉടൻ തന്നെ ഞാൻ ഡിസ്ട്രിക്ട് പ്രബേഷൻ ഓഫീസറുമായി ബന്ധപ്പെട്ടു. ജുവനൈൽ ഹോമിലെത്തുന്ന കുട്ടികളുടെ മുൻജീവിത പശ്ചാത്തലം അന്വേഷിച്ചറിഞ്ഞ് വിവരം നൽകുക എന്നൊരുത്തരവാദിത്വം പ്രബേഷൻ ഓഫീസർക്കുണ്ട്. ജുവനൈൽ ഹോം സൂപ്രണ്ടിന്റെ ആവശ്യപ്രകാരമാണിത്.

ജുവനൈൽ ഹോമിലെ പെൺകുട്ടിയെ വിവാഹം കഴിക്കാനാഗ്രഹിച്ചു വന്ന ചെറുപ്പക്കാരന്റെ ജീവിതപശ്ചാത്തലവും വ്യക്തമായി അന്വേഷിച്ചറിയണമെന്ന ആഗ്രഹം എനിക്കുണ്ടായി. അതു വെറുമൊരു ആഗ്രഹം മാത്രമല്ല, ആ പെൺകുട്ടിയുടെ ജീവിതത്തോടുള്ള ഉത്തരവാദിത്വവുമാണ്.

ഒരാഴ്ചയ്ക്കുള്ളിൽ എനിക്ക് പ്രബേഷൻ ഓഫീസറുടെ റിപ്പോർട്ട് കിട്ടി. റിപ്പോർട്ട് വായിച്ച ഞാൻ തലയ്ക്ക് കൂടം കൊണ്ട് അടി കിട്ടിയപോലെ തരിച്ചിരുന്നു പോയി. കാരണം, വിവാഹാലോചനയുമായി വന്ന ആ ചെറുപ്പക്കാരൻ എന്നോടു പറഞ്ഞ വിവരങ്ങൾ നൂറുശതമാനവും പച്ചക്കള്ളമായിരുന്നു.

അയാളുടെ പേരുപോലും സത്യമല്ലായിരുന്നു.

അയാൾ തന്റേതെന്നു പറഞ്ഞു എന്നെ കാണിച്ച പാസ്പോർട്ട് യഥാർത്ഥത്തിൽ ഒന്നരവർഷം മുമ്പ് ഒരു ആക്സിഡന്റിൽ മരണപ്പെട്ട യുവാവിന്റേതായിരുന്നു. പാസ്പോർട്ടിലെ ആ യുവാവിന്റെ

ഫോട്ടോയും കല്യാണാലോചനക്കാരൻ യുവാവിന്റെ മുഖവും തമ്മിൽ നേരിയൊരു സാമ്യം ഉണ്ടായിരുന്നുവെന്നുള്ളതു മാത്രം സത്യം.

ഒന്നരയേക്കറും വീടും സ്വന്തമായിട്ടുണ്ടെന്നു പറഞ്ഞ അയാൾ ഒമ്പതു മാസമായി ഒന്നര ഏക്കറിൽ വാടകയ്ക്ക് താമസിക്കുകയാണ്. അമ്മ എന്ന് അയാൾ പരിചയപ്പെടുത്തിയ സ്ത്രീ യഥാർത്ഥത്തിൽ അയാളുടെ ആരുമല്ല. അക്കാലത്ത് മദ്രാസ്സിൽ അതായത്, ഇന്നത്തെ ചെന്നൈയിൽ അമ്പതിലേറെ സ്ത്രീകളെ വച്ച് അനാശാസ്യകേന്ദ്രം നടത്തിക്കൊണ്ടിരുന്ന ഒരുവളായിരുന്നു. അനാശാസ്യകേന്ദ്ര നടത്തിപ്പിന്റെ പേരിൽ മൂന്നു കേസുകൾ അന്ന് ആ സ്ത്രീയുടെ പേരിലുണ്ട്. ഗൾഫിൽ ജോലിക്കാരനാണെന്നു പറഞ്ഞ ചെറുപ്പക്കാരൻ ആ സ്ത്രീയുടെ കേന്ദ്രത്തിലേക്കു യുവതികളെ വശീകരിച്ചെത്തിക്കുന്ന ഏജന്റ് ആണെന്നും ആ റിപ്പോർട്ടിൽ വ്യക്തമാക്കിയിരുന്നു.

വിവാഹവഞ്ചനയിൽ കുടുക്കി ഒരു പെൺകുട്ടിയുടെ ജീവിതം തകർക്കാൻ കച്ചകെട്ടിയിറങ്ങിയ ആ ചെറുപ്പക്കാരനെയും അമ്മയായി വന്ന സ്ത്രീയേയും നിയമത്തിന്റെ പിടിയിൽ പെടുത്തണമെന്ന ഉറച്ച തീരുമാനം എനിക്കുണ്ടായി. അതിനാവശ്യമായ തെളിവുകളും രേഖകളും വേണം.

ആ ചെറുപ്പക്കാരൻ തന്ന അഡ്രസിൽ ഞാനൊരു കത്തെഴുതി. പെൺകുട്ടിയെ വിവാഹം കഴിപ്പിച്ചു നൽകാൻ തീരുമാനമെടുത്തിട്ടുണ്ടെന്നും ആയതിലേക്ക് അയാളുടേതായ ഒരു റിക്വസ്റ്റ് സത്യവാങ്മൂലം ഉടൻ നൽകണമെന്നുമാണ് ഞാൻ കത്തിലൂടെ ആവശ്യപ്പെട്ടത്.

എന്നാൽ ആരിൽ നിന്നോ എന്റെ ലക്ഷ്യം അറിഞ്ഞ ആ ചെറുപ്പക്കാരൻ തികച്ചും മ്ലേച്ഛമായ ഭാഷയിൽ എന്നെ അവഹേളിച്ച് മറുപടി കത്തെഴുതി മുങ്ങുകയായിരുന്നു. അങ്ങേയറ്റം മ്ലേച്ഛമായി എന്നെ അധിക്ഷേപിച്ചെഴുതിയ കത്തിൽ അയാൾ പേരോ മേൽവിലാസമോ കാണിച്ചിരുന്നുമില്ല. ഞാൻ അക്ഷണം തന്നെ ആ കത്ത് ഒരു രേഖയായി സൂക്ഷിച്ചുവച്ചു. ഒരു പെൺകുട്ടി ചതിയുടെ കൂടാരത്തിലകപ്പെടാൻ ഞാൻ കാരണക്കാരനായില്ലല്ലോയെന്ന ചിന്ത എനിക്കന്ന് വലിയ ആശ്വാസമായി.

24.പണിഷ്മെന്റ് ട്രാൻസ്ഫർ ഇവിടെ നിന്നങ്ങോട്ട് : അവിടെ നിന്നിങ്ങോട്ട്

ജുവനൈൽ ഹോമുകൾ ഇപ്പോൾ വനിതാ - ശിശുവികസന വകുപ്പിന്റെ കീഴിലാണ്. കുട്ടികളുടെ സംരക്ഷണത്തിനും പരിചരണത്തിനും നിയുക്തരായിരിക്കുന്നവർ വിദ്യാസമ്പന്നരും ഇക്കാര്യത്തിൽ പ്രത്യേക പരിശീലനം ലഭിച്ചിട്ടുള്ളവരുമാണ്. അന്തേവാസികളായ കുട്ടികളോട് അങ്ങേയറ്റം വാത്സല്യത്തോടെയും പക്വതയോടെയുമുള്ള പെരുമാറ്റ രീതി തുലോം പരാതികൾക്കിടവരാത്ത തരത്തിലാണ്. ജുവനൈൽ ജസ്റ്റിസ് ആക്ട് പാസ്സായതോടെയാണ് ഈ മാറ്റം. 'കുറ്റവാളികളാണെങ്കിലും പതിനെട്ടു വയസ്സിനു താഴെയുള്ള കുട്ടികളെ ജയിലിൽ പാർപ്പിച്ചുകൂടാ' എന്നുള്ള കൊൽക്കത്ത ഹൈക്കോടതി വിധിയുടെ പശ്ചാത്തലത്തിലാണ് ജുവനൈൽ ഹോമുകൾ ജയിൽ വകുപ്പിൽ നിന്നും വിഘടിക്കപ്പെട്ട് വനിതാ ശിശു വികസന വകുപ്പിന്റെ അധീനതയിലേക്കു മാറ്റപ്പെട്ടത്. എന്നാണ് എന്റെ ഓർമ്മ. ഗാർഡുകൾക്ക് പകരം അവിടെ ഇപ്പോൾ 'കെയർ ടേക്കർ'മാരാണ് ഉള്ളത്.

കോട്ടയം ജുവനൈൽ ഹോമിൽ സൂപ്രണ്ടായി ഞാൻ ജോലി ചെയ്യുന്ന കാലഘട്ടത്തിൽ ജയിൽ വകുപ്പിന്റെ അധീനതയിലായിരുന്നുവെന്ന് ഞാൻ സൂചിപ്പിച്ചിട്ടുണ്ടല്ലോ. ഇന്നത്തെ കെയർടേക്കർമാർക്ക് പകരം അന്നുണ്ടായിരുന്നത് 'ഗാർഡു'മാരായിരുന്നു. അന്നത്തെ ഗാർഡുമാർ ഭൂരിപക്ഷവും സ്ത്രീകളായാലും പുരുഷന്മാരായാലും സ്കൂൾ വിദ്യാഭ്യാസം പോലും പൂർത്തിയാക്കിയിട്ടുള്ളവരായിരുന്നില്ല. മിക്ക ജുവനൈൽ ഹോമുകളിലേക്കും ഗാർഡുമാർ നിയമിതരായിരുന്നത് ജയിലുകളിലെ പ്രവർത്തിപരിചയത്തിന്റെ അടിസ്ഥാനത്തിലായിരുന്നു. ജയിൽപ്പുള്ളികളെ നിയന്ത്രിച്ചു നേടിയ പരിചയത്തിന്റെ രൗദ്രത പ്രായപൂർത്തിയാകാത്ത കുട്ടികളോടും പ്രയോഗിക്കുക എന്നത് അക്കാലങ്ങളിലെ ഗാർഡുമാരിൽ ആൺപെൺ വ്യത്യാസമില്ലാതെ പലർക്കും ഹരമായിരുന്നു. നിസ്സാരമായ സ്വഭാവ വൈകൃതങ്ങൾക്കുപോലും കുട്ടികളെ കഠിനമായി ശിക്ഷിക്കുന്നതിലും പീഡിപ്പിക്കുന്നതിലും അക്കൂട്ടർക്ക് യാതൊരു കൂസലുമുണ്ടായിരുന്നില്ല.

ഹോമിൽ അന്തേവാസികളായി എത്തുന്ന കുട്ടികളെക്കൊണ്ട് 'വിടുപണി' ചെയ്യിക്കുന്നതിലും അവർ വിരുതന്മാരും വിരുതത്തികളുമായിരുന്നു. ഗാർഡുമാരായ അവരുടെ മാത്രമല്ല, അവരുടെ കുടുംബാംഗങ്ങളുടെ വസ്ത്രങ്ങൾ - അടിവസ്ത്രങ്ങൾ ഉൾപ്പെടെ - ഹോമിലെ കുട്ടിക

ളെക്കൊണ്ട് അലക്കി വെളുപ്പിച്ച് ഇസ്തിരിയിടുവിച്ച് കൊണ്ടുപോകുമായിരുന്നു. പുറത്തുപറയാനാവാത്ത തരം ലൈംഗികവൈകൃതങ്ങൾക്കും ആൺ-പെൺ വ്യത്യാസമില്ലാതെ ഗാർഡുമാർ അന്തേവാസികളെ ഇരകളാക്കിയിരുന്നു. പ്രായപൂർത്തിയായിട്ടില്ലാത്ത ആൺകുട്ടികളെ സ്വന്തം ലൈംഗിക താൽപര്യങ്ങൾക്ക് വിധേയരാക്കിയിരുന്നു ചില ലേഡീ ഗാർഡറുമാരെ സാഹചര്യത്തെളിവുകളുടെ അടിസ്ഥാനത്തിൽ ഞാൻ 'വാൺ' ചെയ്തിരുന്നു. 'വാൺ' ചെയ്യുകയല്ലാതെ അതിനപ്പുറമുള്ള ശിക്ഷാനടപടികളൊന്നും അവർക്കെതിരെ കൈക്കൊള്ളാൻ സൂപ്രണ്ടിന് ആകുമായിരുന്നില്ല. ഗാർഡുമാർ എന്നറിയപ്പെട്ടുന്ന ജീവനക്കാർക്ക് ശക്തമായ ട്രേഡ് യൂണിയൻ പിന്തുണയുണ്ട്. ശക്തമായ തെളിവിന്റെ പിൻബലത്തിലല്ലാതെ അവർക്കെതിരെ നടപടിയെടുത്താൽ യൂണിയന്റെ ആൾക്കാർ എന്ന പേരിൽ സൂപ്രണ്ടിന്റെ നേർക്ക് പ്രതികാരനടപടിയും ഭീഷണിയുമായി ചാടി വീഴാൻ ചില സംഘങ്ങൾ തന്നെയുണ്ടായിരുന്നു. പരസ്യമായ 'തെറിയഭിഷേകം' മുതൽ 'ഇരുട്ടടി' വരെ നേരിടേണ്ടിവരും. അവരിൽ മിക്കവർക്കും ഉന്നതമായ രാഷ്ട്രീയ ബന്ധങ്ങളും നേതൃത്വപിന്തുണയും ഉണ്ടായിരിക്കും. ഹോം വളപ്പിൽ നട്ടുവളർത്തിയിരുന്ന വാഴക്കൂട്ടം മദ്യലഹരിയിൽ വെട്ടി നശിപ്പിച്ച ഒരു ഗാർഡിനെ ഞാനൊരിക്കൽ ഓഫീസിലേക്കു വിളിപ്പിച്ച് ശകാരിച്ചു. അദ്ധ്യാപകനായി ജീവിതം തുടങ്ങിയ എനിക്ക് ആരോടും സഭ്യേതരമായ ഭാഷാപ്രയോഗം നടത്തുന്നത് അന്നും ഇന്നും ഇഷ്ടമുള്ള കാര്യമല്ല. മദ്യലഹരിയിൽ കാട്ടിക്കൂട്ടിയ ഈ വിക്രിയ അങ്ങേയറ്റം നീചമായെന്നും മേലിൽ ഇങ്ങനെയുള്ള പ്രവൃത്തികൾ ആവർത്തിച്ചാൽ ഞാൻ ശിക്ഷണ നടപടി കൈക്കൊള്ളേണ്ടിവരുമെന്നുമേ പറഞ്ഞുള്ളൂ. അടുത്ത ദിവസം യൂണിയന്റെ പ്രതിനിധികൾ എന്നു പരിചയപ്പെടുത്തി ഓഫീസിലേക്ക് കടന്നു വന്ന രണ്ടുപേർ, അങ്ങേയറ്റം മ്ലേച്ഛമായ രീതിയിൽ ആ ഗാർഡിനെ ഞാൻ ശകാരിച്ചെന്നും ജോലിയിൽ നിന്ന് തൂത്തെറിയുമെന്ന് ഭീഷണിപ്പെടുത്തിയെന്നും കുറ്റാരോപണം നടത്തി. മേലിൽ ഇങ്ങനെ വല്ലതുമുണ്ടായാൽ തന്നെ തെരുവിൽ നേരിടും എന്ന് എനിക്ക് താക്കീതു നൽകിയാണ് അവർ മടങ്ങിയത്.

അക്കാലത്ത് ഗാർഡുമാരായി ഹോമിലെത്തുന്നവരിൽ പലരും ഹോമിൽത്തന്നെ താമസിക്കുക പതിവായിരുന്നു. അങ്ങനെ താമസിക്കുന്നവർ മൂന്നുനേരം ഭക്ഷണം കഴിക്കുന്നതും ഹോമിൽ നിന്നു തന്നെ. ഗാർഡുമാരായി ജോലി നോക്കുന്നവർ യാതൊരു കാരണവശാലും ഡ്യൂട്ടിസമയത്തിനു പുറത്തു ഹോമിൽ തങ്ങരുതെന്നാണ് അന്നത്തെ നിയമം. മലേധികാരിയായ ജയിൽ ഐ.ജി.യിൽ നിന്ന് സൂപ്രണ്ടുമാർക്ക് അടിക്കടി അക്കാര്യം ഓർമ്മപ്പെടുത്തലുമുണ്ടായിരുന്നു. സൂപ്രണ്ടിന്റെ ഓർമ്മപ്പെടുത്തലിനെ തൃണവൽഗണിച്ച് അക്കൂട്ടർ ഹോമിൽ രാജകീമായി വാസം തുടർന്നിരുന്നു. മിന്നൽ സന്ദർശന

ത്തിന് ഇടയ്ക്കിടെ ഹോമിലെത്തുന്ന ഐ.ജിയുടെ കണ്ണിനു മുമ്പിൽ അവർ പെട്ടാൽ എന്തെങ്കിലും മുടന്തൻ ന്യായം പറഞ്ഞ് അവർ രക്ഷപ്പെടും. എങ്കിലും സത്യം മനസ്സിലാക്കുന്ന ഐ.ജിയുടെ ശാസനയുണ്ടാകും സൂപ്രണ്ടിന്. ആ ശാസനയുടെ പേരിൽ ഗാർഡുകൾക്ക് മുമ്പിൽ തെല്ല് കാർക്കശ്യം പ്രകടിപ്പിച്ചതിന്റെ അനന്തരഫലമായിരുന്നു എന്റെ ആദ്യപണിഷ്മെന്റ് ട്രാൻസ്ഫർ. കോട്ടയത്തുനിന്ന് കോഴിക്കോട്ടേയ്ക്ക്.

സംഭവം ഇങ്ങനെയാണ്.

ഹോമിനുള്ളിൽ താമസം പാടില്ലെന്ന് ഞാൻ കർശനം പറഞ്ഞതോടെ ഗാർഡുമാർ, സ്ഥലത്തെ ഒരു പ്രാദേശിക രാഷ്ട്രീയനേതാവിനെ സമീപിച്ചു.

കർശനക്കാരനായ സൂപ്രണ്ടിനെ നാടുകടത്തിയേ പറ്റൂ. അതായിരുന്നു അവരുടെ ആവശ്യം.

ആ പ്രാദേശിക നേതാവിനും ഉള്ളിൽ എന്നോട് കടുത്ത അമർഷമുണ്ടായിരുന്നു. വടവാതൂർ വൈദിക സെമിനാരിയിൽ നിന്ന് വൈദീകരും വൈദീക വിദ്യാർത്ഥികളും ഹോമിൽ എത്തി, കുട്ടികളുടെ മാനസിക വികാസത്തിനും ഉല്ലാസത്തിനും ഉതകുംവിധം ക്ലാസ്സുകളെടുക്കുകയും അവരെ പങ്കെടുപ്പിച്ച് കലാപ്രദർശനങ്ങളും മത്സരങ്ങളും നടത്തുകയും ചെയ്യുമായിരുന്നു. ക്രിസ്ത്യാനികളായ കുട്ടികളെ മാത്രം ഉദ്ദേശിച്ചായിരുന്നില്ല അവരുടെ ക്ലാസ്സുകൾ. താല്പര്യമുള്ള എല്ലാ മതവിഭാഗക്കാർക്കും പങ്കെടുക്കാമായിരുന്നു. ക്ലാസുകളിൽ പങ്കെടുക്കാൻ ആരേയും നിർബന്ധിക്കുന്ന രീതിയും ഇല്ലായിരുന്നു. മുസ്ലിം കുട്ടികൾക്ക് അവരുടെ മതപരമായ വിജ്ഞാന വർദ്ധനവിനായി ഈരാറ്റുപേട്ടയിൽ നിന്നുള്ള ഒരു മൗലവിയും ഹിന്ദുക്കുട്ടികൾക്ക് മതിവിജ്ഞാനവർദ്ധനവിനായി ഉഴവൂരിൽ നിന്നുള്ള ഒരു ഹൈന്ദവപണ്ഡിതനും ഹോമിൽ എത്തുമായിരുന്നു. അന്ന് അവർക്കുള്ള പ്രതിഫലം കേവലം ഇരുപത്തഞ്ചുരൂപാ പ്രതിമാസം! ഗവണ്മെന്റ് നിശ്ചയപ്രകാരമുള്ള ആ പ്രതിഫലത്തുകയുടെ പരിമിതിയാൽ അവർ രണ്ടുപേരും കാലക്രമേണ ഹോം സന്ദർശനം ഉപേക്ഷിച്ചു. വൈദീകസെമിനാരിക്കാർ പ്രതിഫലം വാങ്ങാതെയുള്ള പ്രവർത്തനമായിരുന്നതിനാൽ അവർ തുടരുകയും ചെയ്തു. അവരുടെ പ്രവർത്തനം കുട്ടികൾക്ക് ഏറെ ആകർഷകമായ രീതിയിലായിരുന്നതിനാൽ മിക്കവരും അവരുടെ ക്ലാസുകളിൽ ഏറെ ആഹ്ലാദത്തോടെ പങ്കെടുത്തു. സൂപ്രണ്ട് ക്രിസ്ത്യാനിയായതിനാൽ മറ്റു രണ്ടുപേരേയും ഒഴിവാക്കി വൈദീകസെമിനാരിക്കാരെ നിലനിർത്തിയിരിക്കുകയാണെന്ന ആക്ഷേപമായിരുന്നു ആ നേതാവിന് എന്നോടുള്ള അമർഷത്തിനു കാരണം. രണ്ടാമത്തെ കാരണം, അയാൾ

ആവശ്യപ്പെടുമ്പോഴെല്ലാം ഞാൻ കടമായി പണം കൊടുത്തിരുന്നില്ല എന്നതായിരുന്നു.

എനിക്കെതിരേ പ്രതിഷേധവുമായി ഹോമിലെ ഗാർഡുമാരുടെ സമീപനമുണ്ടായപ്പോൾ എനിക്ക് 'പണി'തന്നിട്ടുതന്നെ കാര്യമെന്ന് അദ്ദേഹം തീരുമാനിച്ചു. എനിക്കെതിരെ നൂറിലധികം പൗരജനങ്ങൾ ഒപ്പിട്ട് ഒരു പരാതി ജയിൽ ഐ.ജി.ക്ക് അയച്ചുകൊടുക്കാനായിരുന്നു തീരുമാനം. പക്ഷേ, എന്നെ അടുത്തറിയാവുന്ന നാട്ടുകാരിൽ നിന്ന് എനിക്കെതിരേയുള്ള പരാതിയിൽ ഒപ്പിട്ടുനൽകാൻ ആരേയും കിട്ടുമായിരുന്നില്ല. ആ വസ്തുത ശരിക്കറിയാവുന്ന നേതാവ് ഒരു തന്ത്രം പ്രയോഗിച്ചു.

ജുവനൈൽ ഹോമിനു സമീപത്തുകൂടി കടന്നുപോകുന്ന റോഡിൽ ഒരു 'കലുങ്കു'ണ്ടായിരുന്നു. കാലപ്പഴക്കത്താൽ പൊട്ടിപ്പൊളിഞ്ഞു പോയ ആ കലുങ്കിനു മീതേ കൂടി വാഹനങ്ങൾ കടന്നുപൊയ്ക്കൊണ്ടിരുന്നത് ഏറെ ശ്രമപ്പെട്ടായിരുന്നു. ആ കലുങ്ക് പുനരുദ്ധരിച്ച് ജനങ്ങളുടെ സഞ്ചാരസൗകര്യം സുഗമമാക്കാൻ നടപടിയുണ്ടാകണമെന്ന ഒരു ഹർജി തയ്യാറാക്കി. ആ ഹർജിയിൽ നൂറിലേറെ വരുന്ന നാട്ടുകാരുടെ ഒപ്പ് സംഘടിപ്പിച്ചുകഴിഞ്ഞതോടെ കലുങ്ക് പുനരുദ്ധരിക്കണമെന്ന പരാതിക്കടലാസ് മാറ്റി എനിക്കെതിരെ എഴുതിനിറച്ച പരാതിയുടെ കടലാസ് നാട്ടുകാരുടെ കയ്യൊപ്പുള്ള കടലാസുകെട്ടുമായി കൂട്ടിച്ചേർത്തു.

ജുവനൈൽ ഹോമിലെ കുട്ടികൾക്ക് പോഷകാഹാരപദ്ധതിയിൽ ലഭിക്കേണ്ടുന്ന മുട്ടയും പാലും ഇറച്ചിയും മീനും അവർക്ക് ലഭ്യമാക്കാതെ, ആ ഫണ്ട് തട്ടിയെടുക്കുന്നു എന്നു തുടങ്ങി കുട്ടികളെ യാതൊരു കാരണവുമില്ലാതെ കടുത്ത ശിക്ഷകൾ നൽകി പീഡിപ്പിക്കുന്നുവെന്നും കുട്ടികളെ നിർബന്ധപൂർവ്വം ക്രൈസ്തവ വിശ്വാസം അടിച്ചേൽപ്പിക്കുന്നുവെന്നുമൊക്കെ നീണ്ടു നീണ്ടുപോയി പരാതികൾ. പരാതി കൈപ്പറ്റിയതും ജയിൽ ഐ.ജി. അത് മന്ത്രിയായിരുന്ന ഗൗരിയമ്മയ്ക്ക് അയച്ചുകൊടുത്തു. എന്റെ വിശദീകരണക്കുറിപ്പ് തൃപ്തികരമല്ല എന്നറിയിച്ച് എനിക്ക് പണിഷ്മെന്റ് ട്രാൻസ്ഫർ ഓർഡറായി.

കോഴിക്കോട്ടേയ്ക്ക് പണിഷ്മെന്റ് ട്രാൻസ്ഫർ.

അന്ന് കേരളത്തിന്റെ വടക്കേ അറ്റത്തുള്ള ജുവനൈൽ ഹോമാണ് കോഴിക്കോട്ടുള്ളത്. കോഴിക്കോടിനു വടക്കോട്ട് അന്ന് ജുവനൈൽ ഹോമുകൾ ഇല്ല.

വ്യക്തിപരമായി മന്ത്രിയെ സ്വാധീനിച്ചാണ് എനിക്ക് ആ പണീഷ്മെന്റ് ഉണ്ടാക്കിയതെന്നറിഞ്ഞതോടെ അപ്പീലിനു പോയിട്ട് കാര്യമില്ലെന്ന് ബോധ്യപ്പെട്ട ഞാൻ കോഴിക്കോട് പോയി ചാർജ്ജെടുത്തു.

അവിടെയും കാര്യങ്ങൾ അനുകൂലമായിരുന്നില്ല.

ഒരു വായിൽ നാക്കിനു ചുറ്റും മുപ്പത്തിരണ്ടുപല്ലുകൾ എന്നു പറഞ്ഞതുപോലെ ഒരു സൂപ്രണ്ടിനെ ചുറ്റി മുപ്പത്തിരണ്ടിലേറെയായിരുന്നു 'ഗാർഡു'മാർ എന്ന് ഔദ്യോഗിക വിവക്ഷയുള്ള വാർഡൻമാർ.

അപ്പോഴും ജയിൽ വകുപ്പിനു കീഴിൽത്തന്നെയായിരുന്നു ജൂവനൈൽ ഹോം.

കേരളത്തിലെയെന്നല്ല, ഇന്ത്യയിലെമ്പാടുമുള്ള ജുവനൈൽ ഹോമുകളും അങ്ങനെ തന്നെയായിരുന്നു. ഒട്ടുമിക്ക ജുവനൈൽ ഹോമുകളും അന്തേവാസികളായ കുട്ടികൾക്ക് നരകമായിരുന്നുവെന്നു പറയുന്നതിൽ അതിശയോക്തി തെല്ലുമില്ല. സംരക്ഷകരാകേണ്ട ഗാർഡുമാർ മിക്കയിടങ്ങളിലും 'അന്തകരാ'യാണ് പ്രവർത്തനം നടത്തിയിരുന്നത്. കുട്ടികളോട് അല്പം പോലും അനുകമ്പയില്ലാത്ത ക്രൂരമനസ്ക്കരായ 'ഗാർഡ്'മാർ ഒട്ടേറെ. അവരെ നിയന്ത്രിക്കാനോ ശാസിക്കാനോ ശ്രമിച്ചാൽ അവരൊന്നടങ്കം സംഘം ചേർന്ന് സൂപ്രണ്ടിനെതിരെ തിരിയും. സംഘബലത്തിനു മുന്നിൽ അടിയറവു പറയാതെ എതിർത്തു നിൽക്കാൻ ശ്രമിച്ചാൽ കാര്യങ്ങൾ പണിഷ്മെന്റ് ട്രാൻസ്ഫറിൽ മാത്രം ഒതുങ്ങിയെന്നു വരില്ല, ജീവാപായത്തിലെത്തിയവസാനിച്ചാലും അതിശയിക്കാനില്ല..

ഏതോ ജുവനൈൽ ഹോമിലെ അതിനിഷ്ഠൂരസംഭവത്തെത്തുടർന്ന് കൊൽക്കത്ത ഹൈക്കോടതി ഒരു വിധി പ്രസ്താവിച്ചു.

ജുവനൈൽ ഹോമുകളിൽ ജയിൽ മുറികൾ പോലെയുള്ള സെല്ലുകൾ പാടില്ലെന്നും പതിനെട്ടു വയസിൽ താഴെയുള്ള കുട്ടികളെ യാതൊരു കാരണവശാലും അത്തരം ജയിൽ സെല്ലുകളിൽ പാർപ്പിക്കാൻ പാടില്ലെന്നുമായിരുന്നു ആ വിധി. ക്രൂരശിക്ഷകൾ നൽകിയല്ല, വിവേകപൂർവ്വമായ ബുദ്ധിയുപദേശത്തിലൂടെ മനഃപരിവർത്തനമുണ്ടാക്കി വേണം അവരെ സമൂഹത്തിലെ ഉത്തമപൗരന്മാരാക്കി മാറ്റാനെന്ന് ഒരനുച്ഛേദനം കൂടി ആ വിധിയിലുണ്ടായി. അതേ തുടർന്നാണ് ജുവനൈൽ ഹോമുകൾ ജയിൽ വകുപ്പിനു കീഴിൽ നിന്നും വനിതാ ശിശുവികസന വകുപ്പിന്റെ കീഴിലേക്കു മാറ്റുന്നതിനുള്ള നടപടികൾ ഗവണ്മെന്റുകൾ ആരംഭിച്ചത്. അങ്ങനെ ജുവനൈൽ ഹോമുകൾ വനിതാ ശിശുവികസന വകുപ്പിലാകുമ്പോൾ ഇപ്പോൾ ജയിൽ വകുപ്പ് നിയമിച്ച

അവിടുത്തെ ജീവനക്കാരുടെ ജോലിനഷ്ടപ്പെടുമെന്ന ആശങ്ക, പെട്ടെന്ന് അവർക്കിടയിൽ പടർന്നു. മിനിമം യോഗ്യതയായി ബിരുദം ഉള്ളവരായിരിക്കണം പുതിയ വാർഡന്മാരായി ജുവനൈൽ ഹോമുകളി ലെത്തേണ്ടതെന്ന തീരുമാനവും ഗവണ്മെന്റിൽ നിന്നുണ്ടായി. വാർഡ ന്മാരെന്നോ ഗാർഡുമാരെന്നോ അവർ വിളിക്കപ്പെടരുതെന്നും ഗവ ണ്മെന്റ് നിർദ്ദേശിച്ചു. 'കെയർ ടേക്കർ' എന്ന പദവിയിലേക്കാണ് അവർ നിയമിതരാകുക.

ഒരു സുപ്രഭാതത്തിൽ എല്ലാ ഗാർഡുമാരെയും ഒഴിവാക്കി പകരം അത്രയും കെയർടേക്കർമാരെ നിയമിക്കാനായിരുന്നു ഗവണ്മെന്റ് തീരു മാനം.

പണിഷ്മെന്റ് ട്രാൻസ്ഫറിൽ കോഴിക്കോടെത്തി അവിടെ രണ്ടുവർഷ ത്തോളം സൂപ്രണ്ടായി ജോലിചെയ്തുകൊണ്ടിരിക്കെയാണ് സ്ഥാപനം വനിതാ ശിശുവികസന വകുപ്പിലേക്കു മാറ്റപ്പെടുന്നതും ഗാർഡുകളെ ഒഴിവാക്കി കെയർടേക്കർമാരെ നിയമിക്കുന്നതിനുള്ള നടപടികൾ ആരംഭിക്കുന്നതും.

എംപ്ലോയ്മെന്റ് എക്സ്ചേഞ്ചിൽ പേര് രജിസ്റ്റർ ചെയ്തിരുന്ന യോഗ്യ രായവരുടെ ലിസ്റ്റ് ആ വകുപ്പിൽ നിന്നും തയ്യാറാക്കി ജുവനൈൽ ഹോം സൂപ്രണ്ടിനു മുമ്പിൽ എത്തിപ്പിക്കപ്പെട്ടു. പതിനെട്ടുപേരെയാണ് കെയർടേക്കർമാരായി നിയമിക്കേണ്ടത്. അതിനായി നൂറിനടുത്ത് ഉദ്യാ ഗാർത്ഥികളുടെ ലിസ്റ്റാണ് വന്നിരിക്കുന്നത്. ആ ലിസ്റ്റിൽ തന്നെ പല 'തരംതിരിവു'കൾ. ജനറൽ കാറ്റഗറി, ഒ.ബി.സി., ബി.സി.. ട്രൈബ്സ് തുടങ്ങി എട്ടോളം കാറ്റഗറി...

ഓരോ തരംതിരിവിലും ഉള്ള ലിസ്റ്റിൽ ഇരുപതിലേറെ ഉദ്യാഗാർത്ഥിക ളെയാണ് ഉൾക്കൊള്ളിച്ചിരിക്കുന്നത്. എന്നാൽ ഓരോ ലിസ്റ്റിൽ നിന്നും നിയമനം നടത്തേണ്ടുന്നത് രണ്ടോ മൂന്നോ പേരേ മാത്രം. ജനറൽ കാറ്റഗറി ലിസ്റ്റിൽ നിന്നും നാലുപേർ, ഒ.ബി.സി.യിൽ രണ്ടുപേർ, ബി. സി.യിൽ മൂന്നുപേർ അങ്ങനെ...

ഓഫീസിൽ ആ ലിസ്റ്റ് എത്തിയതും റെക്കമെന്റേഷനുകളുടെ പ്രവാ ഹവും ആരംഭിച്ചു. രണ്ടുപേർക്കുനിയമനം നൽകേണ്ടുന്ന ലിസ്റ്റിൽ റെക്കമെന്റേഷനുകളുടെ എണ്ണം അതിലേറെ. മൂന്നുപേർക്കു നിയമനം നൽകേണ്ടുന്ന ലിസ്റ്റിൽ റെക്കമെന്റേഷൻ പന്ത്രണ്ടോളം. പ്രാദേശിക നേതാക്കന്മാർ മുതൽ ഉയർന്ന പോലീസുദ്യോഗസ്ഥന്മാരും, എം.എൽ. എ. മാരും എം.പി.മാരും മന്ത്രിമാരും വരെയുണ്ട് റെക്കമെന്റ് ചെയ്യുന്ന വരുടെ കൂട്ടത്തിൽ. റെക്കമെന്റേഷൻ സിംഹഭാഗവും ഫോണിലൂടെയാ ണ്. റെക്കമെന്റേഷൻ ഈ വിധം.

‘‘ഹലോ... ജുവനൈൽ ഹോം സൂപ്രണ്ടല്ലേ..?’’

‘‘അതേ..’’

‘‘ഹോമിലേക്ക് കെയർടേക്കർമാരുടെ നിയമനത്തിനുള്ള ലിസ്റ്റ് വന്നിട്ടു ണ്ടല്ലേ..?’’

‘‘ഉണ്ട്... വന്നിട്ടുണ്ട്...’’

‘‘ങാ.. ഞാൻ പറയുന്ന ഈ പേരൊന്ന് നോട്ട് ചെയ്തോ.’’

‘‘സാർ.. ആരാണെന്ന് പറഞ്ഞില്ല...’’

‘‘ങാ... ഞാൻ... ’’

ഫോണിലൂടെ അദ്ദേഹം സ്വന്തം പേര് വെളിപ്പെടുത്തുന്നു. പേര് വെളി പ്പെടുത്തിയ അദ്ദേഹം ഏതെങ്കിലും രാഷ്ട്രീയ പാർട്ടിയിലെ പ്രധാനി യാവാം. ഉയർന്ന പോലീസ് ഉദ്യോഗസ്ഥനാവാം, എം.എൽ.എ.യോ, എം.പി.യോ അങ്ങേയറ്റം മന്ത്രിയോ ആകാം.

ആരായാലും അവർ നിർദ്ദേശിക്കുന്ന പേര് കുറിച്ചുവച്ചേ പറ്റൂ..

പേര് കുറിച്ചു വച്ചുകഴിഞ്ഞാൽ അടുത്ത നിർദ്ദേശം വരും.

‘‘ഇയാൾക്ക് നിർബന്ധമായും നിയമനം നൽകിയിരിക്കണം.’’

അതോടെ സൂപ്രണ്ട് വിഷമവൃത്തത്തിലാകും.

സോഷ്യൽ വെൽഫെയർ ഡിപ്പാർട്ട്മെന്റിന്റെ ഡിസ്ട്രിക്ട് ഓഫീ സർക്കാണ് ഇന്റർവ്യൂവിന്റെ ചുമതല. ഇന്റർവ്യൂവിൽ യോഗ്യരെന്നു തോന്നുന്ന അഞ്ചോ ആറോ പേരുടെ ലിസ്റ്റാണ് ഓരോ കാറ്റഗറിയി ലേക്കും ആ ഓഫീസർ നൽകുക. ആ ലിസ്റ്റിൽ നിന്ന് ആ കാറ്റഗറിയി ലേക്കു വേണ്ടുന്ന രണ്ടോ മൂന്നോ പേരെ നിയമിക്കാനുള്ള ഉത്തരവാദി ത്വമേയുള്ളു സൂപ്രണ്ടിന്. മൂന്നുപേരെ നിയമിക്കേണ്ടിടത്ത് നാലുപേ രുടെ റെക്കമെന്റേഷൻ വന്നാൽ അതിലൊരാളെ അവഗണിക്കുകയെന്ന ല്ലാതെ മറ്റ് യാതൊരു പോം വഴിയുമില്ല.

അങ്ങനെ മൂന്നുപേരെ നിയമിക്കേണ്ടിടത്ത് നാലുപേരുടെ റെക്കമെന്റേ ഷൻ വന്നപ്പോൾ ഒരു റെക്കമെന്റേഷൻ അവഗണിച്ച് എനിക്ക് മൂന്നു പേരെ നിയമിക്കേണ്ടതായി വന്നു.

എന്തിനു പറയുന്നു ഞാൻ അവഗണിച്ച റെക്കമെന്റ് അന്നത്തെ മന്ത്രി സഭയിൽ അങ്ങേയറ്റം പിടിപാടുള്ള വ്യക്തിയുടേതായിരുന്നു. അദ്ദേഹത്തിന്റെ സമ്മർദ്ദത്താൽ എനിക്ക് പണിഷ്മെന്റ് ട്രാൻസ്ഫർ നൽകാൻ വകുപ്പുതല തീരുമാനമായി.

പണിഷ്മെന്റ് ട്രാൻസ്ഫർ എന്നാൽ എത്രത്തോളം അകലേയ്ക്ക് തട്ടാൻ പറ്റുമോ അത്രത്തോളം ദൂരത്തേക്ക് തട്ടുക എന്നതാണ്.

അന്ന് കോഴിക്കോടിനു വടക്കോട്ട് ജുവനൈൽ ഹോമുകളില്ല. അതുകൊണ്ട് വടക്കോട്ട് തട്ടാൻ പറ്റില്ല. എങ്കിൽ തെക്കേ അറ്റമായ തിരുവനന്തപുരത്തേക്ക് തട്ടാൻ ആലോചനയുണ്ടായി.

അപ്പോഴുണ്ടായി ഒരു പ്രതിസന്ധി.

തിരുവനന്തപുരം ജുവനൈൽ ഹോമിൽ ഇപ്പോൾ പദവിയിലുള്ള സൂപ്രണ്ട് നീണ്ട നിയമ യുദ്ധത്തിനൊടുവിൽ കോടതി ഉത്തരവുനേടി അവിടെ പദവി ഏറ്റ ആളാണ്. മാസങ്ങളേ ആയിട്ടുള്ളുതാനും. അദ്ദേഹത്തിന് ഉടനേ ഒരു മാറ്റം, കോടതയലക്ഷ്യമാകാൻ സാധ്യതയുണ്ട്. അതുകൊണ്ട് അദ്ദേഹത്തെ മാറ്റി, അവിടേക്ക് കോഴിക്കോട്ടുനിന്നുള്ള ആളെ തട്ടാൻ പറ്റില്ല.

അടുത്ത കേന്ദ്രം കൊല്ലം.

തിരുവനന്തപുരം സ്വദേശിയായ അദ്ദേഹത്തെ തിരുവനന്തപുരത്തുനിന്നും കൊല്ലത്തേക്കു മാറ്റിയിട്ടാണ് കോടതി ഉത്തരവുപ്രകാരമുള്ള ആളെ ഇപ്പോൾ തിരുവനന്തപുരത്ത് നിയമിച്ചിരിക്കുന്നത്. കൊല്ലത്തുനിന്ന് ഉടനേ ഒരു ട്രാൻസ്ഫർ എന്നാൽ അദ്ദേഹം അതിനെതിരേ കോടതിയെ സമീപിക്കുമെന്ന് ഉറപ്പ്.

ഇനിയുമുള്ളത് തൃശൂരാണ്. അവിടെയുമുണ്ട് പ്രശ്നം.

നിലവിൽ തൃശൂർ ജുവനൈൽ ഹോം സൂപ്രണ്ട് പദവി വഹിക്കുന്നത് ഒരു വനിതയാണ്. അവരും അധികകാലമായിട്ടില്ല അവിടെ ചാർജ്ജ് എടുത്തിട്ട്. അകാരണമായി ഒരു ട്രാൻസ്ഫർ ഉണ്ടായാൽ തദ്ദേശവാസിയായ അവരും കോടതിയെ സമീപിക്കുമെന്നതിൽ സംശയമില്ല.

പ്രശ്നപരിഹാരത്തിനായി ഒടുവിൽ മുഖ്യമന്ത്രി ഇടപെട്ടു.

''ഏറ്റവും പ്രശ്നകലുഷിതമായ കേന്ദ്രം ഏതാണോ അയാളെ അങ്ങോട്ട് തട്ട്.''

അന്ന് ഏറ്റവും പ്രശ്നകലുഷിതമായ കേന്ദ്രമായി അറിയപ്പെട്ടിരുന്നത് പരുക്കൻ സ്വഭാവക്കാരായ വാർഡന്മാർ ചിലരുണ്ടായിരുന്ന കോട്ടയമായിരുന്നു.

മുഖ്യമന്ത്രിയുടെ ഉത്തരവ് ശിരസ്സാ വഹിച്ച് വനിതാ ശിശുവകുപ്പ് ഉൾപ്പെടുന്ന സോഷ്യൽ വെൽഫെയർ ഡിപ്പാർട്ട്മെന്റ് എനിക്കു കോട്ടയത്തേക്ക് പണിഷ്മെന്റ് ട്രാൻസ്ഫർ നൽകി.

എന്റെ സ്വന്തവീട്ടിൽ നിന്ന് ഇരുനൂറ്റമ്പതു കിലോമീറ്റർ അകലെയുള്ള കോഴിക്കോട്ടുനിന്നും വെറും രണ്ടുകിലോമീറ്റർ അകലെയുള്ള കോട്ടയം ജുവനൈൽ ഹോമിലേക്ക്.

ഉർവ്വശീ ശാപം ഉപകാരം...!

ആ പണിഷ്മെന്റ് ട്രാൻസ്ഫറിനു കാരണക്കാരനായ ആ മാന്യവ്യക്തിക്ക് ഹൃദയംകൊണ്ട് നൂറു നന്ദിയർപ്പിച്ച് ഞാൻ വീടിനടുത്തു തന്നെയുള്ള സ്ഥാപനത്തിൽ സൂപ്രണ്ടായി പദവി തുടർന്നു.

1996-ൽ അവിടെ നിന്നാണ് ഞാൻ വിരമിക്കുന്നത്. വിരമിക്കുന്ന വേളയിൽ വാർഡന്മാർക്കു പകരം വിദ്യാസമ്പന്നരായ കെയർടേക്കർമാരായിരുന്നതിനാൽ എന്റെ ഔദ്യോഗിക നിർവ്വഹണങ്ങൾ പ്രക്ഷുബ്ധരഹിതവും ആഹ്ലാദകരവുമായിരുന്നുവെന്നുകൂടി ഇത്തരുണത്തിൽ ഓർമ്മിക്കുകയാണ്.

25.പോലീസ് അകമ്പടിയോടെ എത്തിയ ദേവദാസ്

ഒരു ഞായറാഴ്ച ദേവാലയത്തിൽ നിന്നും കുർബ്ബാന കഴിഞ്ഞ് പുറത്തേക്കിറങ്ങുമ്പോഴാണ് ആ ഫോൺ കോൾ.

ഞാൻ ഫോൺ അറ്റൻഡ് ചെയ്തു.

കോട്ടയത്തെ സർക്കിൾ ഇൻസ്പെക്ടർ ഓഫ് പോലീസിന്റെ ഓഫീസിൽ നിന്നാണ് കോൾ.

ജുവനൈൽ ഹോം സൂപ്രണ്ട് പദവിയിൽ നിന്ന് വിരമിച്ച് രണ്ട് പതിറ്റാണ്ടുകാലം പിന്നിട്ടുകഴിഞ്ഞിരിക്കുന്നു. തിരുവഞ്ചൂരിൽ കുടുംബ വീടിനോടു ചേർന്ന് ഇളയമകൻ ടോണി പണികഴിപ്പിച്ച പുതിയ വീട്ടിൽ സാഹിത്യകാരിയായ ഭാര്യ മണിയ എന്നറിയപ്പെടുന്ന മണിയുമായി സ്വസ്ഥജീവിതം നയിക്കുന്ന കാലഘട്ടം. സർക്കിൾ ഇൻസ്പെക്ടറുടെ ഓഫീസിൽ നിന്ന് എന്നെ വിളിക്കേണ്ടുന്ന തരത്തിൽ യാതൊരു സാഹചര്യവും നിലവിലില്ല. അതിനാൽ അത്യന്തം ഉൽക്കണ്ഠയോടെയും തെല്ലൊരമ്പരപ്പോടെയുമാണ് ഞാൻ സെൽഫോൺ കാതിൽ ചേർത്തുവെച്ചത്.

അങ്ങേത്തലയ്ക്കൽ നിന്നും ആദ്യത്തെ ചോദ്യം.

'ഇത് ജുവനൈൽ ഹോം സൂപ്രണ്ടായി റിട്ടയർ ചെയ്ത അലക്സാണ്ടർ സാറിന്റെ നമ്പർ തന്നെയല്ലേ?'

'അതേ.' ഞാൻ മറുപടി പറഞ്ഞു. ''അലക്സാണ്ടറെന്ന ഞാൻ തന്നെയാണ് സംസാരിക്കുന്നത്.''

'മനസ്സിലായി സാർ... ഈ നമ്പർ മുംബെയിൽ നിന്ന് ഒരാൾ ആവശ്യപ്പെട്ടിരിക്കുന്നു. നമ്പർ കൊടുക്കുന്നതിൽ സാറിന് എതിർപ്പ് എന്തെങ്കിലുമുണ്ടോ?''

മുംബൈ നഗരം ഭീകരപ്രവർത്തനത്തിന്റെ വേദിയായി പല അനിഷ്ട സംഭവങ്ങളും അരങ്ങേറിക്കഴിഞ്ഞ ഓർമ്മയിൽ എന്നിൽ ചെറിയൊരു നടുക്കമുണ്ടായി. ആരാണാവോ മുംബൈയിൽ നിന്ന് എന്റെ നമ്പർ ആവശ്യപ്പെട്ടിരിക്കുന്നത്? എന്തിനാണാവോ?

വർദ്ധിച്ച ഉത്കണ്ഠയോടെ ഞാനാരാഞ്ഞു.

‘ആരാണാവോ മുംബൈയിൽ നിന്ന് എന്റെ ഫോൺനമ്പർ ആവശ്യപ്പെട്ടിരിക്കുന്നത്?’

‘അത് ഒരു ദേവദാസാണ് സാർ.’

ദേവദാസ്!

ആരാണയാൾ..? എനിക്ക് പെട്ടെന്ന് ഓർമ്മ കിട്ടിയില്ല. അക്കാര്യം ഞാൻ തുറന്നു പറഞ്ഞു. ‘അങ്ങനെയൊരാളുമായി എനിക്ക് ഒരു പരിചയവുമില്ലല്ലോ.’

ഏതോ തെമ്മാടിയോ കൊലപാതകിയോ മുംബൈ പോലീസിന്റെ പിടിയിൽ കുടുങ്ങിയിട്ട് രക്ഷാർത്ഥം എന്റെ സഹായം അഭ്യർത്ഥിക്കാനാവും ഫോൺ നമ്പർ അന്വേഷിക്കുന്നതെന്നായിരുന്നു എന്റെ ചിന്ത.

‘മറവികൊണ്ടായിരിക്കും സാർ ആ പേരുകാരനുമായി പരിചയമില്ലെന്നു പറഞ്ഞത്... സാറുമായി വളരെ നല്ല ബന്ധമാണ് അദ്ദേഹത്തിനുള്ളതെന്നാണ് ഞങ്ങളോടു പറഞ്ഞത്.’’

പോലീസ് ഡിപ്പാർട്ട്മെന്റുമായി ഏതു തരത്തിലായാലും ശരി വളരെ കരുതലോടെ വേണം ഇടപെടാനെന്ന് ഔദ്യോഗികജീവിതത്തിലെ പല അനുഭവങ്ങളിൽ നിന്നും ഞാൻ പഠിച്ചിട്ടുള്ള പാഠമാണ്. നമ്പർ കൊടുക്കണ്ടാ എന്ന് നിർദ്ദേശിച്ചാൽ ഒരുപക്ഷേ, പോലീസിന്റെ കുതന്ത്രബുദ്ധിയിൽ എനിക്കെതിരെ പ്രയോഗിക്കാവുന്ന ഒരു കഠോരാസ്ത്രമായി അതു പരിണാമപ്പെട്ടാലോ എന്ന ഭയത്തിൽ ദേവദാസ് ആരാണെന്ന് തിരിച്ചറിയാതെ തന്നെ ഞാൻ ഫോണിലൂടെ മറുപടി നൽകി.

‘‘ശരി. നമ്പർ കൊടുത്തോളൂ.’’

‘‘താങ്ക്സ് സാർ... നമ്പർ കൊടുത്തോളാം. അധികം താമസിയാതെ ദേവദാസ് സാറിനെ ഫോണിൽ വിളിക്കും.’’

സർക്കിൾ ഓഫീസിൽ നിന്നുള്ള ഫോൺ കട്ടായി.

ഞാൻ വീട്ടിലെത്തി പത്തുമിനിട്ടായില്ല, അപ്പോഴേയ്ക്കും മുംബൈയിൽ നിന്നും എനിക്കു കോൾ വന്നു.

ദേവദാസാണ്.

‘സർ... എന്നെ ഓർക്കുന്നില്ലേ... ഞാൻ ദേവദാസ്.. പതിനൊന്നു വയസ് മുതൽ പതിനഞ്ചു വയസ്സ് വരെ കോട്ടയം ജുവനൈൽ ഹോമിൽ ഞാനുണ്ടായിരുന്നു.’

‘ഞാൻ റിട്ടയർ ചെയ്തിട്ടു വർഷം പത്തിരുപതാകുന്നു ദേവദാസ്... ശരി, ഇപ്പോഴെന്താണ് എന്നെ വിളിക്കാൻ കാരണം?’

‘എനിക്ക് സാറിനെ നേരിൽ കാണണമെന്ന് വലിയൊരാഗ്രഹം?’

‘ദേവദാസ് ഇപ്പോൾ എവിടെയാണ്?’

‘ഞാൻ മുംബൈയിലാണ് സാർ..’

‘എന്തിനാണ് എന്നെ കാണുന്നത്? സൂപ്രണ്ടെന്ന നിലയിൽ എന്നോട് എന്തെങ്കിലും തരത്തിലുള്ള വിരോധം കൊണ്ട് എന്തെങ്കിലും പ്രതി കാര നടപടിക്കാണോ?’

മറുപടിയായി ഫോണിൽ ഒരു ചിരിയുടെ ധ്വനി മുഴങ്ങിക്കേട്ടു.

‘എന്നോട് ഒരു ദ്രോഹവും ചെയ്തിട്ടില്ലാത്ത സാറിനോട് എനിക്കെ ന്താണ് വിരോധം? ജീവിച്ചിരിക്കുമ്പോൾ സാറിനെ നേരിൽക്കാണണ മെന്ന ആഗ്രഹം മാത്രമേ ഉള്ളൂ എനിക്ക്... സാർ ഇപ്പോഴും തിരുവ ഞ്ചൂർ തന്നെയാണോ താമസം?’

‘അതേ.’

‘അങ്ങോട്ടുള്ള വഴിയൊന്നും എനിക്കിപ്പോൾ ഓർമ്മയില്ല സാർ.. പത്തമ്പത് വർഷം കഴിഞ്ഞില്ലേ... ഞാനവിടെ നിന്നു പോന്നിട്ട്... എന്താ യാലും അധികം താമസിയാതെ ഞാൻ നാട്ടിലേക്കു വരുന്നുണ്ട്... അപ്പോൾ തീർച്ചയായും സാറിനെ വന്നു കാണണമെന്ന് വലിയ ആഗ്ര ഹമുണ്ട്.’

‘അതിനെന്താ... ദേവദാസ് വന്നോളൂ... വരും മുമ്പ് ഞാനിവിടെ ഉണ്ടെന്ന് വിളിച്ചുറപ്പുവരുത്തണമെന്ന് മാത്രം.’

‘തീർച്ചയായും വിളിച്ച് ഉറപ്പുവരുത്തിയതിന് ശേഷമേ ഞാൻ വരൂ...’

‘ശരി.’

ഞാൻ ഫോൺ കട്ട് ചെയ്തു.

അഞ്ചു പതിറ്റാണ്ടുകൾക്ക് പിന്നിലേക്കു ഞാനെന്റെ ചിന്തകളെ തിരിച്ചോടിച്ചു.

കൊല്ലം ജില്ലയിലെ വർക്കലയിൽ നിന്നും അച്ഛന്റെ നിഴലായി പമ്മിപ്പതുങ്ങി ജുവനൈൽ ഹോമിലേക്കു വന്ന ഒരു പതിനൊന്നു വയസ്സുകാരന്റെ നേരിയ ഓർമ്മ എന്റെ ചിന്താമണ്ഡലത്തിൽ തെളിഞ്ഞു.

അമ്മ മരിച്ചതിനെത്തുടർന്ന് ജോലി സ്ഥലത്തേക്ക് മടങ്ങിപ്പോകേണ്ടിയിരുന്നതിനാൽ മകന്റെ സംരക്ഷണത്തിന് മറ്റ് പോംവഴിയില്ലാതെയാണ് ആ പതിനൊന്നു വയസ്സുകാരനെ അച്ഛൻ അവിടെ എത്തിച്ചത്. അവിടെ എത്തിയതിൽ തെല്ലും കുണ്ഠിതമില്ലാതെ സദാ പ്രസന്നവദനനായി പ്രസരിപ്പോടെ അവിടെയാകെ ഓടിനടന്നു വളർന്ന ആ ദേവദാസിനോട് എനിക്ക് പ്രത്യേക വാത്സല്യമുണ്ടായിരുന്നതായി ഞാനോർക്കുന്നു. ആ വാത്സല്യത്തിന്റെ പേരിലാണ് ജുവനൈൽ ഹോം വിടുന്നതിന് മുമ്പ് ഭാവി ജീവിതം മുമ്പോട്ടു കൊണ്ടുപോകാനുള്ള ഉപാധിയായി ഒരു കൈത്തൊഴിൽ അവനെ അഭ്യസിപ്പിക്കാൻ ഞാനുത്സാഹിച്ചത്. അങ്ങനെയാണ് യോഹന്നാൻ എന്ന തയ്യലാശാന്റെ ശിക്ഷണത്തിൽ അവൻ തയ്യലിന്റെ ബാലപാഠങ്ങൾ അഭ്യസിച്ചത്. പതിനാറു വയസ്സു തികയുന്നതിന് മുമ്പ് ജുവനൈൽ ഹോമിൽ നിന്നും അച്ഛൻ വന്ന് തിരികെ കൊണ്ടുപോയ ദേവദാസ് മൂന്നുവർഷക്കാലം അച്ഛന്റെ ബന്ധുവിനൊപ്പം തമിഴ്നാട്ടിൽ നെയ് വേലിയിലായിരുന്നു. അക്കാലത്ത് ഒന്നോ രണ്ടോ കത്തുകൾ അയച്ചിരുന്നെങ്കിലും പിന്നീട് ആ ബന്ധം തുടർന്നില്ല. ഹോമിൽ നിന്നു പിരിഞ്ഞ അന്തേവാസികളിൽ പലരേയുമെന്നപോലെ ദേവദാസിനേയും ഞാൻ മറന്നു.

ആ ദേവദാസാണ് ഇപ്പോൾ അഞ്ചു പതിറ്റാണ്ടുകൾക്ക് ശേഷം എന്നെ കാണണമെന്ന ആഗ്രഹവുമായി ഇങ്ങോട്ടുവരാൻ കാത്തിരിക്കുന്നത്. ദേവദാസ് ഒരു നല്ല തയ്യൽക്കാരനായി മാറിയിട്ടുണ്ടാവുമെന്നാണ് ഞാൻ കരുതിയത്. ഊഹം ശരിയാണെങ്കിൽ മുടി നരച്ചും കഷണ്ടി തെളിഞ്ഞും വൃദ്ധനായിക്കഴിഞ്ഞ തയ്യൽക്കാരൻ.

എന്തായാലും ദേവദാസിനെ ഒന്നു കാണണമെന്ന മോഹം എന്നിലുമുണ്ടായി.

കാത്തിരിക്കെ അധികനാൾ കഴിയുംമുമ്പേ എനിക്കു ദേവദാസിന്റെ ഫോൺകോളെത്തി.

മുംബൈയിൽ നിന്നും നാട്ടിലെത്തിയിട്ടുണ്ടെന്നും ബുധനാഴ്ച ഉച്ചയ്ക്ക് പതിനൊന്നു മണിക്ക് തിരുവഞ്ചൂർക്ക് വരുമെന്നുമായിരുന്നു അറിയിപ്പ്.

ബുധനാഴ്ച എത്തി.

ഉച്ചയൂണൊരുക്കി ഞാനും മണി എന്ന എന്റെ ഭാര്യയും ദേവദാസിനെ കാത്തിരുന്നു.

പതിനൊന്നു മണിക്ക് എത്തിച്ചേരുമെന്നു പറഞ്ഞ ദേവദാസ് പതിനൊന്നിനും എത്തിയില്ല. പന്ത്രണ്ടിനും എത്തിയില്ല.

എന്തുപറ്റിയെന്ന എന്റെ അന്വേഷണത്തിന് ഇങ്ങനെയൊരു ചോദ്യമാണ് മറുപടിയായി കിട്ടിയത്.

''സാറിനിപ്പോൾ വയസ് എൺപതിനോടടുത്തായിട്ടുണ്ടാവും. ഇല്ലേ?''

എനിക്കു വല്ലാത്ത ദേഷ്യം തോന്നി. ഷുഗർപ്രോബ്ലമുള്ളതുകൊണ്ട് കൃത്യം പന്ത്രണ്ടരയ്ക്കു ഊണു കഴിക്കുന്ന ശീലമാണ് എനിക്ക്. അതിഥിയായി ഒരാൾ വീട്ടിലേക്കു വരുമെന്നറിയിച്ചിരിക്കുന്ന സ്ഥിതിക്ക് ആ അതിഥിയോടൊപ്പം ഊണുകഴിക്കാനിരിക്കുന്നതാണല്ലോ നല്ല സംസ്ക്കാരം. ആ അതിഥി തോന്നുന്ന നേരത്താണു വരുന്നതെങ്കിൽ എന്റെ ഭക്ഷണസമയം ക്രമം തെറ്റുമല്ലോ.

ഉള്ളിൽ തികട്ടി വന്ന ദേഷ്യം നിയന്ത്രിച്ച് ഞാനങ്ങോട്ട് വീണ്ടുമൊരു ചോദ്യം ചോദിച്ചു.

''ഇങ്ങോട്ടു വരുന്നതിന് എന്റെ വയസ്സെന്തിനാ അറിയുന്നത്?''

''അല്ല... സാർ ഈ പ്രായത്തിലും ആ പഴയ ആൾതന്നെയാണോ? അതോ ക്ഷീണിച്ചോ എന്നറിയാനാ...?'' ദേവദാസിന്റെ മറുപടി.

''ഞാനാ പഴയ ആൾ തന്നെ... ഒട്ടും ക്ഷീണിച്ചിട്ടില്ല... മുടിയും മീശയും നരച്ചിട്ടുണ്ടെന്നല്ലാതെ എനിക്ക് ഒരു മാറ്റവുമില്ല... ജുവനൈൽ ഹോമിലെ സൂപ്രണ്ടായിരുന്ന കാലത്തെ അതേ ശരീര പ്രകൃതിയൊക്കെയാ എനിക്ക്... ഒരു മാറ്റവുമില്ല...''

''ശരി... സാർ... ഇനി ഒരരമണിക്കൂറിനുള്ളിൽ ഞാനവിടെ എത്തിയിരിക്കും.'''

ദേവദാസ് ഫോൺ കട്ട് ചെയ്തു.

ഇനി ഒരരമണിക്കൂർകൂടി.

ഞാൻ വാച്ചിലേക്കു നോക്കി. സമയം പന്ത്രണ്ടരയോടടുക്കുന്നു.. അപ്പോൾ ദേവദാസ് എത്തുമ്പോൾ ഒരു മണിയാകും! ഭാര്യ എന്റെയടുത്തെത്തി.

'ദേവദാസ് വരട്ടെ. അച്ചാ... ഊണുകഴിക്ക്.... സമയം തെറ്റിക്കണ്ട... '

'അതു ശരിയല്ല മണീ.. ഏതായാലും ദേവദാസ് ഒരു മണിക്ക് എത്തുമല്ലോ... അതുവരെ കാക്കാം.

ശരിയെന്ന് സമ്മതിച്ചു മണി പിൻവാങ്ങി.

സിറ്റൗട്ടിലെ ചെയറിൽ വഴിയിലേക്കു കണ്ണും നട്ട് ഞാനിരുന്നു.

അകത്തെ ഹാളിലെ ക്ലോക്ക് സമയം ഒരുമണിയായിരിക്കുന്നുവെന്ന് സാന്ദ്രമധുരമായ സംഗീതം കൊണ്ട് അറിയിപ്പുതന്നു.

ദേവദാസ് എത്തിയില്ലല്ലോ!

നോക്കിയിരിക്കെ ഒരു പോലീസ് ജീപ്പ് വീടിനു മുമ്പിൽ വഴിയിൽ വന്നു നിന്നു. അതിൽ നിന്നും പോലീസുകാർ എന്നു തോന്നിക്കുന്ന രണ്ടു പേർ ഇറങ്ങി എന്റെയടുത്തേക്ക് വന്നു.

''റിട്ടയേർഡ് ജുവനൈൽഹോം സൂപ്രണ്ട് അലക്സാണ്ടർ സാറിന്റെ വീടുതന്നെയല്ലേ ഇത്?'' അവരുടെ അന്വേഷണം.

കാര്യമെന്തെന്നു മനസ്സിലാകാതെ പകച്ച ഞാൻ 'ഉം...'' എന്ന് യാന്ത്രികമായി മൂളി. മറുപടിയായി ഒന്നും പറയാതെ അവർ വന്നതു പോലെ തിരികെ നടന്നു ഗേറ്റിറങ്ങി വഴിയിലെത്തി, അവരുടെ ജീപ്പിനു പിന്നിൽ നിലയുറപ്പിച്ചു.

''ഇതെന്തുകൂത്ത്' എന്ന മട്ടിൽ ഇരുന്നിടത്തുനിന്നെഴുന്നേറ്റ് ഞാൻ വായ് പിളർന്നു നിന്നു.

പോലീസ് ജീപ്പിനു പിന്നിൽ നിലയുറപ്പിച്ച പോലീസുകാരിലൊരുവൻ ട്രാഫിക് പോലീസുകാരൻ ഡ്യൂട്ടി ചെയ്യുന്നതുപോലെ തുറന്നുകിടക്കുന്ന എന്റെ വീടിന്റെ ഗേറ്റിനു നേർക്ക് വലതുകൈ നിവർത്തി നീട്ടി കാണിക്കുന്നു.

രണ്ടുമൂന്നു സെക്കന്റുകളുടെ താമസം.

തുറന്നിട്ടിരിക്കുന്ന ഗേറ്റിലൂടെ ഒരു പുതിയ കാർ വീടിന്റെ മുറ്റത്തേക്കു കയറിനിന്നു.

നാൽപതുവയസ്സിലധികം പ്രായം തോന്നിക്കാത്ത കറുത്തുചുരുണ്ടമുടിയും താടിയുമുള്ള ഒരാൾ അതിൽ നിന്നും ഇറങ്ങുന്നു.

മുടിനരച്ച് കഷണ്ടിതെളിഞ്ഞ അറുപതുതാണ്ടിയ വൃദ്ധനായ ദേവദാസ് എന്ന തയ്യൽക്കാരനെ കാത്തുനിന്ന എന്റെ കണ്ണുകളിൽ 'ഇതേതുപഹയൻ' എന്നൊരു ചോദ്യം മീനസൂര്യനായി കത്തിജ്വലിച്ചു.

അപ്പോഴേക്ക് കാറിൽ നിന്നിറങ്ങിയ സുമുഖൻ എന്റെ മുമ്പിൽ വന്നു നിന്ന് കൈകൾ കൂപ്പി കുനിഞ്ഞ് പാദനമസ്ക്കാരം ചെയ്തു.

കുനിഞ്ഞു നിവർന്ന് എന്റെ കണ്ണുകളിലേക്കു നോക്കി ആ സുമുഖൻ പറഞ്ഞു.

''ദേവദാസാണ് സാർ ഞാൻ.''

''ഓ ദേവദാസ്... നീ..?'' ആശ്ചര്യത്തിൽ അതിഘനംപൂണ്ട വാക്കുകൾ ഞാനറിയാതെ എന്റെ അധരങ്ങളിൽ നിന്ന് ഊർന്നുവീണു.

രണ്ടുകൈകൾകൊണ്ടും ദേവദാസ് എന്നെ കെട്ടിപ്പുണർന്നു.

ഞാനും ഹൃദയപൂർവ്വം അതനുകരിച്ചു.

നിമിഷങ്ങളോളം!

ആ കാഴ്ച കണ്ടാണ് വീടിനുള്ളിൽ നിന്നും മണി സിറ്റൗട്ടിലേക്കിറങ്ങിയത്.

''അമ്മേ...'' എന്നു വിളിച്ചു ദേവദാസ് മണിയുടെ കാൽക്കലും നമിച്ചു.

''സാർ... ഞാനൊറ്റയ്ക്കല്ല... കുടുംബവും കൂടെയുണ്ട്... അവരോട് ഇറങ്ങാൻ പറയട്ടേ.?'' ദേവദാസ് എന്റെ കണ്ണുകളിലേക്ക് നോക്കി.

''അതിന് എന്റെ അനുവാദം വേണ്ട ദേവദാസ്.''

ഞാൻ മുറ്റത്തുനിൽക്കുന്ന കാറിനു നേർക്കു കണ്ണുകൾ തിരിച്ചു. കാറിനുള്ളിൽ നിന്നും മൂന്നു സ്ത്രീകൾ ഇറങ്ങി. ദേവദാസ് അവരെ ഞങ്ങൾക്കു പരിചയപ്പെടുത്തി.

''ഇത് എന്റെ ഭാര്യ സുജാത. അത് ഞങ്ങളുടെ മക്കൾ. മൂത്തവൾ ദിഷ, യു.എസിൽ. സൈക്കോളജി ആന്റ് ഹ്യൂമൻ റിസോഴ്സസ് പഠിക്കുന്നു. ഇപ്പോൾ അവധിക്ക് നാട്ടിലെത്തിയിരിക്കുകയാണ്. ഇളയവൾ ദിയ... ഇപ്പോൾ മുംബൈയിൽ പ്ലസ് ടു വിദ്യാർത്ഥിനിയാണ്.

ദേവദാസ് നൽകിയതുപോലെ തന്നെ അവരും എനിക്കും മണിക്കും നമസ്ക്കാരം നൽകി.

കാറിനുള്ളിൽ നിന്നും കല്യാൺ സിൽക്ക്സിന്റെ രണ്ടു വലിയ കവറുകളുമായി ഡ്രൈവർ ദേവദാസിനു മുമ്പിലെത്തി.

ദേവദാസ് ആ കവറുകൾ വാങ്ങി എനിക്കും മണിക്കും സമ്മാനമായി നൽകി.

കൃത്യമായ അളവിനുള്ള ഷർട്ടും കസവുകരയൻ വേഷ്ടിയും ഇന്നർവെയേഴ്സും എനിക്ക്.

കാഞ്ചിപുരം പട്ടുസാരിയും പാവാടയും മണിക്ക്. അരലക്ഷത്തോളം വിലയുള്ള കാണിക്ക.

പോലീസുകാർ രണ്ടുപേർ ദേവദാസിനു മുമ്പിലെത്തി.

''ഞങ്ങളിനി മടങ്ങിക്കോട്ടെ സാർ...? വീടു തെറ്റാതെ സാറിനെ ഇവിടെ എത്തിക്കണമെന്നതായിരുന്നു സി.ഐ. സാറിന്റെ നിർദ്ദേശം. ഞങ്ങളുടെ ആ ഡ്യൂട്ടി കഴിഞ്ഞു സാർ..''

''വളരെ വളരെ നന്ദി.'' ദേവദാസ് അവർക്കുനേരേ കൈകൾ കൂപ്പി.

''അതുപറ്റില്ല...'' പോലീസുകാരുടെ നേർക്ക് നോക്കി മണി പറഞ്ഞു.

''ഈ ഒന്നാംമണി നേരത്ത് ഊണുകഴിക്കാതെ ഇവിടുന്നു മടങ്ങാനോ? സമ്മതിക്കില്ല.''

പോലീസുകാർ ആദ്യം നിഷേധിച്ചെങ്കിലും മണിയുടെ നിർബന്ധത്തിന് ഒടുവിൽ വഴങ്ങേണ്ടി വന്നു അവർക്ക്.

ഊണിനു ശേഷം പോലീസുകാരെ യാത്രയാക്കിക്കഴിഞ്ഞാണ് ദേവദാസ് ആ ആഗ്രഹം എന്നെ അറിയിച്ചത്.

''എന്റെ ജീവിതത്തിന്റെ ടേണിംഗ് പോയിന്റ് ആയിരുന്നു സാർ ജുവനൈൽ ഹോമിലെ നാലുവർഷത്തെ ജീവിതം. സാറിന്റെ പ്രോത്സാഹനത്തിലാണ് യോഹന്നാൻ സാറിന്റെ ശിക്ഷണത്തിൽ ഞാൻ തയ്യൽ പഠിച്ചു തുടങ്ങുന്നത്. ജുവനൈൽ ഹോമിൽ വെച്ച്... ഇന്ന് ജീവിതത്തിൽ ഞാനെന്തെങ്കിലും ആയിട്ടുണ്ടെങ്കിൽ അതിന്റെ അടിസ്ഥാനം ജുവനൈൽ ഹോമാണ്. നാലുവർഷം ഞാൻ ഉണ്ടും ഉറങ്ങിയും

ജീവിച്ച അവിടെ പോയി ഒന്നുകൂടി കാണണം എന്ന് എനിക്കൊരാഗ്ര ഹമുണ്ട്.. സാധിക്കുമോ സാർ..?''

''എന്താ സാധിക്കാത്തത്...'' നമുക്കിപ്പോൾ തന്നെ പോയേക്കാം.''

തിരുവഞ്ചൂരിലെ എന്റെ വീട്ടിൽ നിന്നും മൂന്നു മിനിറ്റ് വേണ്ട കാറിൽ ജുവനൈൽ ഹോമിലെത്താൻ.

അവിടെയെത്തി സ്വയം പരിചയപ്പെടുത്തി കുട്ടികൾക്ക് മധുരം നൽകി ദേവദാസ് അവരോട് പറഞ്ഞു.

''നിങ്ങളെപ്പോലെ നാലുവർഷം ഇവിടെ ജീവിച്ചവനാണ് ഞാൻ. ഇവിടെ നിന്ന് എനിക്ക് കിട്ടിയ ശിക്ഷണത്തിന്റേയും തൊഴിൽ പരിശീ ലനത്തിന്റേയും ബലത്തിലാണ് ഞാനിന്നത്തെ നിലയിലെത്തിയത്. ഇന്ന് മുംബൈയിലൊരു ബിസിനസ്കാരനാണ് ഞാൻ. എന്റെ ബിസി നസ് എന്താണെന്ന് ചോദിച്ചാൽ.... റെഡിമെയ്ഡ് വസ്ത്രങ്ങൾ നിർമ്മിച്ച് കയറ്റി അയയ്ക്കുക... ഇംഗ്ലണ്ടിലേക്ക്... എന്റെ ഗാർമെന്റ് ഫാക്ടറിയിൽ മുന്നൂറോളം ജോലിക്കാരുണ്ട്... എൺപതിനായിര ത്തിനും തൊണ്ണൂറായിരത്തിനുമിടയിൽ റെഡിമെയ്ഡ് വസ്ത്രങ്ങൾ- പുരുഷന്മാർക്കും സ്ത്രീകൾക്കും കുട്ടികൾക്കും ഒക്കെ വേണ്ടത്- എല്ലാ മാസവും ഞാൻ എക്സ്പോർട്ട് ചെയ്യുന്നു... പ്രൈമാർക്ക്-പീ കോക്ക്-റിഗാറ്റാ എന്നീ ബ്രാൻഡുകളിൽ അവ ഇംഗ്ലണ്ടിൽ വിറ്റഴിക്ക പ്പെടുന്നു.''

ദേവദാസ് അങ്ങനെ പറഞ്ഞു നിർത്തിയതും കുട്ടികളിലൊരുവൻ ദേവ ദാസിനോടൊരു ചോദ്യം.

''ജീവിതത്തിൽ ദേവദാസ് ചേട്ടന്റെ റോൾമോഡൽ ആരാണ്?''

ആ ചോദ്യം കേട്ടതും ദേവദാസ് എന്റെ അരികിലേക്ക് നടന്നെത്തി. രണ്ടുകൈകൾ കൊണ്ടും എന്നെ വട്ടം പുണർന്നു പറഞ്ഞു.

''ഇതാണ്... ഈ അലക്സ് സാറാണ് എന്റെ റോൾമോഡൽ.''

എന്റെ മൂന്നുപതിറ്റാണ്ടിനടുത്ത ജുവനൈൽ ഹോംസേവനത്തിന് എനിക്ക് ലഭിച്ച ഏറ്റവും വലിയ ബഹുമതിയായി ദേവദാസിന്റെ വാക്കു കൾ ഞാനിന്നും ഹൃദയത്തിൽ സൂക്ഷിക്കുന്നു.

ദേവദാസ് അന്നവിടെ എത്തുമ്പോൾ അവിടുത്തെ റ്റി.വി. പ്രവർത്തന ക്ഷമമായിരുന്നില്ല. സൂപ്രണ്ടിൽ നിന്നും ആ വിവരമറിഞ്ഞ ദേവദാസ് അപ്പോൾത്തന്നെ പുതിയതരം എൽ.ഇ.ഡി. റ്റി.വി. വാങ്ങാൻ വേണ്ടുന്ന

ഏർപ്പാടുകൾ ചെയ്തിട്ടാണ് മടങ്ങിയത്. ഈ ഓർമ്മക്കുറിപ്പ് എഴുതപ്പെടുന്ന 2022ലെ ആഗസ്റ്റ് മാസത്തിലും ആ റ്റി.വിയാണ് അവിടെ പ്രവർത്തിച്ചുകൊണ്ടിരിക്കുന്നത് എന്നാണ് എനിക്കറിയാൻ കഴിഞ്ഞത്.

ദേവദാസ് അന്നുതന്നെ വർക്കലയിലെ സ്വന്തം വീട്ടിലേക്കു തിരിച്ചുപോയി. ദേവദാസ് പോയിക്കഴിഞ്ഞാണ് എന്റെ മനസ്സിൽ അങ്ങനെയൊരു സംശയം ഉരുത്തിരിഞ്ഞത്.

മുംബൈയിലെ വെറുമൊരു ബിസിനസുകാരനായ ദേവദാസിന് എന്റെ ഫോൺനമ്പർ സംഘടിപ്പിച്ചുകൊടുക്കാനും എന്റെ വീട്ടിലെത്തിക്കാൻ അകമ്പടി നൽകാനും പോലീസിനെ സ്വാധീനിച്ച കാര്യങ്ങൾ എന്തായിരിക്കും?

ഫോണിലൂടെ അക്കാര്യം നേരിട്ട് ചോദിക്കാമെന്നു തന്നെ ഞാൻ തീരുമാനിച്ചു. ഞാൻ ചോദിച്ചു. എനിക്കു മറുപടി കിട്ടി.

അജി എന്നു വിളിപ്പേരുള്ള സർക്കിൾ ഇൻസ്പെക്ടർ ഒരാൾ വർക്കലയിൽ ദേവദാസിന്റെ അയൽവാസിയായിരുന്നു. ഒരിക്കൽ ഒരു കേസന്വേഷണത്തിനായി അദ്ദേഹത്തിന് മുംബൈയിൽ ഒരാഴ്ച താമസിക്കേണ്ടതായിവന്നു. ഏതോ ഒരു കേസിലെ പ്രതി മുംബൈയിലുണ്ടെന്ന രഹസ്യവിവരമായിരുന്നു അടിസ്ഥാനം. മുംബൈയിലെത്തി ആ പ്രതിയെ കണ്ടുപിടിച്ച് അറസ്റ്റ് ചെയ്യണമെങ്കിൽ സ്ഥലപരിചയവും ഹിന്ദിഭാഷാ പരിചയവുമുള്ള ഒരു മലയാളിയുടെ സഹായം വേണമെന്ന് അദ്ദേഹത്തിനു തോന്നി. ആ അന്വേഷണത്തിലാണ് അയൽവാസിയെന്ന നിലയിൽ മുൻപരിചയമുള്ള ദേവദാസിനെ അദ്ദേഹം കണ്ടെത്തുന്നത്.

തന്നാലാവുന്ന എന്തുസഹായം ചെയ്യാനും ദേവദാസ് തയ്യാർ.

ആ ഉറപ്പിൽ സി.ഐ. അജിസാറും രണ്ടു കോൺസ്റ്റബിൾമാരും മുംബൈയിലെത്തി. വസ്ത്രനിർമ്മാണ ശാലയ്ക്കടുത്ത് താമസത്തിനനുയോജ്യമായി മൂന്ന് ഫ്ളാറ്റുകൾ ഉൾക്കൊള്ളുന്ന ഒരു ഫ്ളോറ് തരമായതോടെ, താമസം അങ്ങോട്ടുമാറ്റിയിരുന്നതിനാൽ പഴയ അപ്പാർട്ടുമെന്റ് കാലിയായി കിടക്കുകയായിരുന്നു. പന്ത്രണ്ടുകോടി വില നിശ്ചയിച്ച് വിൽപ്പനക്കിട്ടിരിക്കുന്ന ഫുൾഫർണീഷ്ഡ് അപ്പാർട്ട്മെന്റിൽ കേസന്വേഷണത്തിനെത്തിയ അജി സാറിനും സംഘത്തിനും ദേവദാസ് രാജകീയ താമസസൗകര്യമാണൊരുക്കിയത്. ദീർഘകാലമായുള്ള മുംബൈ വാസത്തിന്റെ ബലത്തിൽ, അന്വേഷിച്ചെത്തിയ പ്രതിയെ കണ്ടുപിടിച്ച് അറസ്റ്റു ചെയ്യാനും നാട്ടിലെത്തിക്കാനും ദേവദാസിന്റെ സഹായം ഏറ്റവും ഫലം കണ്ടപ്പോൾ പിന്നീട് കേസന്വേഷണ

ത്തിനായി മുംബൈയിലെത്തുന്ന കേരളാ പോലീസിന്റെ സംഘ ങ്ങൾക്ക് ദേവദാസ് അത്താണിയായി. ദേവദാസിന്റെ സഹകരണം കേരളാ പോലീസിലെ പ്രമുഖരായവർക്കു പോലും പരിചിതമായി അങ്ങനെ ദേവദാസ് കേരളാ പോലീസിന്റെ മുംബൈയിലെ ഏറ്റവും അടുത്ത 'ബന്ധു'വായി. ഇപ്പോഴും ഏതെങ്കിലും കേസന്വേഷണ ത്തിന്റെ പേരിൽ മുംബൈയിൽ വന്നെത്തുന്ന കേരളാപോലീസിന് താമസസൗകര്യവും, മറ്റു സഹായസഹകരണങ്ങളും നൽകുന്നതിൽ ഒട്ടും വൈമുഖ്യമി ല്ലാത്ത ദേവദാസിനെ കേരളാപോലീസിന് മറക്കാൻ പറ്റില്ലത്രേ.

ദേവദാസിന്റെ ക്ഷണപ്രകാരം ഞാനും ഭാര്യയും രണ്ടു വർഷങ്ങൾക്ക് മുമ്പ് മുംബൈയിലെത്തി ദേവദാസിന്റെ അതിഥികളായി മൂന്നു ദിവസം ആ അപ്പാർട്ട്മെന്റിൽ താമസിച്ചു. ബിസിനസിന്റെ തിരക്കുകൾ ഏറെ ഉണ്ടായിരുന്നിട്ടും എന്നേയും ഭാര്യയേയും കൂട്ടി മുംബൈയുടെ പ്രധാന കാഴ്ചകളെല്ലാം കാട്ടിത്തരുവാൻ ദേവദാസ് ഞങ്ങൾക്കൊപ്പം ഉണ്ടായിരുന്നുവെന്നുള്ളത് നിറഞ്ഞ നന്ദിയോടെ ഞങ്ങൾ ഓർമ്മിക്കു ന്നു.

****

www.ingramcontent.com/pod-product-compliance
Ingram Content Group UK Ltd.
Pitfield, Milton Keynes, MK11 3LW, UK
UKHW020424061026
15625UKWH00005B/242

9 798895 194430